எல்லார்க்கும் பார்க்கத்தகுந்த

எட்டுக் கிரிமினல் கேஸ்

1907 ம் ஆண்டு சென்னை சூளை டி. கோபால் நாயகர் அவர்களது கோல்டன் அச்சியந்திர சாலையில் பதிப்பிக்கப்பட்ட இந்நூல் 108 ஆண்டுகளுக்குப் பின்னர் மறுபதிப்பாக தற்போது வெளியிடுகிறோம்.

கோட்டாறு
தேவாமிர்தப் பிரசங்கக் களஞ்சியம்
மகா மதி. சதாவதானி
கா.ப.செய்குதம்பிப் பாவலர்

விஜயா பதிப்பகம்
20, ராஜ வீதி,
கோயம்புத்தூர் - 641 001.
vijayapathippagam2007@gmail.com

நூலின் பெயர் : எட்டு கிரிமினல் கேஸ்

ஆசிரியர் : கா.ப.செய்குதம்பிப் பாவலர்

முதற்பதிப்பு : ஏப்ரல் 2015 (மறுஅச்சு - செப்டம்பர் 2015)

வெளியீடு : **விஜயா பதிப்பகம்**
20, ராஜ வீதி,
கோயம்புத்தூர் - 641 001.
✆ 0422 - 2382614 / 2385614

ஒளியச்சு / புத்தக
வடிவமைப்பு : ஐரிஸ் கிராபிக்ஸ், கோவை.

அட்டை
வடிவமைப்பு : மணிகண்டன், சென்னை.

அச்சாக்கம் : ஜோதி எண்டர்பிரைசஸ், சென்னை - 5.

பக்கம் : 264

விலை : ரூ.200

ISBN - 81-8446-662-5

EIGHT CRIMINAL CASES

Author : K.P.Shaikuthambi Pavalar

First Edition : April 2015 (Reprint - September 2015)

Published By : **VIJAYA PATHIPPAGAM,**
20, Raja Street, Coimbatore - 641 001.
✆ 0422 - 2382614 / 2385614

Layout & Laser
type set : IRIS Graphics, Coimbatore.

Cover Design : M.V. Manikandan, Chennai.

Printed At : Jothi Enterprises, Chennai - 5.

Pages : 264

Price : Rs.200/-

உரிமையுரை

இந்நூல் கோட்டாறு
பிரபலவர்த்தகர் ஸ்ரீமான்
அ.வா. நயினாமுகம்மது சாகிபவர்களுக்கு
அவர்களது அங்கீகாரம் பெற்று
உரிமையாக்கப்பட்டது.

முன்னுரை

இன்றைய இளைய படைப்பாளிகளும் வாசகரும் ஆர்வம் எனும் அரும்பொருள் உடைத்த பள்ளி - கல்லூரித் தமிழாசிரியரும் செய்குத்தம்பி பாவலரை அறிந்திருத்தல் நன்று. அறிந்திருக்க-வில்லை என்பது தீப்பேறு. தேவாமிர்தப் பிரசங்கக் களஞ்சியம், மகாமதி, சதாவளி எனும் பட்டங்கள் பெற்றவர் அவர். அது சாமான்யமான விடயம் அல்ல.

நாஞ்சில் நாட்டின் வணிக மையமான கோட்டாறு எனும் ஊரின் ஒரு பகுதி இடலாக்குடி. அங்கு பிறந்தவர் பாவலர். அவதரித்தார் என்றே சொல்லலாம். அதற்கான தகுதியுண்டு அவருக்கு. 1874ம் ஆண்டு ஜூலை மாதம், 31-ம் நாள் பக்கீர் மீரான் சாகிபுவுக்கும் அமீனா பேகத்துக்கும் பிறந்தார். பாரம்பரியமான இஸ்லாமியக் குடும்பம். தொழில் நெசவு, நூல் வாங்கி விற்பது. பாவலர் பெற்ற ஆரம்பக் கல்வி அரபி மற்றும் மலையாளம் மொழிகளில். வறுமை பிடர் பிடித்து உந்த பத்து வயதில் படிப்பு நின்ற போது இளமையிலேயே நெசவுத் தொழில் கற்றார். சிலகாலம் சென்ற பின்பு கோட்டாறு பட்டாரியர் தெருவில் சங்கர நாராயண பட்டாரியரின் திண்ணைப் பள்ளிக்கூடத்தில் இலவசமாகத் தமிழ் பயின்றார். இலக்கணம், செய்யுள் யாப்பு கற்றார். யமகம், திரிபு, அந்தாதி போன்ற நுட்பங்களிலும் தேர்ச்சி பெற்றார்.

பிழைப்புக்காகத் தொழில் தேடித் தமது 21வது வயதில் சென்னைக்குப் புலம் பெயர்ந்தபோது அவருக்கு அகவை இருபத் தொன்று. சென்னையில், ஸ்ரீ பத்ம விலாசம் எனும் பதிப்பகத்தில் ‘ஞானியுரப்பா மெய்ஞ்ஞானத்திரட்டு எனும் நூல் தயாரிப்பில் இருந்தது. அரபி மொழிப் புலமையும் தமிழ்ச் செய்யுள் இலக்கணத்தில் தகுதியும் உடைய செய்குத்தம்பிப் பாவலர், அந்நூலுக்கு மெய்ப்புத் திருத்தும் பணியில் அமர்ந்தார். தமிழ் இலக்கியத்தினுள் அவரது முதல் காலடி அது. தமது இருபத்தேழாவது வயது வரை சென்னையில்

பணிபுரிந்தார். அந்த அவகாசத்தில் அவர் கற்றுத் தேர்ந்தது தமிழ் இலக்கியம். சிற்றிலக்கியங்களில் தனித் தேர்ச்சி. பல்வேறுபட்ட உரையாசிரியர்களின் செவ்விலக்கிய உரைகளில் தேர்ந்தார்.

மறுபடியும் கோட்டாறு வந்த பாவலர், பெரும் வித்வான்களான நீலகண்ட ஆச்சாரி மகன் கணபதி ஆச்சாரியிடம் தமிழ்க் கல்வியைத் தொடர்ந்தார். மிகவும் ஏழைக் குடும்பத்துப் பெண்ணான முகம்மது பாத்துமாவைத் திருமணம் செய்து கொண்டு, மறுபடியும் சில ஆண்டுகள் சென்னை வாசம். சென்னையில்தான் அவதானக் கல்வி பெற்றார். அவதானி எனும் சொல்லுக்கு கவனகர் எனும் மாற்றுச் சொல்லுண்டு இன்று. அவதானி என்றால் ஒரே நேரத்தில் ஒன்றுக்கும் மேற்பட்ட செயல்களில் கவனம் செலுத்துபவர் என்று பொருள். எட்டுக் காரியங்களில் கவனம் கொள்பவரை அஷ்டாவதானி என்றும், பத்துக் காரியங்களில் கவனம் செலுத்துபவரை தசாவதானி என்றும், பதினாறு காரியங்களில் கவனம் செலுத்துவரை சோடாவதானி என்றும், நூறு காரியங்களில் கவனம் கொள்பவரை சதாவதானி என்றும் பரிசோதித்து அறிவிப்பார்கள்.

இலாடச் சங்கிலி சேர்ப்பு, அவையோர் ஓரிருவரின் வினாவுக்கு உத்தரம் சொல்லுதல், சொக்கட்டான் ஆடுதல், பின்பக்கம் அமர்ந்து ஒருவர் முதுகில் எறியும் பரல்களை எண்ணுதல், சதுரங்கம் ஆடுதல், கவிதை கூறுதல், கண்ட பத்திரிகை, கணிதம் கூறுதல், குதிரை அடி கூறுதல் என்பன அஷ்டாவதானம் என்கிறது ‘அபிதான சிந்தாமணி’ . இவையெல்லாம் எங்ஙனம் சாத்தியம் என்போம் ஓரவதானம், ஈரவதானம் செய்யும் நாம். பாட்டுக் கேட்டுக் கொண்டே வாகனம் ஓட்டுதல், செல்ஃபோனில் உரையாடுதல், பின்வரும் வாகனங்களுக்கு சிக்னல் கொடுத்தல் எனும்போதே நான்கு அவதானம் ஆகிவிடுகிறது. மேதைகளுக்கு சாத்தியமாகி இருக்கிறது, ஒரே நேரத்தில் நூறு காரியங்களில் கவனம் கொள்வது என்பது. பாவலர் எடுத்த எடுப்பிலேயே சோடாவதானம் நிகழ்த்திக் காட்டியிருக்கிறார் கோட்டாற்றில்.

1907ம் ஆண்டு மார்ச் மாதம் 10ம் நாள், சென்னை விக்டோரியா மண்டபத்தில் சதாவதானம் நிகழ்த்திக் காட்டிப் பாராட்டுப் பெற்றவர் செய்குத்தம்பிப் பாவலர். அப்போது அவையில் இருந்தவர்கள் ‘தி இந்து’ ஆங்கிலப் பத்திரிகை ஆசிரியர் G. சுப்பிரமணிய ஐயர், சுதேசமித்திரன் பத்திரிகை ஆசிரியர், தமிழ் முனிவர் திரு.வி.க., பச்சையப்பா கல்லூரித் தமிழ்ப் பேராசிரியர் திருவேங்கடசாமி நாயுடு, திமிழறிஞர் கா. நமச்சிவாய முதலியார், சட்டக் கல்லூரி மாணவராக இருந்த ரசிகமணி டி.கே. சிதம்பரநாத முதலியார்

முதலானோர். அங்ஙனம் நிகழ்த்தி மெய்ப்பித்த பின்னரே, செய்குத் தம்பிப் பாவலருக்கு சதாவதானி என்ற பட்டம் வழங்கப்பட்டது. இன்று ஆள் பிடித்து வாங்கும் பத்ம விருதுகள்போல அன்று அது.

தொடர்ந்து சிதம்பரம், திருவனந்தபுரம், நாகர்கோயில் ஆகிய தலங்களில் சதாவதானம் செய்திருக்கிறார் பாவலர்.

எப்பெருமை பெற்ற பாவலர் ஆயினும் உயிர் வாழப் பணம் வேண்டியதிருக்கிறது. இன்று என்று இல்லை, என்றுமே தமிழ் கற்றவனுக்குத் தாரித்திரியமே குடும்பச் சொத்து. அல்லது சினிமாவுக்குப் போய் புதுமைப்பித்தன் பாரதிதாசன்போல, நொந்து சாகலாம். வாழ்க்கைச் சகடம் ஓட்ட, பாவலர் செய்த தொழில்கள் நெசவு, ஆசிரியப் பணி. இலக்கணம் கற்பிப்பதில் அவரைப் பெரும்புலி என்கிறார்கள். நெசவுத் தொழிலுக்கான நூல் வாங்கி விற்றிருக்கிறார். நூல் பல கற்றவர் செய்தது நூல் வியாபாரம். மேலப்பாளையத்தில் சம்சுத்தாசீன் எனும் செல்வந்தர், பாவலருக்கு நூல் கடனாகக் கொடுத்து உதவி இருக்கிறார்.

பாவலரிடம் தமிழ் கற்ற புகழ்பெற்ற தமிழறிஞர்கள், தெங்கம்புதூர் சாஸ்தாங்குட்டிப் பிள்ளை, பறக்கை மாணிக்க வாசகம் பிள்ளை, தாமரைக்குளம் சிவதாணுபிள்ளை ஆகியோர். அவருள் மூன்றாமவர், ஆறுமாதத்துக்கு ஒருமுறை வயல் அறுவடை ஆனதும், பாவலர் குடும்பத்துக்கு சாப்பாட்டுக்கான நெல் அளந்து கொண்டு போய்ச் சேர்த்திருக்கிறார்.

1950ம் ஆண்டு பிப்ரவரி மாதம் 18ம் நாள்வரை, 76 ஆண்டுகள் வாழ்ந்த செய்குத்தம்பிப் பாவலர் தமிழுக்கு ஆற்றிய அரும்பணிகள் அநேகம், பட்ட அல்லல்களும் அநேகம். 'மலரும் மாலையும்' எனும் கவிமணி தேசிக விநாயகம் பிள்ளையின் பாடல் தொகுப்பில் பாவலர் பற்றிய பாடல் ஒன்றுண்டு. கவிமணியின் புகழ்பெற்ற வெண்பா ஈற்றடியான, 'எந்த நாள் காண்பேன் இனி' என்று முடிவது. பாவலர் இறந்த பிறகு பாடிய இரங்கல் பா அது.

'ஒரும் அவதானம் ஒரு நூறு செய்திந்தப்
பாரில் புகழ்படைத்த பண்டிதனைச் - சீரிய
செந்தமிழ்ச் செல்வனைச் செய்குத்தம்பிப் பாவலனை
எந்த நாள் காண்பேன் இனி'

என்பதந்தப் பாடல்.

நவீன இலக்கிய எழுத்தாளர் செத்துப்போனால், ஏழெட்டுப் பேர் இரங்கல் கட்டுரைகள் எழுதுகிறார்கள் இன்று. வாழும் காலத்து வாய் மலர்ந்து ஒரு சொல் பாராட்ட மாட்டார்கள். அதுபோல் அல்ல கவிமணி பாடியது. கவிமணி (1876 - 1954), பாவலரின் சமகாலத்தவர். பாவலருடன் அரிய நட்புப் பூண்டிருந்தவர்.

இலக்கணம் பயிற்றுவிப்பதும், நூல் வியாபாரம் செய்வதும், சதாவதானம் செய்வதும், நூல்கள் பல யாத்ததும் தாண்டிப் பாவலர் செய்த பணிகள் பல. விடுதலைப் போரில் ஈடுபாடு கொண்டிருந்தார். அந்நியத் துணி பகிஷ்கரிப்பு, தீண்டாமை எதிர்ப்பு, உப்பு சத்தியாக்கிரகம் என முன்னணிச் செயல்பாட்டாளர். நாகர்கோயில் வடிவீசுவரத்தில் நடந்த அந்நியத் துணி எரிப்புப் போராட்டத்தில் அறிஞர் திரிகூட சுந்தரம் பிள்ளை, டாக்டர் எம்.இ. நாயுடு ஆகியோருடன் பாவலரும் கலந்து கொண்டார்.

அறுபது வயதுக்குப் பிறகே பாவலருக்கு சொந்தவீட்டில் வாழும் பேறு வாய்த்திருக்கிறது. எனக்கது வியப்பாகத் தெரியவில்லை.

தமிழுக்குப் பாவலரின் கொடை பல நூல்கள். அவற்றுள் சில கீழ்வருமாறு :

1. சம்சுத்தாசீன் கோவை

இது மேலப்பாளையம் செல்வந்தவர் சம்சுத்தாசீன் மீது பாடப்பெற்றது. 425 கட்டளைக் கலித்துறைப் பாக்கள். கோவை என்பது சிற்றிலக்கியம். அகத்துறை சார்ந்தது.

2. நபிகள் நாயகம் மான்மியம் மஞ்சரி

இஸ்லாமிய மார்க்கத்தின் ஐந்து பெரிய கொள்கைகளை விளக்கும் 102 கொச்சகக் கலிப்பாக்கள் கொண்ட நூல்.

3. கல்வத்து நாயகம் இன்னிசைப் பாமாலை

இஸ்லாம் மாமேதையான கல்வத்து நாயகம் மீது 100 பாடல்கள் கொண்ட பாமாலை. சிற்றிலக்கிய வகை நூல் இது.

4. திருக்கோட்டாற்றுப் பதிற்றுப்பத்தந்தாதி

அந்தாதித் தொடரில் அமைந்த நூறு பாடல்கள்

5. திருநாகூர் திருவந்தாதி

    நாகப்பட்டினத்து நாகூர் ஆண்டவர்மீது அந்தாதித் தொடரில் யாக்கப்பட்ட 100 பாடல்கள்

6. நீதி வெண்பா

    மரபார்ந்த நீதி, நூல் 100 வெண்பாக்களால் அமைந்தது.

7. அழகப்பக் கோவை

8. சசிவோத்தமன் கோவை

9. நபிகள் நாயகத்தின் ஜீவிய சரித்திரம்

10. சீறா நாடகம்

11. சீறப்புராண விரிவுரை

12. எட்டுக் கிரிமினல் கேஸ்

13. வேதாந்த விவகார கிரிமினல் கேஸ்

    மேற்கண்டவற்றுள், இறுதி ஐந்து நூல்களும் உரைநடையில் அமைந்தவை.

    சிற்றிலக்கியங்களிலும் தனிப்பாடல்களிலும் செம்மையான புலமை பெற்றிருந்தவர் பாவலர் பேராசிரியரும் வழக்கறிஞருமான கா.சு. பிள்ளை தனிப்பாடல் திரட்டு தொகுத்தபோது அவருக்கு மூலத்தகவல்கள் பல தந்து உதவியர்.

    அறிஞர் ச.வே. சுப்பிரமணியம் அண்மையில் தொகுத்த தனிப் பாடல் களஞ்சியம் எனும் நூலில் செய்குத் தம்பிப் பாவலர் தனிப் பாடல்களாகப் பாடிய பதினைந்து தொகுக்கப்பெற்றுள்ளன. அவற்றுள் கலைமகள் பற்றிய பாடல் ஒன்றினை ஈண்டு எடுத்தாள்கிறேன்.

'உருமகளை அயன் நாவில் உறைமகளைப்
    பொறை மகளை உலகுக் கெல்லாம்
குருமகளை அன்பர் புகழ்க் குலமகளை
    மலர்மகளைக் குறைதீர் செல்வத்

திருமகளின் மருமகளை நிலமகட்குங்
கலைமகளை செவ்வி வாய்ந்த
ஒருமகளை எனக்கருள வருமகளைப்
பெருமகளை உன்னல் செய்வாம்'

பாவலரின் சமயப் பொறை வியப்பளிக்கிறது.

முனைவர், பேராசிரியர், நாட்டார் வழக்காற்றியல் ஆய்வாளர் அ.கா. பெருமாள் கூறிய தகவல் ஒன்று. பாவலர் யாத்த பாடல் ஒன்றின் முதற்தொடர் 'சிரமாறுடையான்' என்பதற்குப் பாலவர் ஐந்து பொருள்கள் சொல்வாராம்.

சிரம் ஆறுடையான் - தலையில் கங்கை அணிந்தவன்

சிரம் மாறுடையான் - மாறுபட்ட சிரம் உடைய கணபதி

சிரம் ஆறுடையான் - ஆறுமுகனான முருகன்

சிரம் ஆறுடையான் - தலைப்பக்கம் ஆறுடைய திருவரங்கன்

சிரம் ஆறுடையான் - தலையாய நல்வழிகளை உலகுக்குக் காட்டும் அல்லா

இது பாவலரின் தமிழ்ப் புலமை.

யாழ்ப்பாணத்து, ஆறுமுக நாவலரின் அருட்பா - மருட்பா கருத்துக்களுக்கு எதிராகக் களமாடி இராமலிங்க அடிகளாரின் அருட்பாவுக்கு ஆதரவாகச் சொற்பொழிவுகள் தொடர்ந்து செய்தார் செய்குத்தம்பி பாவலர். எனவே, 'தேவாமிர்தப் பிரசங்கக் களஞ்சியம்' என்ற பட்டம் வழங்கப்பட்டதோ என்னவோ?

சிலேடை பாடுவதில் பாவலர் வன்கை என்றும் கம்பனில் ஆழங்கால் பட்டவர் என்றும் அறியக் கிடைக்கின்றன.

பதினோராம் நூற்றாண்டுக்குப் பிறகு இஸ்லாத்துக்கு மாறிய ஊர்கள் அனந்தம் இந்தியாவில். கன்னியாகுமரி மாவட்டம் என்று இன்று அறியப்படும் மாவட்டத்துப் பேரூர்கள் இடலாக்குடி, திட்டு விளை, மாதவலாயம், தேங்காப் பட்டணம், சூரங்குடி, தக்கலை, ஆளூர், திருவிதாங்கோடு முதலியன பெருமளவில் இஸ்லாமியர் வாழும் ஊர்கள். திருவிதாங்கோட்டில் இஸ்லாம் தொடர்பான

கல்வெட்டுக்கள் உண்டு என்றார் பேராசிரியர் அ.கா. பெருமாள். கோட்டாற்றில் பதினைந்தாம் நூற்றாண்டில், நாயக்கர் காலத்தில் பணியப்பட்ட பாவா காசிம் பள்ளி என்றும் மக்கள் வழக்கில் வேம்படிப் பள்ளி என்றும் அழைக்கப்படும் இஸ்லாமியப் பள்ளி புகழ்பெற்றது. ஆலிப்புலவர், 'நிகராஜ மாலை' எழுதி அரங்கேற்றிய பள்ளி அது. அங்கு நிற்கும் வேப்பமரத்தின் இலைகள் நோய் தீர்க்கும் மகத்துவம் உடையது என அனைத்து மதத்தவரும் நம்புகின்றனர். நிகராஜ மாலை அரங்கேறியபோது, மகம்மது நபி அவர்களின் வாரிசு ஒருவர் பிரசன்னமாக இருந்தார் என்றும் செய்தி உண்டு. நம் பாவலர் தொழுத பள்ளி அது.

செய்குத் தம்பிப் பாவலரை, வயதின் காரணமாகக் காண வாய்ப்பற்றுப்போன நான், எனது பிறந்த மண்ணின் பெருமைகளில் ஒன்றானவரைப் பற்றி எழுதும் பேறு பெற்றவனாகிறேன். 'சிற்றிலக்கியங்கள்' எனும் நூல் எழுதியபோதும் அவர் எழுதிய நூல்களில் ஒன்றைக்கூட கண்ணுற்றதில்லை. ஏதும் இன்று வாசிக்கக் கிடைக்கின்றனவா, அச்சில் உண்டா, மறுபதிப்புகள் கண்டனவா என்றும் நமக்குத் தெரியாது. நாம், கோச்சடையான் கோடிகள் நட்டப்பட்ட கொடுமையில் இருந்தே இன்னும் மீளவில்லை.

இந்தச் சூழலில், கவிஞர் புவியரசுவின் உதவியாலும் நண்பர் ஐரிஸ் இராசாராமன் முயற்சியாலும், கோவை விஜயா பதிப்பகத்து வெளியீடாக, 'எட்டுக் கிரிமினல் கேஸ்' என்று தலைப்பிடப்பட்ட செய்குத் தம்பி பாவலரின் உரைநடை நூல் மறுபதிப்பாகிறது.

1932ல் தனிப்பாடல் திரட்டு பதிப்பித்த இ. கோவிந்த ராஜூலு நாயுடு அவர்களின் தந்தையார், இட்டா - பார்த்தசாரதி நாயுடு அவர்களின் பொருளுதவியால், 1907ல் பதிப்பிக்கபட்டது 'எல்லார்க்கும் பார்க்கத்தகுந்த எட்டுக் கிரிமினல் கேஸ்'. பதிப்பித்தவர் கோல்டன் அச்சு இயந்திர சாலை டி. கோபால் நாயக்கர். இந்த நூலுக்கு வேறேதும் மறுபதிப்பு வந்திருக்கிறதா என்பதும் தெரியவில்லை.

பாவலர் எடுத்தாண்ட குற்றவியல் வழக்குகளாவன அரிச்சந்திர சரித்திரம், சூர்ப்பநகை பங்கம், வாலி வதம், இலங்காதகனம், அரம்பைப் பலவந்தப் புணர்ச்சி, கோபிகா ஸ்தீரிகள் வஸ்திராபரணம், திரௌபதை வஸ்திராபரணம், கீசகன் பலவந்தம்.

பல்லாயிரக் கணக்கான ஆண்டுகட்கு முன்பான தொன்மங்களின் அறச்சிக்கல்கள் இவை. பாவலர் வாழ்ந்த காலத்துத் தென்திருவிதாங்கூர் கோர்ட் மொழியில் எழுதப்பட்டுள்ளது இந்த நூல். குறிப்பாக வாதி, பிரதிவாதி, சாக்ஷிகள், வக்கீல், வியாச்சியம்,விசாரணை, பிரதிவாதி வக்கில் கிறாசு வாதி வக்கீல் றீக்கிறாசு, ஆர்டர், பிரசிடிங்ஸ், குற்றப்பத்திரிகை, ஹியறிங், ஜட்ஜ்மெண்ட், அப்பீல், புணர் விசாரணை போன்ற சொற்களைப் பயன்படுத்தியே வழக்குகள் விசாரிக்கப்பட்டுள்ளன. அன்றைய கோர்ட் நடைமுறைகள் எள்ளளவும் வழுவாது கடைப்பிடிக்கப்பட்டுள்ளன.

சற்றுப் புராதனமாகிப்போன மொழி நடையைப் பொருட் படுத்தாமல் உள் நுழைந்தால் இலக்கிய நயங்கள் துய்க்கலாம். பருகும் பானத்தில் பன்னீராண்டுப் பழையது, பதினெட்டாண்டுப் பழையது எனில் விலை ஏறும் எனும்போது மொழியின் பழமைத் தன்மைக்கும் விலை உயர்வுதான்.

சிலவழக்குகளில் தீர்ப்பான பிறகும் மேல்முறையீடு, புணர் விசாரணை, மறுபடியும் தீர்ப்பு எனும் நடைமுறை. அந்தக்கால வழக்கப்படி பெரும்பாலும் வாதி வக்கீல்கள் பிராம்மணர்களாகவோ, ஆங்கிலேயர்களாகவோ இருக்கிறார்கள். வைகுண்டபுரம் ஹைகோர்ட், தேவலோகம் டிஸ்திரிக்டு மாஜிஸ்திரேட்டு கோர்ட்களில் வழக்குகள் நடைபெறுகின்றன. தேவேந்திர ஐயர், பத்மநாப ஐயங்கார், செஷன் ஜட்ஜ் நீலகண்ட ஐயர் எனும் பெயர்கள் ஆலோசித்தே இடப் பட்டுள்ன. இலங்கா தகனம் கேஸ் அப்பீலுக்குப் போகிறது. அந்தக் கால எதார்த்தம் கடைப்பிடிக்கப் பட்டிருக்கிறது.

வாலிவதம் எனும் கிரிமினல் கேசை எடுத்துக் கொண்டால், வாதி - அங்கதன், பிரதிவாதிகள் - ஸ்ரீ ராமன், சுக்ரீவன், அனுமான். வாதி சாக்ஷிகள் - சூரியன், மாருதன், அங்காரகன். பிரதிவாதி சாக்ஷிகள் - வால்மீகி - ஜாம்பவான், உருமை, நளன் என்போர். வாதி வக்கீல் - எம். சவாகரப் பிரபு. பிரதிவாதி வக்கீல் - எப்.ஜி. இராஜராஜய்யன். பிரமலோகம் டிஸ்திரிக்டு மாஜிஸ்திரேட்டு அனந்தாச்சாரி. தீர ஆலோசித்த பிறகே, பாவலர் இலக்குவனை பிரதிவாதியாகவோ, சாட்சியாகவோ சேர்க்கவில்லை என்பது புலனாகிறது.

ஒவ்வொரு வழக்கும் வியாச்சியம், வாதி விசாரணை, பிரதிவாதி வக்கீல் கிறாசு, வாதி வக்கீல் ரீக்கிறாசு, சாக்ஷி விசாரணை, பிரதிவாதி விசாரணை, வாதி வக்கீல் கிறாசு, பிரதிவாதி சாக்ஷி விசாரணை, பிரசீடிங்ஸ், குற்றப் பத்திரிகை, ஹீயறிங், ஜட்ஜ்மெண்ட் என்ற அட்டவணைப்படி நடக்கின்றன.

இந்தியத் தொல் இலக்கியங்களின் (ஈண்டு இந்துப் புராணங் களின் எனும் பிரயோகத்தை வேண்டும் என்றே தவிர்க்கிறேன்) முக்கியமான முரண்கள் சிலவற்றை, பாவலர், வழக்குகளாக மாற்றி, இலக்கிய வாசிப்பையும் ரசனையையும் புரிதலையும் மேம்படுத்த முயன்றுள்ளார்.

எந்தவிதமான மதக்காழ்ப்பும் இன்றி, இந்து சமயத்தவரின் எதிர்ப்புகளுக்கும் ஆளாகாமல், நேர்மையான இலக்கிய விமர்சனங்கள் இவை. இன்று பின்னங்கால் பிடரியில்பட வேகமெடுத்து ஓடி, காழ்ப்பு எதிர்ப்பு என்று நாம் கண்டடைந்த இலக்குகள் தலைகுனிவை ஏற்படுத்துகின்றன.

லாவணி, முச்சந்தி இலக்கியம் அல்லது குஜிலி இலக்கியம் எனும் வடிவங்களின் திருத்தமான இலக்கிய வடிவம் ஈதென்றும் கொள்ளலாம். அன்றைய தக்ஷன் - தாட்சாயணி வாதம், வள்ளி - தெய்வானை வாதம் போன்ற வழக்குகள் நாம் அறிந்தவை. பழஞ் சோற்றுத் தண்ணீருக்கும் காப்பிக்கும் சண்டை, பழைய சோற்றுக்கும் உப்புமாவுக்கும் சண்டை, காப்பிக்கும் டீக்கும் சண்டை, மாட்டு வண்டிக்கும் சைக்கிளுக்கும் சண்டை போன்ற வடிவங்களும் அங்ஙனமே! சின்னஞ்சிறு பரபரப்பேற்படுத்தும் அந்த முயற்சிகளை வேறுவிதமாகப் பாவலர் பரிசீலித்ததன் விளைவே இந்த நூல். பாவலரை அடியொற்றியே நமது வழக்காடு மன்றங்கள், மேல் முறையீட்டுப் பட்டிமண்டபங்கள் உருப்பெற்றிருக்கலாம்.

இந்த நூலிலோர் அதிசயம் கண்டேன். பொருளடக்கம் பக்கத்தில் அச்சிடப்பட்டுள்ள அறிவிப்பு. 'டைட்டில் பேஜில் எனது கையெழுத் தில்லாத புத்தகம் திருட்டுப் புத்தகங்களெனப் பிடிக்கப்படும்' என்பதது. பாவலர் புத்தகத் தயாரிப்பாளரின் திருட்டைச் சொன்னாரா, பதிப்பகங்களின் திருட்டைக் கண்டனம் செய்தாரா என்றறியோம்! பாவலரின் அறிவிப்பு எழுத்தாளர்களை ஊக்குவிப்பதும் பதிப்பகங் களைக் கவலை கொள்ளச் செய்வதும் ஆகும்.

எது எவ்வாறாயினும் புலமைக் கீர்த்தியுடைய ஏழை எழுத்தாளரனை செய்குத் தம்பிப் பாவலரின் ஆக்கம் ஒன்று 108 ஆண்டுகளுக்குப் பிறகு மறுபதிப்பாவது களிப்பூட்டுகிறது.

விஜயா பதிப்பகத்தார்க்கு நன்றியும் வணக்கமும் வாழ்த்தும். வாசகர் இந்த நற்பேற்றைப் பயன்படுத்திக் கொள்ள வேண்டும்.

அன்பின்

கோயமுத்தூர்

07. ஏப்ரல் 2015

நாஞ்சில்நாடன்

இந்நூலிலடங்கிய

கிரிமினல் கேஸ்களின் சூசிகை

இலக்கம்	பெயர்	பக்கம்
1.	அரிச்சந்திர சரித்திரம்	21
2.	சூர்ப்பநகைபங்கம்	57
3.	வாலிவதம்	84
4.	இலங்காதகனம்	109
	1. ஷை அப்பீல்	135
5.	அரம்பைப்பலவந்தப் புணர்ச்சி	139
6.	கோபிகாஸ்திரீகள் வஸ்திராபகரணம்	159
7.	துரோபதை வஸ்திராபகரணம்	191
	1. ஷை அப்பீல் (புணர் விசாரணை)	215
	2. ஷை அப்பீல்	
8.	கீசகன் பலவந்தம்	236

டைட்டில் பேஜில் எனது கையெழுத்தில்லாத புத்தகங்கள் திருட்டுப் புத்தகங்களெனப் பிடிக்கப்படும்.

சாற்று கவிகள்

....

காஞ்சீபுரம், மகா வித்வான்

இராமசாமி நாயுடவர்க ளியற்றிய

அறுசீர்க்கழி நெடிலடி யாசிரிய விருத்தம்

விண்படுக்கும் புகழ்படைத்த கோட்டாற்றுச் செய்குதம்பி விபுதர் வேந்தன், மண்படுக்கு மன்னர்பல ரிடைநடந்த சரிதமெலாம் வழக்காய்க் காட்டி, யெண்படுக்குங் கிரிமினல்கே செனும்பெயரா னொருபனுவ லியற்றித் தந்தான், பண்படுக்கு மதன்பெருமை யென ரறைவ ரனந்தனுக்கும் பார மம்மா.

★ ★ ★

பச்சையப்பன் காலேஜ்

தமிழ்ப்பண்டிதர்

க.வ. திருவேங்கட நாயடவர்க ளியற்றிய

அறுசீர்க்கழி நெடிலடி யாசிரிய விருத்தம்

உலகமுதற் பலபொருளு மொருங்கு நிலை ஏற்பதுவு மும்ப ரா யோர், திலகமெனக் கொள்ளுவதும் வாய்மையென வஃதொன் றே செந்நெ றிக்கண், ணமுறுக்குந் துணையெனவே கொண் டொழுகு மரிச்சந்திர நாம வேலோன், குலமுதலன் முதலாக வெண்மர்கதை தன்னில்வருங் கொள்கை கொண்டே.

இப்பெரிய தமைச்சில்லோ ரியற்றியலின்ன வினையேயெடுதுக் காட்டிச், செப்பரிய கொடுமைகட்குத் தண்டமாய் முடிந்த வற்றைச்

செறித்துக் கூட்டி, யொப்புடைய விவையென்று காட்டு வான் றண்டநூ லுள்ளூ றுத்து, வைப்பெனவே யொருநூலை வகுத்திட்டா னதுவியக்கு மாட்சித் தாமால்.

அந்நூலுக் கிட்டவரு நாமமெவ னெனிலெட்டுக் கிரிமினெ லென்று, பன்னுவரா லதுபடிப்போர் சொற்றொறுமே மகிழ்வ ரென்று பகர லெற்றோ, தொன்னூலோர் சுவைத்தண்டென றுரைத்தகழை தனிற்சுவையுட் டுறுமு மோவென், றென்னூலுமு ணர்ச்சியிலா கேட்டகதை யேயொக்கு மின்சக்கி னம்மா.

நீதிமுறை யும்படிப்போர்க் குறுசுவையு மனவூக்க நிலையுஞ் சார, வோதியவிந் நூலியற்று மவன்யாவ னெனிலுரைப்ப னுண ர்க வின்றே, கோதுசெறி புலனவித்த கொள்கையினால் ஞானியெ ன்போர் குலவ வோங்கும், போதுசெறி தண்டலைகள் புடைபரக் குங் கோடாற்றுப் புலவ னம்மா.

பன்னாட்டுப் புலவர்களு மொருங்குகுழு மியவவைக்கண் பலரும் போற்ற, சொன்னாட்டு மவதான நூறியற்றி மகமதிய னெனுஞ்-சொற் பெற்றோ, னிந்நாட்டுக் கணிகலனாஞ் செய்குதம்பிப் பாவலனென் னியற்பேர் கொண்டோன், தென்னாட்டு மலயமுனி யீந்தருளுந் தமிழறிந்த தெளிஞ னாமால்.

★ ★ ★

திருமயிலை – மகாவித்துவான்

இராமலிங்க முதலியா ரவர்க ளியற்றிய

கலிநிலைத்துறை

தாங்க ரும்பெயர்ச் சுமைதலைப் பொறுத்தகந் தருக்கி
வீங்கு மேனியர்ப் பொய்ம்மையை வீதியி லீர்க்கும்
பாங்கு சேரொரு முத்தமிழ்ப் பாவலன் பழமை
யோங்கு கோசிக னோடிரா வணன்முத லோர்தாம்

பொய்ம்மை போக்கரிச் சந்திரன் விரிதரும் புவியோர்
மெய்ம்மை காண்டர வருமிரா மன்மனை மேனாள்
நொய்ம்மை யூன்றவன் றீங்கிழைத் திட்டது நோன்பின்
பொய்ம்மை போக்குவான் றுணுக்குறக் கவர்ந்ததுந் தோடம்.

வேறு

என்றந் தகைய பேர்வழிக ளெண்மர் தெரிந்தே யவர்தம்மை
மன்று ணிறுத்தி நிகழ்விடய மறையா துரைத்துச் சாட்சிதமை
நன்று துருவிக் கொடுபோந்து நயமா யுசாவச் செய்வித்தே
துன்று பிழைசெய் தார்க்குவிதித் திட்ட தண்டத் தொடர்பதனை.

வேறு

ஓரெட்டீரெட்டொரு நூறவதானமொரு நொடியிலுஞற்றுஞ்சீர்த்திப், பேரெட்டுத் திசைபரவு செய்குத்தம் பிப்புலவன் பெரிதுவக்க, வாரெட்டுக் கிரிமினல்கே ஸெனுநூலின் றழகுபெற வளித்தானஃது, சீரெட்டு தருநலபு ராணகா தைகளாகத் திகழ்ந்த தன்றே.

★ ★ ★

மதுரை ஜில்லா, சிவகெங்கைத் தாலூகா, செம்பூர்

ஆசுகவி. ஆறுமுகஞ்சேர்வை யவர்கள்

இயற்றிய

சிறப்புப் பாயிரம்

அறுசீர்க்கழி நெடிலடி யாசிரிய விருத்தம்

கொண்டனிறத் திருமேனி கொண்டநிம லன்காப்பிற் கூடு கின்ற, தண்டரள மிகத்தருச லஞ்சலங்க டவழுதிரைச் சலதி சூழு, மண்டலமன் னலம்வேட்டு வந்தவரின் புறநீதி மார்க்கந் தன்னைப், பண்டுரைசெய் மொழிப்படியே தந்திரமாக் காட்டுதற்குப் பண்பு கூர்ந்தே. (௧)

சிறந்தவொரு நகரிடத்தே தெளிந்தோர்மெய் யறிவுறுத்தத் திருவி ழாவென், றறைந்துபலர் பொருந்துதற்கா மளவிறந்த விந் தையெலா மமைத்துத்தெய்வ, மறந்தமதி யினரீண்டிக் கண்காட்சி பலபார்த்து மகிழு மேல்வை, யந்திகழுங் கடவுளின் றிருக்கோ லங் காட்டிவந்தோ ரனைத்துமு விட்டே. (௨)

எம்பெருமான் வந்தணர்கண் டிறைஞ்சிடுமின் புகழ்ந்திடுமி னிவர்பொற் பாத, நம்பிடுமின் வேறொன்று நாடன்மி னிவரிடத்தே நண்பு கொண்மின், வெம்பவமெல் லாமொழிப்பான் வேண்டிடு மின் வேடிக்கை விடுமின் மிக்க, வும்பருக்குங் காண்பரிய தெரிசனை கண் டோமிதுபோ லுலகின் மீதே. (௩)

காணார்க ளெவருமிந்தக் கருத்தனுக்குக் கட்செறிந்த கடிகொ ள்பூவார், பூணாரம் வாங்கிடுமின் பொற்றோளிற் பொருத்திடுமின் பூசை செய்மின், வீணாயிங் கேனிருக்க வேண்டுமிவர் பின்றொடர் மின் விரைமி னென்னாச், சேணார்ந்த மானிடரு மோடிவந்து பத்தி மிகச் சிறந்தோ ராகி. (௪)

அச்சார்பாஞ் சொற்களையே யடுத்தவொரு வர்க்கொருவ ரன் பிற்பேசி, வுச்சிதமா நன்னெறிகைப் பற்றிமுனா மயக்கமெலா

மொ ழித்துகந்து, மெச்சிடுமே லோரென்ன விளங்கவைத்த விதம் போல விபுலை மீது, நச்சிடுப லிதிகாசச் சரிதைசில தேர்ந்தெடுத்து நவையேயின்றி. (ரு)

செந்தமிழ்தேர் நிபுணர்களுஞ் சிறுவர்களு மற்றையருந் தெளி ந்தவாவி, வந்தமிலா வியப்பனைத்து மார்ந்ததிந்தப் புத்தகமென் றடுத்தடுத்து, வந்தெவரும் வாங்கியுடன் வாயார வாசித்து மகிழ்ந்து தங்கள், சிந்தைபர வசமாகி யம்மாவென் புதுமையெனச் செப்ப லோடும். (சு)

தொடைநோக்கிச் சொன்னோக்கித் துங்கமுறுஞ் சரிதைகளின் சூட்ச நோக்கி, நடைநோக்கி விவகார நயநோக்கி யறத்த லைவர் நவில்வி னாவார், விடைநோக்கித் தீர்மான விதநோக்கி நடுநிலையின் மேன்மை யாற்செய், தடைநோக்கி யலரின்மணம் போற் பொதிந்த வுட்கருத்தின் றகுதி கண்டே. (எ)

முன்பார்த்த வியப்பனைத்து மொழித்தறத்தின் மொழிப்ப டியே முயல்வ தன்றிப், பின்பார்க்க வேண்டுவதிங் கொன்றுமிலை யாதலினாற் பிறங்கக் காலம், பன்பார்க்க ணன்றுசெய்தார்க் குறுபலனும் பழிபுரிந்தார் பட்ட பாடு, மன்பாக்கண் டாய்ந்துநல மடைவதுவே பெருமையென வகத்துட் கொண்டே. (அ)

நீதநெறி பரவியென்று நின்மலன்றா டனைத்துதித்து நிலைக்கு மாறு, போதநிறை முன்னோரிற் புகழுடையார் தஞ்செயலும் புன்மை யாளர், தீதமர்ந்த கொடுஞ்செயலு மன்னோர்க ளடைந்ததன வுந் திகழக் காட்டி, வேதமுறைப் படிதீர்க்கும் வழக்காக்கி யதி காரி மேவும் வாதி. (கூ)

சாட்சிவழக் கெடுத்துரைப்போர் தகுபிரதி வாதியெனத் தர ணிமீதுற், றாட்சிசெய்தார் களிற்பலரை யேற்படுத்தித் தீர்ப்புமுத லனைத்து மிக்க, மாட்சிபெற வியற்றியொரு வழுவுமின்றிச் செந்த மிழின் வசனத் தாலே, காட்சிபெறத் தொடுத்திந்தக் காலத்தி னீதி களுங் கலந்து காண. **(ய)**

எல்லோரும் பார்ப்பதற்கா மெட்டுவிவ காரமென விலங்கு நாம, நல்லியலிற் சூட்டியென்று நசைபெருக நாட்டிடத்தே நவிலு கின்ற, சொல்லிசையப் பலகூட்டித் துன்பமலி பழவினையின் றொ டர்பனைத்தும், வெல்லும்வகை கொள்ளுமுயர் புத்தகமா யச்சிட்டு வெளிவிட் டோங்கும். (கக)

கீர்த்திபெற்றா னெவனென்னிற் கேண்மைபெறுங் கொடை பழகக் கிட்டி நாளுங், கார்த்திரளெல் லாஞ்செறிந்தங் காடவரின் வருகையினைக் கருதிச் செவ்வி, பார்த்தவண்விட் டகலாமற் காத் திருக்குங் காக்களையே பக்க மெல்லாஞ், சேர்த்திருக்கு மலைநாட்டின் றிலதமெனப் பலவளனுந் திகழப் பெற்றே. (கஉ)

பாட்டாற்றி வந்தவர்க்குப் பார்த்தவுடன் விருப்பமெது பகரு மென்னாக், கோட்டாற்றி வேணதெலாங் கொடுத்தறத்தாற் கிடைத் தென்றுங் கிளருகின்ற, தேட்டாற்றி கழும்பலரே சூழ்ந்திருக்குங் காரணத்தாற் சீர்த்தி நீண்ட, கோட்டாற்றிற் றோன்றியருட் குணத்தாலும் தனத்தாலுங் குலவு நீரான். (கங)

தானஞ்செ யுங்காத்தார் சூழ்சென்னை மாநகரிற் றகுச தாவ, தானஞ்செ யம்பொருந்தப் புரிந்துபல வானபிர சங்க முஞ்செய், தானஞ்செந் தமிழறிசுப் பிரமணியக் குரிசிலினாற் சார்வா சப்போ, தானஞ்செ றியுந்தொடையு மகாமதிநற் பட்டமுமுன் றரிக்கப் பெற் றோன். (கச)

தேனிகருஞ் செந்தமிழ்தேர் புலவரெலாஞ் சேர்ந்துடனே திருச்ச தாவ, தானியெனக் கடன்முழக்கம் போலார்த்துக் கொடுத்த பட்டந் தழுவி யேயன், பானிறையும் பார்த்தசா ரதித்தனத னீ காப்புப் பரிசும் பெற்று, வானிறைய முதப்பிரசங் கக்களஞ்சி யமெ னவிங்கு வழுத்த வாய்ந்தோன். (கரு)

இதமுடையா னெழிலுடையா னிசையுடையா னின்புடையா னெவர்க்கு மாசம், மதமுடைய திருநடையான் மதியுடையான் வரமுடையான் வழுத்து பாவின், விதமுடையா னுற்றிறங்கண் மிகவுடையான் மெய்ஞ்ஞான விமலன் வாழ்த்தே, நிதமுடைய நாவான்செய் குத்தம்பி யெனுநாம நேர்ந்தோ னம்மா. (கசு)

இன்னவன்மண் டலத்தில்வந்தோ ரெவர்க்குமுத வக்கருத்தி விசைவுற் றீண்டு, சொன்னவிந்த நன்னயமா நூல்பார்த்தோர் முந் துபவத்தொடக்கை வென்று, முன்னவன்றாட்டாமரையைச்சிரஞ் சூட்டி யவனாம முன்னி யென்று, மின்னலற்றுச் சுகம்பெருகி வாழ்வார் பொன்மகளுமவர்க் கிசைவண் மாதோ. (கஎ)

- முற்றிற்று -

கிரிமினல் கேஸ்

அரிச்சந்திர சரித்திரம்

ஸ்ரீ கைலாசபுரம். செஷியன் கோர்ட்டு ஜஸ்டீஸ் மிஸ்ற்றர். **நீலகண்டய்ய ரவர்கள்** முன்னிலையில் நடந்த கிரேதாயுகம் 3800-ம், வருடம் புரட்டாசி மாதம் 6-ந்தேதி பயல் 375-ம், நம்பர் கிரிமினல் கேஸ்.

வாதி	**பிரதி வாதிகள்**
1 - அரிச்சந்திரன் 2 - சுக்கிரன் 3 - காசிராஜன்	1 - விசுவாமித்திரன் 2 - சுக்கிரன் 3 - காசிராஜன்
வாதி சாக்ஷிகள்	**பிரதிவாதி சாக்ஷிகள்**
1 - சந்திரமதி 2 - உலோகிதாசன் 3 - வசிஷ்டன் 4 - காலகண்டன் 5 - வீரவாகு 6 - சத்தியகீர்த்தி	1 - சூகரேந்திரன் * 2 - சங்கினி ** 3 - பதுமினி ** 4 - வேதாளம் 5 - இந்திரன்
வாதி வக்கீல்	**1-ம் பிரதிவாதி வக்கீல்**
எம்.சத்தியவாகீசுவரையன்	மிஸ்ற்றர். மௌற்கல்லியன் **3-ம் பிரதிவாதி வக்கீல்** கே. விசுவநாதையன்

*சூகரேந்திரன் = பன்றிராஜன்; **சங்கினி, **பதுமினி = புலைப்பெண்கள்

வியாச்சியம்

1-ம், பிரதிவாதி மனப்பூர்ணமாய் என்னை வேதனைப்படுத்த வேண்டுமெனவும், எனது சத்தியத்திற்கு விரோதஞ் செய்ய வேண்டுமெனவும், இன்னும் பலவிதமான கெட்ட எண்ணத்தோடும் தாம் கேட்ட திரவியத்தைக் கொடுக்கின்றேனென்ற வாக்குத் தத்தத்தை வஞ்சகமாய் முன்னரே என்னிடத்தில் வாங்கிக்கொண்டு பட்டத்து யானையின்மீது அதிகப் பலமுள்ள ஓராடவனை யேற்றிக் கவண்கல் லெறியச் செய்தால், அக்கல் எவ்வளவு உயருமோ, அவ்வளவு உயரம் பொன் குவித்துத் தரவேண்டுமென்று கேட்க, அவ்வாறே நான் கொடுத்தும் அதை உடன்கொண்டு போகாமல் வேறோ ரவசரகாலத்தில் வந்து கொண்டுபோகின்றேனென்று சொல்லி மீண்டும் என்னிடத்திற் றானே வைத்து விட்டுப் போய் விட்டார். அப்பால் தமது மாயையினால் இரு புலைப் பெண்களைச் சிருட்டித்து நான் வனவேட்டைக்குப் போய் மீண்டும் இராஜதானியில் வந்திருக்கின்ற சமயத்தில் அங்கு அனுப்ப, அவர்கள் ஆட்டம், பாட்டு முதலிய வினோதங்களினால் என்னை வசப்படுத்திப் பொய் சொல்ல வேண்டுதல் முதலிய தமது மனோவெண்ணங்களைத் தெரிவித்தார்கள். அதற்கு நான் உடன்படாமல் அவர்களைத் தண்டித்து வந்த வழியே திருப்பி அனுப்பிவிட்டேன். அதனால் 1-ம், பிரதிவாதி உடனே இராஜசபையில் வந்து, பொதுமாதர்களாகிய அப்புலைப் பெண்களை நீ விவாகஞ் செய்துகொள்ள வேண்டும்; அல்லையேல் உனது இராச்சியத்தை அவர்களுக்குத் தாரை வார்த்துக் கொடுக்கவேண்டு மென்று என்னை நிர்ப்பந்தித்தார். அதனால் நான் அதற்குடன்பட்டு எனது இராச்சியத்தை அப்பெண்களுக்குத் தாரை வார்த்துக் கொடுத்தேன். அதன்பின் அவர் நான் ஆதியில் உன்னைக்கேட்டு வாங்கி வைத்திருந்த திரவியம் இப்போது நீ தாரைவார்த்துக் கொடுத்த இராச்சியத்தோடுட்பட்டுப் போய்விட்டதெனவும், மறுபடியும் அத்திரவியத்தை நீ தரவேண்டுமெனவும், அதற்காக எனக்கு நம்பிக்கையுள்ள சுக்கிரனை உன்னிடத்திற் கனுப்புவே னெனவுஞ் சொல்லிப்போய்விட்டார். அப்பால் அவர் சொன்ன வாயிதாப்படியே அந்தச் சுக்கிரன் வந்து என்னையும் 1-ம், 2-ம், சாக்ஷிகளையும் பல தரம் அடிக்கவும், குத்தவும், பூமியிற் போட்டிழுக்கவுஞ் செய்த தன்றிக் கையிற் கிட்டிபோட்டுப் பலவித உபத்திரவமுஞ் செய்தார். அவ் வுபத்திரவத்தைப் பொறுக்க முடியாமல் யாருக்காவது

விலைப்பட்டாயினும் அவருக்குக் கொடுக்கவேண்டிய திரவியத்தைக் கொடுத்துவிடுவோ மென்றெண்ணிக் காசிப்பட்டினத்தைச் சேர்ந்து 1-ம், 2-ம், சாக்ஷிகளை நான்காஞ் சாக்ஷிக்கும், என்னை ஐந்தாஞ் சாக்ஷிக்கும் விற்று அத்திரவியத்தைக் கொடுத்தேன். அப்பாலும் 1-ம், பிரதிவாதி தமது மாயையினாற் பாம்பாகி, 4-ம், சாக்ஷியின் கட்டளைப்படி காட்டிற்குச் சமிதை கொய்துவரச் சென்ற 2-ம், சாக்ஷியைக் கடித்து நரஹத்திக் குற்றஞ் செய்யவும், அச்சமாச்சாரத்தை யறிந்து அங்குச் சென்ற 1-ம், சாஹியைத் தம்முடைய வஞ்சகச் செய்கைகளினாற் கொலைக்குற்றத்திற்காளாக்கி, 3-ம், பிரதிவாதியாற் கொலைத்தண்டனை பிறப்பித்து என்னைக்கொண்டு வெட்டிக் கொல்லுவிக்க முயற்சி செய்யவுஞ் செய்தார். இது சிக்ஷாநியமம், 415 - 416 - 304 - 302 - 551 - 333 ஆகிய இவ்வகுப்புகளின்படி தண்டிக்கத்தக்க குற்றமானதினாற் பிரதிவாதிகளையும், சாக்ஷிகளையும் வரவழைத்துக் கேட்டுத் தீர்மானப்படுத்தி நியாயஞ் செலுத்த வேண்டுமென்று கேட்டுக்கொள்ளுகின்றேன்.

வாதி அரிச்சந்திரன்
(கையெழுத்து)

››››››››››››

வாதி விசாரணை

வாதி அரிச்சந்திரன் சத்தியஞ்செய்து
தெரிவித்த வாக்குமூலம்

சர்வ வல்லமையுள்ள தெய்வஞ்சாக்ஷியாக நான் சொல்வதெல்லாம் உண்மை.

வாதி வக்கீல் வினாவும், வாதி விடையும்

இந்த வியாச்சியங் கொண்டுவந்தவர் நீர்தாமா?

ஆம்.

வியாச்சியத்திற் சொல்லிய பிரதிவாதிகள் இவர்கள்தாமா?

ஆம்.

இவர்கள் உம்மை என்ன செய்தார்கள்?

1-ம், பிரதிவாதி என்னிடத்தில் வந்து வியாச்சியத்திற் சொல்லியபடி திரவியங் கேட்டார்.

கேட்டபடி கொடுத்தீரா?

ஆம்.

அதை அவர் என்னசெய்தார்?

என்னிடத்திற்றானே திரும்பவும் வைத்துவிட்டுப் போய்விட்டார்.

அப்பால் நிகழ்ந்ததென்ன?

பன்றி, புலி, கரடி, வேங்கை முதலிய துஷ்டமிருகங்கள் எனது இராச்சியத்திலுள்ள பயிர் முதலியவற்றைச் சேதப்படுத்தி வருகின்றன வென்ற சமாசாரத்தை நான் கேள்விப்பட்டு அங்குப்போய் அவைகளை வேட்டையாடித் திரும்பி இராஜதானியில் வந்திருக்கின்ற சமயத்தில், பொது மாதர்களான இருபுலைப் பெண்கள் அவ்விடத்திற்கு அனுப்பினார்.

அவர்கள் வந்து என்ன செய்தார்கள்?

எனது முன்னிலையில் ஆட்டம், பாட்டு முதலியன ஆடியும் பாடியும் ஒருவாறு என்னை வசப்படுத்திப் பின்னர்த் தங்களை நான் விவாகஞ்செய்து கொள்ளவேண்டுமெனவும், அல்லையேல் எனது கொற்றக் குடையைக் கொடுக்கவேண்டுமெனவும், அல்லாத பக்ஷம் எனது நாவினால் ஒரு பொய்யாவது சொல்லவேண்டுமெனவும் என்னை நிர்ப்பந்தித்தார்கள்.

அவ்வாறு நீர் செய்தீரா?

இல்லை.

பின் என்னசெய்தீர்?

அவர்களது வேண்டுகோட்படி அவர்களைப் பிரம்பால் அடித்துத் துரத்தினேன்.

அப்பால் நடந்ததென்ன?

1-ம், பிரதிவாதி கோபாவேசமாய் அங்குவந்து எனது தலையிற் காலாலுதைத்துக் கிரீடத்தையுந் தகர்த்தார்.

அரிச்சந்திர சரித்திரம்

அவ்வளவுதானா செய்தார்?

அல்ல.

வேறு என்ன செய்தார்?

எனது இராச்சிய முழுவதையும் அப்பெண்களுக்குத் தாரை வார்த்துக் கொடுப்பித்தார். மேலும் முன்னர் என்னிடத்தில் காப்பாற்றும்படி வைத்துவிட்டுப்போன திரவியத்தை 2-ம், பிரதி வாதியை அனுப்பிக்கேட்டார்.

அப்பொழுது கொடுத்தீரா?

இல்லை.

ஏன் கொடுக்கவில்லை?

இராஜ பொக்கிஷசாலையில் வைத்திருந்த திரவியத்தை எடுக்கக்கூடாதென்று 1-ம், பிரதிவாதி சொன்னதனால்.

ஆனால் 2-ம், பிரதிவாதி அப்பொழுதே திரும்பிப்போய் விட்டாரா?

இல்லை.

பின் என்ன செய்தார்?

என்னையும், எனது மனைவியாகிய 1-ம், சாக்ஷியையும், புத்திரனாகிய 2-ம், சாக்ஷியையும், நிர்த்தாட்சிண்ணியமாய் அடிக்கவும், குத்தவும், கைகளைக்கூட்டிக் கட்டவும், வேறு பலவித உபத்திரவங்கள் செய்யவும், என்னைக்கொண்டு தம்மைக் காசிப் பட்டினம்வரை சுமப்பிக்கவுஞ் செய்ததன்றி, 1-ம், 2-ம், சாக்ஷிகளை 4-ம், சாக்ஷிக்கும் என்னை 6-ம், சாக்ஷியால் 5-ம், சாக்ஷிக்கும் விற்பித்து 1-ம், பிரதிவாதிக்குக் கொடுக்கவேண்டிய தொகை முழுதும் வாங்கிக் கொண்டு போகவுஞ் செய்தார்.

அதன்பின் எக்காரியத்தை முன்னிட்டாவது 1-ம், பிரதிவாதி உம்மிடத்திற்கு வந்தாரா?

வந்தார்.

எந்தச் சமயத்தில்.

சமிதை கொய்யும்படி காட்டிற்குப்போன 2-ம், சாக்ஷியைப் பாம்புவேடமாய்ப் போய்க் கடித்துக்கொல்லவும், அதை 1-ம், சாக்ஷியறிந்து உடன்றானே அங்குப்போய் அப்பிரேதத்தைத் தூக்கிக் கொண்டு 5-ம், சாக்ஷியினது கட்டளைப்படியான் காவல் காத்துக் கொண்டிருந்த சுடுகாட்டிற்கு வரவும், வழக்கமாக ஏற்பட்ட வாய்க்கரிசி முதலிய உரிமைப்பொருளைக் கொடுக்கும்படி நான் கேட்கவும், அதை 4-ம், சாக்ஷியிடத்தில் வாங்கிவரும்பொருட்டு 1-ம், சாக்ஷி திரும்பிச்செல்லவும், அவ்வழிநடுவில் திருடர்களால் கொலையுண்டு கிடந்த 3-ம், பிரதிவாதியின் குழந்தையைத் தன்னுடைய குழந்தை யென்று கருதும்படி அவ்வொன்றாம் சாக்ஷியை மயக்குவிக்கவும், அக்காலத்தில் அவளைக் கொலைகாரி யென்று இராஜ சேவகர்களாற் பிடித்துச் சார்ஜு செய்விக்கவும், 3-ம், பிரதிவாதியால் வெட்டிக் கொல்லத் தீர்மானிப்பிக்கவும், 5-ம், சாக்ஷியால் வெட்டிக் கொல்லு வதற்கு என்னிடத்தில் ஒப்பிக்கவும், அதன்படி நான் வெட்டப் போகவுஞ் செய்த அந்தச் சமயத்தில்.

வந்து என்ன செய்தார்?

என்னைப் பொய் சொல்லச்சொல்லி முயற்சி செய்தார்.

அதன்படி சொன்னீரா?

இல்லை.

பின்னர் அதனால் உமக்கு வந்த இழிவென்ன?

இராச்சிய பரிபாலனஞ் செய்துகொண்டிருந்த என்னைப் பறையனுக்கு விற்பிக்கவும், மாமிசக்காவடி எடுப்பிக்கவும், மனைவியையும் மகனையும் விலைக்குக் கொடுப்பிக்கவுஞ் செய்ததுதா னிழிவு.

இதுதானா உமது வியாச்சியம்?

ஆம்.

பிரதிவாதி வக்கீல் கிறாசும், வாதி விடையும்

நீர் பொய் சொல்லாம லிருப்பதற்குக் காரணமென்ன?

நான் ஒருபொழுதும் பொய்சொல்லுவதில்லை.

நீர் இதுவரை ஒரு பொய்யாவது சொன்னதில்லையா?

இல்லை.

உம்மை 2-ம், பிரதிவாதி உபத்திரவஞ் செய்கின்ற சமயத்தில் 1-ம், 3-ம், பிரதிவாதிகள் அவ்விடத்திலிருந்தார்களா?

இல்லை.

உபத்திரவஞ் செய்தது 1-ம், பிரதிவாதியினது ஏவுதலினாற்றா னென்பது உமக்கு எப்படித் தெரியும்?

2-ம், பிரதிவாதி சொன்னதனாலும் வேறுசில பாவனைகளாலுந் தெரியும்.

உம்மை 1-ம், பிரதிவாதி வஞ்சித்ததாகச் சொன்னீரே, அவ்வஞ்சகம் யாது?

அநாவசியகமாய்த் தாம் கேட்ட திரவியத்தைக் கொடுக்கின்றே னென்ற வாக்குத்தத்தை முன்னரே என்னிடத்திலிருந்து வாங்கினதும், அத்திரவியத்தோடு இராச்சியத்தைப் பொது மாதர்களான புலைப் பெண்களுக்குத் தாரை வார்த்துக் கொடுப்பித்ததும், அப்பால் மறுபடியும் முற்கூறிய திரவியத்தைப் பிரத்தியேகமாய் நான் கொடுக்க வேண்டுமென்று நிர்ப்பந்தித்ததும், அதை வாங்கினதுந்தான்.

உமது தந்தை திரிசங்கு உயிரோடிருந்த காலத்தில் இவ்வொன்றும் பிரதிவாதி அங்கு வருகிற வழக்கமுண்டா?

உண்டு.

அவரும் இந்த 1-ம், பிரதிவாதியும் தம்மிற் சினேகிதர்கள் தாமா?

ஆம்.

அரிச்சந்திர சரித்திரம்

வாதி வக்கீல்

நீக்கிறாசில்லை

கோர்ட்டார் வினாவும், வாதி விடையும்

வாக்குமூலம் வாசிக்கக் கேட்டீரா?

கேட்டேன்.

சரிதானா?

ஆம்.

வாதி அரிச்சந்திரன்
(கையெழுத்து)

»»»»»»»»»»

சாக்ஷி விசாரணை

வாதி பக்கம் 1-ம், சாக்ஷி
சந்திரமதி சத்தியஞ்செய்து
தெரிவித்த வாக்குமூலம்

சர்வ வல்லமையுள்ள தெய்வஞ்சாக்ஷியாக
நான் சொல்வதெல்லாம் உண்மை.

வாதி வக்கீல் வினாவும், 1-ம், சாக்ஷி விடையும்

வாதி பிரதிவாதிகளைத் தெரியுமா?

தெரியும்.

வாதி யார்?

எனது நாயகர்.

இந்தக்கேஸ் சம்பந்தமாக உனக்கென்ன தெரியும்?

நாங்கள் அயோத்தியாபுரியை அரசாண்டு கொண்டிருந்த காலத்தில், ஒருநாள் இந்த 1-ம், பிரதிவாதி அங்கு வந்து வாதியிடத்திற் கொஞ்சந் திரவியம் வேண்டுமென்று கேட்டார்.

அதன்படி கொடுத்தாரா?

அரிச்சந்திர சரித்திரம்

ஆம்.

அதை அவர் என்ன செய்தார்?

அவ்விடத்திற்றானே இருக்கட்டு மென்று வைத்துவிட்டுப் போய்விட்டார்.

அப்பால் நிகழ்ந்ததென்ன?

ஒருநாள் 1-ம், பிரதிவாதி இராஜதானியில் வந்து வாதியினது தலையிற் காலாலுதைக்கவுங் கிரீடத்தைத் தகர்க்கவுஞ் செய்ததோடு 2-ம், பிரதிவாதியும், வாதியையும் என்னையும் எனது மகனையும் அடிக்கவும், குத்தவும், கைகளிற் கிட்டிபோட்டு நெருக்கவுஞ்செய்தார். அவ்வுபத்திரவம் பொறுக்கமுடியாமல் வாதி என்னையும் எனது மகனையும் 4-ம், சாக்ஷியாகிய பிராமணருக்கு விலையாகவிற்று அத்திரவியத்தை 2-ம், பிரதிவாதி வசங்கொடுத்துக் கடனைத் தீர்த்தார்.

அதை அவர் வாங்கிக்கொண்டு அவ்விடத்தைவிட்டுப் போய்விட்டாரா?

ஆம்.

அவர் போகும்போது தனியாகப் போனாரா? அல்லது வேறு யாரையாவது கூட்டிக்கொண்டு போனாரா?

வாதியையுங் கூட்டிக்கொண்டு போனார்.

அப்பால் நீ என்ன செய்தாய்?

என்னை விலைக்கு வாங்கின பிராமணரது வீட்டிற்குச் சென்று அங்குள்ள வேலைகளைச் செய்தேன்.

அப்பொழுது அங்கு நடந்ததென்ன?

4-ம், சாக்ஷியினது கட்டளைப்படி சிறுவர்களோடு சமிதை முதலியன கொய்துவரும்படி காட்டிற்குச் சென்ற எனது புத்திரன் பாம்புகடித் திறந்தானென்று கேள்விப்பட்டு மிக்க வியசனத்தோடு அந்த 4-ம், சாக்ஷியினது உத்திரவும் ஒருவாறு பெற்றுக்கொண்டு அங்குப்போய்ப் புத்திரப் பிரேதத்தைக் கண்டேன். அப்பொழுது எனக்குண்டான வியசனத்தை இன்ன விதமென்று சொல்லமுடியாது. அர்த்த ராத்திரியில் அக்காட்டில் நின்றும் ஒருவாறு அப்பிரேதத்தைத் தூக்கிக்கொண்டு சுடுகாட்டிற்குப்போய் அங்கு எரிந்து மிஞ்சிக்கிடந்த

கொள்ளிக்கட்டகளை எடுத்து வைத்துச் சுடுவதற்காக எத்தனித்தேன். அந்தச் சமயத்தில் அச்சுடுகாட்டின் காவற்காரரான வாதி மிக்க கோபாவேசராய் வந்து பிரேதத்தைக் காலாலுதைத்துத் தள்ளி விட்டுத் தமக்குக் கொடுக்கவேண்டிய காற்பணம், முழத்துண்டு, வாய்க்கரிசி முதலிய உரிமைப் பொருள்களைக் கொடுவென்று கேட்டார். அப்பொழுது கொடுப்பதற்கு யாதொரு கதியுமில்லாத நான் அவற்றை வாங்கிவரும்படி 4-ம், சாக்ஷியாகிய பிராமணரது வீட்டிற்குப் போனேன். அவ்வழி மத்தியில் எனது புத்திரனைப் போன்ற ஒரு சிறு குழந்தையிறந்து கிடந்தது. அதைக் கண்டு கையிலெடுத்துப் புலம்பி அழுதுக்கொண்டிருந்தேன். அந்தச் சமயத்திற் சில சேவகர்கள் மிகவும் ஓட்டமா யோடிவந்து என்னைப் பிடித்துக்கொண்டுபோய் 3-ம், பிரதிவாதியினது இராஜதானியிலொப்பித்தார்கள். அம்மூன்றாம் பிரதிவாதியும் உண்மையின்னதென்று நன்றாய் விசாரித்துத் தெரிந்து கொள்ளாமற் கொல்லும்படி தீர்மானித்தார். அத்தீர்மானப்படியே 5-ம், சாக்ஷியாகிய வீரவாகுவால் வெட்டிக் கொல்லுவதற்கு வாதியிடம் ஒப்பித்ததில் தெய்வானுகூலத்தால் என் கழுத்து வெட்டுப்பட்டு நான் இறவாமல் இரட்சிக்கப்பட்டேன். இதுதான் அங்கு நடந்தது.

பிரதிவாதி வக்கீல் கிறாசும், 1–ம், சாக்ஷி விடையும்

உங்கள் இராச்சியத்தையும் பொக்கிஷத்தையும் என்ன செய்தீர்கள்?

நடனத்திற்காக வந்த புலைப்பெண்களுக்கு 1-ம், பிரதி வாதியினது நிர்ப்பந்தத்தால் தாரைவார்த்துக் கொடுத்தோம்.

நீ வாதியினது நாயகி தானென்றும், வாதி உனது நாயகர் தாமென்றுஞ் சுடுகாட்டில்வைத்து எவ்வாறு தெரிந்தீர்கள்?

எனது திருமங்கிலியத்தால் தெரிந்தோம்.

திருமங்கிலியத்தால் எவ்வாறு தெரியக்கூடும்.

அது முப்பத்து முக்கோடி தேவர்களுமறிய வரப்பிரசாதத்தினால் என் கழுத்திற்றோன்றி வாதியினது கண்களுக்கன்றி மற்றவர் கண்களுக்குத் தெரியாதென்ற விசேஷம் பொருந்தியிருக்க, அதை வாதி மயானத்திற்கண்டு சொன்னதனால்.

இப்பொழுதும் மற்றவர் கண்களுக்குத் தெரியாதா?

தெரியாது.

அரிச்சந்திர சரித்திரம்
நோட்டு

கோர்ட்டாரால் சாக்ஷியினது கழுத்திற் பார்க்கப்பட்டது. திருமங்கலியந் தெரியவில்லை.

வாதி வக்கீல்
நீக்கிறாசில்லை

கோர்ட்டார் வினாவும், 1-ம், சாக்ஷி விடையும்

வாக்குமூலம் வாசிக்கக் கேட்டாயா?

கேட்டேன்.

சரிதானா?

ஆம்.

வாதிபக்கம் 1-ம், சாக்ஷி சந்திரமதி
(கையெழுத்து)

》》》》》》》》》》》

வாதி பக்கம் 2-ம், சாக்ஷி
உலோகிதாசன் சத்தியஞ்செய்து
தெரிவித்த வாக்குமூலம்

சர்வ வல்லமையுள்ள தெய்வஞ்சாக்ஷியாக நான் சொல்வதெல்லாம் உண்மை.

வாதி வக்கீல் வினாவும், 2-ம், சாக்ஷி விடையும்

வாதி உனக்கு யார்?

பிதா.

1-ம், சாக்ஷியோ?

மாதா.

இந்தப் பிரதிவாதிகளை எப்போதாவது நீ பார்த்ததுண்டா?

உண்டு.

இவர்கள் வாதியை என்ன செய்தார்கள்?

1-ம், பிரதிவாதி வாதியினது தலையிற் காலா லுதைத்துக் கிரீடத்தைத் தகர்த்தார். இதோ நிற்கின்ற 2-ம், பிரதிவாதி எங்களை அடிக்கவும், குத்தவும், எனது வலக்கையிற் கிட்டிபோட்டு முறுக்கி மிக்க உபத்திரவங்கள் செய்யவுஞ்செய்தார். அப்பால் என்னையும் எனது மாதாவையுங் காசிப் பட்டினத்திற்குக் கூட்டிக்கொண்டு போய் ஒருவேதியருக்கு விலையாக விற்பித்து அந்தத் திரவியத்தையும் வாங்கிக்கொண்டு எனது தந்தையோடு போய்விட்டார்.

அப்பால் அங்கு நடந்ததென்ன?

நான் என்னை விலைக்கு வாங்கின வேதியர் கட்டளைப்படி காட்டிற்குப் போனவிடத்திற் பாம்பு கடித்துப் பூமியில் விழுந்து விட்டேன். பின்னரொன்றும் எனக்குத் தெரியாது.

பிரதிவாதி வக்கீல் கிறாசும், 2–ம், சாக்ஷி விடையும்

உங்கள் இராச்சிய முதலியவற்றை என்ன செய்தீர்கள்?

புலைப்பெண்களுக்குத் தாரைவார்த்துக் கொடுத்தோம்.

1-ம், 2-ம், பிரதிவாதிகள் உன் தகப்பனைப் பொய் சொல்ல வேண்டுமென்று எப்போதாவது நிர்ப்பந்தித்தார்களா?

பலதரம் நிர்ப்பந்தித்தார்கள்.

அதற்கு உன் தந்தை உடன்பட்டாரா?

இல்லை.

எனது தந்தை பொய்யரல்லவோ?

ஆர்டர்

இந்தக் கேள்வி அனாவசியமானதினாற் கேட்கக்கூடாதென்று கோர்ட்டில் நின்றுந் தடுத்திருக்கின்றது.

அரிச்சந்திர சரித்திரம்

வாதி வக்கீல்
நீக்கிறாசில்லை

கோர்ட்டார் வினாவும், 2-ம், சாக்ஷி விடையும்

வாக்குமூலம் வாசிக்கக் கேட்டாயா?

கேட்டேன்.

சரிதானா?

ஆம்.

வாதிபக்கம் 2-ம், சாக்ஷி உலோகிதாசன்
(கையெழுத்து)

»»»»»»»»»»

வாதி பக்கம் 3-ம், சாக்ஷி
வசிஷ்டர் சத்தியஞ்செய்து
தெரிவித்த வாக்குமூலம்

சர்வ வல்லமையுள்ள தெய்வஞ்சாக்ஷியாக
நான் சொல்வதெல்லாம் உண்மை.

வாதி வக்கீல் வினாவும், 3-ம், சாக்ஷி விடையும்

வாதி பிரதிவாதிகளைத் தெரியுமா?

தெரியும்.

வாதி உமக்கு யார்?

சிஷியன்.

இந்தக்கேஸ் சம்பந்தமாக யாதாவது உமக்குத் தெரியுமா?

வாதியைக்கொண்டு பொய்சொல்லுவிப்பதற்காக அவனைப் பலவிதத்தாலும் பிரதிவாதிகள் உபத்திரவஞ் செய்தது தெரியும்.

என்ன உபத்திரவஞ் செய்தார்கள்?

இராச்சிய பரிபாலனஞ் செய்துகொண்டிருந்த வாதியை 1-ம், பிரதிவாதி காரணமின்றித் தலையிற் காலாலுதைக்கவும், கிரீடத்தைத் தகர்க்கவுஞ் செய்தார். 2-ம், பிரதிவாதி 1-ம் 2-ம், சாக்ஷிகளையடிக்கவும், குத்தவும் கிட்டிபோட்டு நெருக்கவுஞ் செய்தார். அப்பால் 1-ம், 2-ம், சாக்ஷிகளை 4-ம் சாக்ஷிக்கும் வாதியை 5-ம், சாக்ஷிக்கும் விற்பித்தார். இராஜனாகிய வாதியைச் சுடுகாடு காக்கும்படி செய்வித்தார். விசேஷமாக மாமிசக்காவடி தூக்குவித்தார் 2-ம், சாக்ஷியைக் காட்டில்வைத்துப் பாம்பாற் கடிப்பித்தார். 1-ம், சாக்ஷியை வெட்டிக் கொல்லுவதற்காகத் தீர்மானிப்பித்தார். இராச்சியத்தையும் பொக்கிஷத்தையுந் தன்கைவசப்படுத்தினார். இதுதான் அவர்கள் செய்த உபத்திரவம்.

பிரதிவாதி வக்கீல் கிறாசும், 3–ம், சாக்ஷி விடையும்

இவை எல்லாவற்றையும் நீர் கண்ணாற் பார்த்தீரா?

1-ம், பிரதிவாதி காலாலுதைத்ததையும், 2-ம், பிரதிவாதி அடித்ததையும், நான் கண்ணாற்பார்த்தேன். மற்ற யாவும் ஞான திருஷ்டியால் தெரிந்தன.

இவ்விதம் நடப்பதற்கு முக்கிய காரணமாயிருந்தவர் யார்?

1-ம், பிரதிவாதியும் அவரது தூண்டுதலும்.

அது உமக்கு எப்படித் தெரியும்?

இந்திரசபையில் எனக்கும் 1-ம், பிரதிவாதிக்கும் நடந்த வாக்குத்தத்தால் தெரியும்.

வாதி வக்கீல்

றீக்கிறாசில்லை

கோர்ட்டார் வினாவும், 3–ம், சாக்ஷி விடையும்

வாக்குமூலம் வாசிக்கக் கேட்டாயா?

கேட்டேன்.

சரிதானா?

ஆம்.

வாதிபக்கம் 3-ம், சாக்ஷி வசிஷ்டர்

(கையெழுத்து)

››››››››››

வாதி பக்கம் 4-ம், சாக்ஷி

காலகண்டர் சத்தியஞ்செய்து

தெரிவித்த வாக்குமூலம்

சர்வ வல்லமையுள்ள தெய்வஞ்சாக்ஷியாக
நான் சொல்வதெல்லாம் உண்மை.

வாதி வக்கீல் வினாவும், 4–ம், சாக்ஷி விடையும்

வாதி பிரதிவாதிகளைத் தெரியுமா?

தெரியும்.

இந்தக்கேஸ் சம்பந்தமாக உமக்கு யாதாவது தெரியுமா?

தெரியும்.

என்ன தெரியும்?

வாதி இதோ நிற்கின்ற 2-ம், பிரதிவாதியோடு இந்த 1-ம், 2-ம், சாக்ஷிகளை என்னிடத்திற் கொண்டுவந்து விலைக்கு வேண்டுமா? என்று கேட்டார். அதற்கு நான் எவ்வளவு திரவியம் வேண்டுமென்று கேட்டேன். ஆனையின்மீது அதிக வலிமையுள்ள ஓராடவனையேற்றிக் கவண்கல் லெறியச்செய்தால் அக்கல்

எவ்வளவு உயருமோ? அவ்வளவு உயரத்திற் பொன்குவித்துத் தரவேண்டுமென்றார். நான் அவ்வாறு கொடுத்து 1-ம், 2-ம், சாக்ஷிகளை விலைக்கு வாங்கி அடிமைகளாக வைத்திருக்கின்ற காலத்தில், யாகாதி கிரியைகளுக்காகத் தருப்பை முதலியன கொய்துகொண்டு வரும்படி 2-ம், சாக்ஷியை வேறுசில சிறுவர்களோடு காட்டிற்கு அனுப்பினேன். அவன் அவ்விடத்திற் பாம்புகடித் திறந்தானென்று சிறுவர்கள் வந்து 1-ம், சாக்ஷியிடம் சொன்னதனால் அங்குப் போய்ப் பிரேததகனஞ் செய்து வருவதற்காக 1-ம், சாக்ஷியை அனுப்பினேன். அப்பால் என்ன நிகழ்ந்ததோ, எனக்குத் தெரியாது. நான்குநாட்கள் சென்றபின்னர் 1-ம், சாக்ஷியை 3-ம் பிரதிவாதியினது உத்திரவின்படி வெட்டிக் கொல்வதற்காகக் கொண்டுபோகப் பட்டதென்றுங் கேள்விப்பட்டேன். இவ்வளவுதா னெனக்குத் தெரியும்.

பிரதிவாதி வக்கீல் கிறாசும், 4–ம், சாக்ஷி விடையும்

நீர் 1-ம், சாக்ஷியை விலைக்கு வாங்கியிருந்தீரல்லவா?

ஆம்.

அவளை வாங்கினது வீட்டு வேலைக்காகவா? அல்லது வேறு காரணத்திற்காகவா?

ஆர்டர்

இந்தக் கேள்வி கேசிற்குச் சம்பந்த மில்லாததனாற் கோர்ட்டில் நின்றும் நிராகரித்திருக்கின்றோம்.

வாதி வக்கீல்

றீக்கிறாசில்லை

கோர்ட்டார் வினாவும், 4–ம், சாக்ஷி விடையும்

வாக்குமூலம் வாசிக்கக் கேட்டீரா?

கேட்டேன்.

சரிதானா?

ஆம்.

வாதிபக்கம் 4-ம், சாக்ஷி காலகண்டன்
(கையெழுத்து)

அரிச்சந்திர சரித்திரம்

வாதி பக்கம் 5-ம், சாக்ஷி
வீரவாகு சத்தியஞ்செய்து
தெரிவித்த வாக்குமூலம்

சர்வ வல்லமையுள்ள தெய்வஞ்சாக்ஷியாக
நான் சொல்வதெல்லாம் உண்மை.

வாதி வக்கீல் வினாவும், 5-ம், சாக்ஷி விடையும்

வாதி பிரதிவாதிகளைத் தெரியுமா?

இந்த வாதியையும் 2-ம், பிரதிவாதியையும் தெரியும். 3-ம் பிரதிவாதி எனது அரசர்.

1-ம், பிரதிவாதியோ?

அவரைத் தெரியாது.

இவர்களில் நடந்த விஷயமென்ன?

வாதியை 6-ம், சாக்ஷி என்னிடத்திற் கொண்டுவந்து விலைக்குக் கொடுத்தார். நான் அவர்கேட்ட திரவியத்தைக் கொடுத்தேன்.

அப்பொழுது அவர்களோடு வேறு யாராவது இருந்தார்களா?

2-ம், பிரதிவாதியு மிருந்தார்.

நீ கொடுத்த திரவியத்தைக் கொண்டுபோனவர் யார்?

இரண்டாம் பிரதிவாதி.

அப்பால் நடந்ததென்ன?

நான் வாதியினது கையில் மாமிசக்காவடியைக் கொடுத்து எனது வீட்டிற்கு அனுப்பினேன். அதன்பின் அவரை மாமிச மறுப்பதற்கும் வேறுவிதமான வீட்டுவேலைகள் செய்வதற்கும் அனுபவமுள்ளவ ரல்லவென்று தெரிந்து சுடுகாடு காப்பதற்காய் நியமித்தேன். சிலநாட்கள் சென்ற பின்னர் 3-ம், பிரதிவாதியினது கட்டளைப்படி 1-ம், சாக்ஷியை வெட்டிக் கொல்லுவதற்கு என்னிடம் அனுப்பப்பட்டது. நான் எனது அடிமையாகிய வாதியைக் கொண்டு வெட்டும்படி அவர்வசம் ஒப்புவித்தேன். இதுதான் நடந்தது.

பிரதிவாதி வக்கீல் கிறாசும், 5–ம், சாக்ஷி விடையும்

வாதி சுடுகாடு காத்துக்கொண்டிருந்த சமயத்தில் எங்கே சாப்பிட்டார்.

அங்கேதான்.

அங்குச் சாப்பாடு ஏது?

பிரேதஞ் சுடுவதற்காகக் கொண்டுவரப்பட்ட வாய்க்கரிசியை வாதியுடைய சாப்பாட்டிற்கென்று நான் விட்டுக் கொடுத்திருந்தேன்.

மேலும் உனக்கு அங்கு யாதாவது ஆதாயமுண்டா?

உண்டு.

என்ன ஆதாயம்?

பிரேதமொன்றிற்கு ஒரு முழத்துண்டும், காற்பணமும்.

அதை இப்பொழுது பெற்றுவருவார் யாவர்?

எனக்குத் தரவேண்டுமென்று ஏற்பாடு செய்திருந்ததுபோல் வாதி எனக்குத் தந்துவருகின்றார்.

வாதி வக்கீல்

றீக்கிறாசில்லை

கோர்ட்டார் வினாவும், 5–ம், சாக்ஷி விடையும்

வாக்குமூலம் வாசிக்கக் கேட்டாயா?

கேட்டேன்.

சரிதானா?

ஆம்.

வாதிபக்கம் 5-ம், சாக்ஷி வீரவாகு
(கையெழுத்து)

›››››››››››

வாதி பக்கம் 6-ம், சாக்ஷி

சத்தியகீர்த்தி சத்தியஞ்செய்து

தெரிவித்த வாக்குமூலம்

சர்வ வல்லமையுள்ள தெய்வஞ்சாக்ஷியாக நான் சொல்வதெல்லாம் உண்மை.

வாதி வக்கீல் வினாவும், 6–ம், சாக்ஷி விடையும்

வாதி பிரதிவாதிகளைத் தெரியுமா?

தெரியும்.

வேறு யாரைத் தெரியும்?

1-ம், 2-ம், சாக்ஷிகளைத் தெரியும்.

வாதி யார்?

எனது அரசர்.

இந்த வியாச்சியத்தைப் பற்றி என்ன தெரியும்?

நாங்கள் அயோத்தியாபுரியில் அரசாண்டு கொண்டிருந்த சமயத்தில், 1-ம், பிரதிவாதி அங்குவந்து வாதியிடம் கொஞ்சந் திரவியங்கேட்டார். வாதியினது கட்டளைப்படி நான்கொடுத்த அந்தத் திரவியத்தை மீண்டும் அவ்விடத்திற்றானே வைத்துவிட்டுப் போய்விட்டார். பிறகு பொது மாதர்களான புலைப்பெண்களுக்குப் பட்டினத்தைத் தாரைவார்த்துக் கொடுப்பித்தார். வாதியினது தலையிற் காலாலுதைக்கவுங் கிரீடத்தைத் தகர்க்கவுஞ்செய்தார். அப்பால் 2-ம், பிரதிவாதிவந்து வாதியையும், 1-ம், 2-ம், சாக்ஷிகளை அடித்து உபத்திரவப்படுத்தவும், கையிற் கிட்டி போட்டு நெருக்கவுஞ் செய்ததோடு வாதியை நிர்ப்பந்தித்துத் தம்மைக் காசிப் பட்டினம்வரை சுமந்துவரவுஞ் செய்தார். 4-ம், சாக்ஷிக்கு 1-ம், 2-ம், சாக்ஷிகளை விலையாக விற்பித்தார். 1-ம், பிரதிவாதிக்குத் தருகிறேனென்று வாக்குத்தத்தஞ் செய்த திரவியத்தைத் திரும்ப வாங்கியும், தாம் காசிப்பட்டினம் வரை நடந்துவந்த சம்பளத்திற்காக வாதியை என்னால் 5-ம், சாக்ஷிக்கு விற்பித்து அத்தொகையையும் வாங்கினார். அதன்பின் அவ்விடத்தை விட்டும் போய்விட்டார். நானுந் தீர்த்தயாத்திரைக்காகப் போய்விட்டேன். இதுதான் எனக்குத் தெரியும்.

வாதி வக்கீல் வினாவும், 5–ம், சாக்ஷி விடையும்

வாதி 2-ம், பிரதிவாதியைச் சுமந்துகொண்டு போகும்போது யாரையாவது காணவோ? உபத்திரவிக்கவோ? செய்தாரா?

வழியில் வேதாளம் வந்து தடை செய்ததால் அதனை யுபத்திரவித்தார்.

நீர் பின் எந்தச் சமயத்திலாவது வாதியைக் கண்டீரா?

கண்டேன்.

வாதி வக்கீல்

நீக்கிறாசில்லை

கோர்ட்டார் வினாவும், 6–ம், சாக்ஷி விடையும்

வாக்குமூலம் வாசிக்கக் கேட்டீரா?

கேட்டேன்.

சரிதானா?

ஆம்.

வாதிபக்கம் 6-ம், சாக்ஷி சத்தியகீர்த்தி
(கையெழுத்து)

››››››››››

பிரதிவாதி விசாரணை

1-ம், பிரதிவாதி

விசுவாமித்திரன் சத்தியஞ்செய்து

தெரிவித்த வாக்குமூலம்

சர்வ வல்லமையுள்ள தெய்வஞ்சாக்ஷியாக நான் சொல்வதெல்லாம் உண்மை.

கோர்ட்டார் வினாவும், 1–ம், பிரதிவாதி விடையும்

வாதியினது வியாச்சியத்தை வாசிக்கக் கேட்டீரல்லவா?

ஆம்.

அதற்கு என்னவிடை சொல்லுகின்றீர்?

அவ்வியாச்சியப்படி நான் யாதொரு குற்றமுஞ் செய்யவில்லை.

அதற்காக உமக்குத் தெரிவிக்கவேண்டிய சமாதானம் யாதாவது உண்டா?

உண்டு.

யாது?

நான் வாதியிடத்தில் கொஞ்சந் திரவியங் கேட்டுப்போனது உண்மைதான். அப்படிப் போனதும் வாதியினது சத்திய விரதத்தைப் பரிசோதிப்பதற்காகவே. வாதி தந்த திரவியத்தை அவசியப்படுகின்ற காலத்தில் வந்து கொண்டு போகின்றே னென்று திரும்பவும் அவ்வாதியிடத்திற்றானே வைத்துவிட்டுப் போய்விட்டேன். அப்பால் இந்த வாதி எனது ஆசிரதர்களான சூகரேந்திரன் முதலிய மிருகங்களை உபத்திரவிக்கவும் எனது சிருட்டியினா லுண்டான புலைப்பெண்களை அவமானிக்கவுஞ் செய்தான். அச்சமாச்சாரத்தைக் கேள்விப்பட்டு நான் அவனிடம் போய்க்கேட்டதற்கு அப்படிச்செய்தது உண்மை தானென் றொப்புக்கொண்டு, அதற்காக அப்பொதுமாதர்களுக்குத் தானே தனது இராச்சியத்தைத் தாரைவார்த்துக் கொடுத்ததுந் தவிர, எனது திரவியத்தைக் கொடுப்பதற்கு வாயிதாவுஞ் சொன்னான். அந்த வாயிதாவுக்கு எனது நண்பனுஞ் சிஷியனுமாகிய 2-ம், பிரதிவாதியை அனுப்பினேன். அவன் போய்த் திரவியத்தை வாங்கிக்கொண்டுவந்து தந்தான். 3-ம், சாக்ஷிக்கும் எனக்கும் இந்திரசபையில் வைத்ததுண்டான விவாதத்தினாலும், இதற்கு முன்னும் 3-ம், சாக்ஷிக்கும் எனக்கும் விரோதமிருந்ததனாலும், சாக்ஷி வாதியைத் தூண்டிவிட்டு இவ்வாறு வியாச்சியங்கொடுக்கச் செய்திருக்கின்றார். இதுதான் எனக்குத் தெரிவிக்கவேண்டிய சமாதானம்.

வாக்குமூலம் வாசிக்கக் கேட்டீரா?

கேட்டேன்.

சரிதானா?

ஆம்.

1-ம், பிரதிவாதி விசுவாமித்திரன்
(கையெழுத்து)

2-ம், பிரதிவாதி

சுக்கிரன் சத்தியஞ்செய்து

தெரிவித்த வாக்குமூலம்

சர்வ வல்லமையுள்ள தெய்வஞ்சாக்ஷியாக
நான் சொல்வதெல்லாம் உண்மை.

கோர்ட்டார் வினாவும், 2–ம், பிரதிவாதி விடையும்

இந்த வியாச்சியத்திற் சொல்லியபடி நீர் குற்றஞ்செய்த துண்டா?

இல்லை.

இதற்காக உமக்கு வேறு தெரிவிக்க வேண்டிய விஷயம் யாது?

நான் 1-ம், பிரதிவாதியினது உத்திரவின்படி வாதியிடத்திலிருந்து திரவியத்தை வாங்கி அவ்வொன்றாம் பிரதிவாதி வசங்கொடுத்ததோடு, எவ்விதத்திலாவது வாதியிடத்திலிருந்து திரவியத்தை வாங்கிக்கொண்டு வரவேண்டுமென்று அவர் கட்டளையிட்ட பிரகாரம் வாதியைச் சில நிர்ப்பந்தங்கள் செய்ததுண்டு, அதனாற்றான் வாதி இவ்வியாச்சியத்தி லென்னையுங்கூடச் சேர்த்திருக்கின்றார்.

வாக்குமூலம் வாசிக்கக் கேட்டீரா?

கேட்டேன்.

சரிதானா?

ஆம்.

2-ம், பிரதிவாதி சுக்கிரன்
(கையெழுத்து)

››››››››››

3-ம், பிரதிவாதி

காசிராஜன் சத்தியஞ்செய்து

தெரிவித்த வாக்குமூலம்

சர்வ வல்லமையுள்ள தெய்வஞ்சாக்ஷியாக
நான் சொல்வதெல்லாம் உண்மை.

கோர்ட்டார் வினாவும், 3–ம், பிரதிவாதி விடையும்

வியாச்சியத்திற் சொல்லியபடி 1-ம், சாக்ஷியைக் கொல்லுவதற்கு நீர் தீர்மானங் கொடுத்ததுண்டா?

கொல்லுவதற்குத் தீர்மானங் கொடுத்ததுண்டு. அது இந்த வியாச்சியத்திற் சொல்லியபடி யல்ல.

பின்னெப்படி?

எனது குழந்தையை 1-ம், சாக்ஷி கொன்றதாக இந்தச் சாக்ஷியைப் பிரேதத்தோடு சேவகர்கள் பிடித்து என்முன் கொண்டுவந்தார்கள். நான் நியாயமாக விசாரணை செய்து இந்த சாக்ஷியிடத்திலுங் கேட்டதில் தான் கொன்றதாகச் சம்மதித்ததினாற் கொல்லும்படி தீர்மானித்து அத்தீர்மானத்தை நடத்துவதற்காக 5-ம், சாக்ஷி வசமொப்புவித்தேன்.

வாக்குமூலம் வாசிக்கக் கேட்டீரா?

கேட்டேன்.

சரிதானா?

ஆம்.

3-ம், பிரதிவாதி காசிராஜன்
(கையெழுத்து)

ப்ரொசிடிங்க்ஸ்

நம்பர் 9

இந்த வியாச்சியத்தில் 2-ம், பிரதிவாதி பிராமணனானதினாலும், 1-ம், பிரதிவாதியினது தூண்டுதலால் வாதியை யுபத்திரவப் படுத்தினதினாலும், இப்பொழுது அதற்காக மன்னிப்புக் கேட்பதி னாலும், 2-ம், பிரதிவாதியின் மீதுள்ள வியாச்சியத்தை நிறுத்திச் சமாதானமாய்ப் போவதாக வாதி அர்ஜி மூலமாய்த் தெரிவித்திருப் பதினாலும் அவ்விரண்டாம் பிரதிவாதியையும், 3-ம், பிரதிவாதி, காரியத்தைத் தவறாய் விசாரித்து யாதொரு குற்றமும் யோசனையு மின்றி இராஜநீதியைப் பிரமாணித்து 1-ம், சாக்ஷியின்மீது ஒரு

அரிச்சந்திர சரித்திரம்

தீர்மானந் தீர்மானித்ததாக விசாரணையினால் தெரிகின்றதாகையால் அம்மூன்றாம் பிரதிவாதியையும் இவ்வியாச்சியத்தில் நின்றும் டிச்சார்ஜ் செய்திருக்கின்றேன்.

செஷன் ஜட்ஜி,
நீலகண்டய்யர்
(கையெழுத்து)

குற்றப்பத்திரிகை

இவ்வியாச்சியத்தில் 1-ம், பிரதிவாதியாகிய விசுவாமித்திர னென்னும் பெயரையுடைய நீர் வாதியினது சத்தியத்திற்கு விரோதஞ் செய்ய வேண்டுமெனவும், அவரை உபத்திரவிக்க வேண்டுமெனவு முள்ள கெட்ட எண்ணத்தோடு அவ்வாதியை வஞ்சித்து வாக்குத்தத்தம் வாங்கவும், அவரை உபத்திரவிக்கவும், இராச்சியத்தை விட்டுத் துரத்தவும், அவரது மனைவியையும் மகனையும் அவரையும் விலைக்கு விற்பிக்கவும், 2-ம், சாக்ஷியைக் கொல்லவும், 1-ம், சாக்ஷியைக் கொல்லுவிப்பதற்குப் பிரயத்தனப்படவும், இன்னும்பலவுஞ் செய்ததாக உருபகமாயிருக்கின்றன. அது சிக்ஷா நியமம் - 399 - 302 - 333 - 415 ஆகிய இவ்வகுப்புக்களின்படி தண்டிக்கத்தக்கதும் எனது முன்னர் விசாரிக்கத்தக்கதுமான குற்றமாயிருக்கின்றது. அதை நீர் செய்ததற்காக உம்மை எனது முன்னிலையில் விசாரிப்பதற்கு நான் உத்திரவு செய்திருக்கின்றேன்.

செஷன் ஜட்ஜி,
நீலகண்டய்யர்
(கையெழுத்து)

பிரதிவாதி வக்கீல் வினாவும், 1-ம், பிரதிவாதி விடையும்

உம்மீது சித்தப்படுத்தின குற்றப்பத்திரிகை வாசிக்கக் கேட்டீரா?

ஆம்.

அந்தக் குற்றப்பத்திரிகையிற் சொல்லியபடி நீர் குற்றஞ் செய்ததுண்டா?

யாதொரு குற்றமுஞ் செய்யவில்லை.

உமக்கு முன்தெரிவித்ததைப் பார்க்கிலு மதிகமாக யாதேனுந் தெரிவிக்கவேண்டிய துண்டா?

இல்லை.

உமது பக்கத்திற்கு வேறுவித உரூபகமோ? சாக்ஷிகளோ? உண்டோ?

சாக்ஷிகளுண்டு.

யார்? யார்?

சூகரேந்திரன், சங்கினி, பதுமினி, வேதாளம், இந்திரனென்பவர்கள்.

அவர்களை விசாரிக்க வேண்டுமா?

ஆம்.

வாதி வக்கீல்
ரீக்கிறாசில்லை

கோர்ட்டார் வினாவும், 1–ம், பிரதிவாதி விடையும்

வாக்குமூலம் வாசிக்கக் கேட்டீரா?

கேட்டேன்.

சரிதானா?

ஆம்.

1-ம், பிரதிவாதி விசுவாமித்திரன்
(கையெழுத்து)

››››››››››››

பிரதிவாதி பக்கம் 1-ம், சாக்ஷி
சூகரேந்திரன் சத்தியஞ்செய்து
தெரிவித்த வாக்குமூலம்

**சர்வ வல்லமையுள்ள தெய்வஞ்சாக்ஷியாக
நான் சொல்வதெல்லாம் உண்மை.**

பிரதிவாதி வக்கீல் வினாவும், 1–ம், சாக்ஷி விடையும்

வாதி பிரதிவாதிகளைத் தெரியுமா?

வாதியையும் 1-ம், பிரதிவாதியையுந் தெரியும்.

இவர்களைப் பற்றி உனக்குத் தெரிந்ததென்ன?

வாதி மிகவுந்துஷ்டன். என்னோடு வாசஞ் செய்து கொண்டிருந்த மிருகங்க ளெல்லாவற்றையும் யாதொரு காரணமுமின்றித் தண்டித்தான். அதைப்பற்றி 1-ம், பிரதிவாதி, வாதியைக்கண்டு கேட்டதன்றி அவனை யாதொரு உபத்திரவமுஞ் செய்யவில்லை.

வாதி வக்கீல் கிறாசும், 1–ம், சாக்ஷி விடையும்

உன்னோடிருந்த மிருகங்களைத் தண்டித்ததற்காக 1-ம், பிரதிவாதி வாதியிடம் போய்க்கேட்பானேன்?

நான் 1-ம், பிரதிவாதியினது சிருட்டியா லுண்டானதினால்.

நீ வாசஞ் செய்யும் இடம் யாது?

காடு.

உனக்கு நாடுகளிலும் நகரங்களிலும் வருகிற வழக்கமுண்டா?

இல்லை.

வாதி வக்கீல்

நீக்கிறாசில்லை

கோர்ட்டார் வினாவும், 1–ம், சாக்ஷி விடையும்

வாக்குமூலம் வாசிக்கக் கேட்டாயா?

கேட்டேன்.

சரிதானா?

ஆம்.

பிரதிவாதி பக்கம் 1-ம், சாக்ஷி சூகரேந்திரன்
(கையெழுத்து)

››››››››››››

பிரதிவாதி பக்கம் 2-ம், சாக்ஷி

சங்கினி சத்தியஞ்செய்து

தெரிவித்த வாக்குமூலம்

சர்வ வல்லமையுள்ள தெய்வஞ்சாக்ஷியாக
நான் சொல்வதெல்லாம் உண்மை.

பிரதிவாதி வக்கீல் வினாவும், 2–ம், சாக்ஷி விடையும்

வாதி பிரதிவாதிகளைத் தெரியுமா?

வாதியையும் 1-ம், பிரதிவாதியையுந் தெரியும்.

இந்த வியாச்சியத்தைப் பற்றி யாதாவது தெரியுமா?

தெரியும்.

என்ன தெரியும்?

பிரதிவாதியினது உத்திரவின்படி நானும் 3-ம், சாக்ஷியும் வாதியிடம்போய் ஆடவும் பாடவுஞ்செய்தோம். அப்போது வாதி எங்களைப் பிரம்பாலடித்துத் துரத்தினார். அச்சமாச்சாரத்தை நாங்கள் 1-ம், பிரதிவாதி யிடத்தில் வந்து சொன்னோம். அவர் அதைப்பற்றி வாதியைக்கண்டு கேட்டு அடிபட்ட எங்களை ஒருவரும் விவாகஞ் செய்யார்களானதால் அதன் நிவிர்த்திக்காக வாதியினது இராச்சியத்தை எங்களுக்குத் தாரைவார்த்துக் கொடுப்பித்தார்.

வாதி வக்கீல் கிறாசும், 2–ம், சாக்ஷி விடையும்

நீ யாருடைய சிருட்டியா லுண்டானாய்?

1-ம், பிரதிவாதியினது சிருட்டியால்.

அயோத்தியாபுரியினது இராஜதானிக் கெத்தனை தரம் போயிருக்கின்றாய்?

இரண்டுதரம்.

பிரதிவாதி வக்கீல்

றீக்கிறாசில்லை

கோர்ட்டார் வினாவும், 2–ம், சாக்ஷி விடையும்

வாக்குமூலம் வாசிக்கக் கேட்டாயா?

கேட்டேன்.

சரிதானா?

ஆம்.

பிரதிவாதி பக்கம் 2-ம், சாக்ஷி சங்கினி

(கையெழுத்து)

››››››››››››

பிரதிவாதி பக்கம் 3-ம், சாக்ஷி

பதுமினி சத்தியஞ்செய்து

தெரிவித்த வாக்குமூலம்

சர்வ வல்லமையுள்ள தெய்வஞ்சாக்ஷியாக
நான் சொல்வதெல்லாம் உண்மை.

பிரதிவாதி வக்கீல் வினாவும், 3–ம், சாக்ஷி விடையும்

நீ எங்கிருந்து பிறந்தாய்?

1-ம், பிரதிவாதியினது கண்ணீரிலிருந்து.

உனக்கு தெரிந்த தொழில் யாது?

ஆட்டமும் பாட்டும்.

அத்தொழிலை யார் முன்னிலையிலாவது போய்ச் செய்தாயா?

வாதியினது முன்னிலையிற் போய்ச்செய்தேன்.

அதற்கு அவர்கொடுத்த வெகமான மென்ன?

பிரம்படி.

அப்பால் நீ என்னசெய்தாய்?

அரிச்சந்திர சரித்திரம்

அதை 1-ம், பிரதிவாதியிடம் வந்துசொன்னேன்.

அதற்கு அவர் செய்ததுயாது?

வாதியிடத்திற்போய் நீ அடித்த பெண்ணை வேறுயாரும் விவாகஞ் செய்யமாட்டார்கள். ஆதலால் அப்பெண்ணை நீயே விவாகஞ்செய்ய வேண்டுமென்று சொன்னார்.

அதற்கு வாதி உடன்பட்டாரா?

இல்லை.

பின் நடந்ததென்ன?

நீ விவாகஞ் செய்யாவிட்டால் உனது இராச்சியத்தை அப்பெண்களுக்காகத் தாரைவார்த்துக் கொடுவென்று கேட்டார்.

கேட்டபடி கொடுத்தாரா?

ஆம்.

இதைத்தவிர வேறு யாதாவது தெரியுமா?

தெரியாது.

வாதி வக்கீல்
நீக்கிறாசில்லை

கோர்ட்டார் வினாவும், 3-ம், சாக்ஷி விடையும்

வாக்குமூலம் வாசிக்கக் கேட்டாயா?

கேட்டேன்.

சரிதானா?

ஆம்.

பிரதிவாதி பக்கம் 3-ம், சாக்ஷி பதுமினி
(கையெழுத்து)

»»»»»»»»»

பிரதிவாதி பக்கம் 4-ம், சாக்ஷி
வேதாளஞ் சத்தியஞ்செய்து
தெரிவித்த வாக்குமூலம்

சர்வ வல்லமையுள்ள தெய்வஞ்சாக்ஷியாக நான் சொல்வதெல்லாம் உண்மை.

பிரதிவாதி வக்கீல் வினாவும், 4-ம், சாக்ஷி விடையும்

வாதி பிரதிவாதிகளைத் தெரியுமா?

தெரியும்.

அவர்களது வியாச்சியத்தைப் பற்றி யாதாவது தெரியுமா?

தெரியும்.

என்ன தெரியும்?

வாதி 2-ம், பிரதிவாதியைச் சுமந்துகொண்டு காசிப்பட்டினம் போவதைக்கண்டு நான்போய்ப் போகக் கூடாதென்று தடுத்தேன். அதனால் அவர் என்னை வாளால் வெட்டிக் காயப்படுத்தினார். நான் ஓடிப்போய் விட்டேன்.

இதைத் தவிர வேறொன்றுந் தெரியாதா?

தெரியாது.

வாதி வக்கீல்

நீக்கிறாசில்லை

கோர்ட்டார் வினாவும், 4-ம், சாக்ஷி விடையும்

வாக்குமூலம் வாசிக்கக் கேட்டாயா?

கேட்டேன்.

சரிதானா?

ஆம்.

பிரதிவாதி பக்கம் 4-ம், சாக்ஷி வேதாளம்
(கையெழுத்து)

பிரதிவாதி பக்கம் 5-ம், சாக்ஷி

இந்திரன் சத்தியஞ்செய்து

தெரிவித்த வாக்குமூலம்

சர்வ வல்லமையுள்ள தெய்வஞ்சாக்ஷியாக நான் சொல்வதெல்லாம் உண்மை.

பிரதிவாதி வக்கீல் வினாவும், 5–ம், சாக்ஷி விடையும்

வாதி பிரதிவாதிகளைத் தெரியுமா?

தெரியும்.

அவர்களது வியாச்சியத்தைப் பற்றி யாதாவது தெரியுமா?

தெரியும்.

என்ன தெரியும்?

ஒருநாள் நானுந் தேவர்களு மற்ற முனிவர்களுந் தேவலோகத்தி லொருசபை கூடினோம். அப்பொழுது நான் அவர்களால் தெரிந்து கொள்ளும் பொருட்டுப் பூலோகத்திற் பொய்சொல்லாதவர்கள் யாராவது இருக்கின்றார்களா? என்றுகேட்டேன். அதற்கு வாதிபக்கம் 3-ம், சாக்ஷியாகிய வசிஷ்டம் அரிச்சந்திர னொருக்காலும் பொய் சொல்ல மாட்டானென்றும், 1-ம், பிரதிவாதியாகிய விசுவாமித்திரர் அவன் நாளொன்றிற்கு ஆயிரம் பொய்சொல்லுவா னென்றுஞ் சொன்னார்கள். அப்பால் வசிஷ்டர் 1-ம், பிரதிவாதியைப் பார்த்து அவன் அவ்வாறு பொய் சொன்னதாக நீர் எனக்கு உரூபித்துக் காட்டினால் நான் எனது தலையில் மதுக்குடத்தை வைத்துக்கொண்டு இந்தத் தேவசபையை மூன்று பிரதக்கணம் வருகின்றே னெனவும், 1-ம், பிரதிவாதி வாதி பக்கம் 3-ம், சாக்ஷியைப் பார்த்து அவன் அவ்வாறு பொய் சொல்லாவிடில் நான் இதுவரைசெய்த எனது தவத்தினது பிரயோசனத்தை யுமக்குத் தந்துவிடுகின்றே னெனவுந் தம்மிற் சபதமிட்டுக் கொண்டார்கள். அப்பால் சபை கலைந்தது. இதுதா னெனக்குத் தெரியும்.

வாதி வக்கீல்

கிறாசில்லை

கோர்ட்டார் வினாவும், 5-ம், சாக்ஷி விடையும்

வாக்குமூலம் வாசிக்கக் கேட்டீரா?

கேட்டேன்.

சரிதானா?

ஆம்.

பிரதிவாதி பக்கம் 5-ம், சாக்ஷி இந்திரன்

(கையெழுத்து)

›››››››››››

ஹீயறிங்

வாதிவக்கீல் எம்.சத்தியவாகீசுவ ரையரது விவாதம்

இந்த வியாச்சியத்தில் வாதியினதும் வாதிபக்கம் ஒன்று முதல் ஆறுவரையுள்ள சாக்ஷிகளினதும் வாக்குமூலங்களால் வாதியிடம் பிரதிவாதி வஞ்சகமாய் வாக்குத்தத்தம் வாங்கவும், கொடுத்த திரவியத்தைக் கொண்டுபோகாமல் வைத்துவிட்டுப் பின்னர்த் தமது மாயாசத்தியினாற் சிலகாரியங்களை நடத்தி வாதியையும், வாதியினது மனைவியையும், மகனையும், விலையாக விற்பிக்கவும், வாதியைச் சுடுகாடு காப்பிக்கவும், மாமிசக் காவடி சுமப்பிக்கவும், சிசுஹத்தி செய்யவும், ஸ்திரீகொலைக்குப் பிரயத்தனிக்கவுஞ் செய்தது உண்மை தானென்று ஊருபகமா யிருக்கின்றது. அதிற் சிலவற்றைப் பிரதிவாதி சமர்ப்பிக்கவுஞ் செய்கின்றார். ஆதலால் மிகவும் கண்ணியத்தோடு அயோத்தியாபுரியை அரசாண்டு கொண்டிருந்த வாதியை வியாச்சியத்திற் சொல்லியடி கஷ்ட நஷ்டங்களுக் காளாக்கின 1-ம், பிரதிவாதியைத் தக்கபடி தண்டிக்கத் தீர்மானங் கிடைக்கவேண்டு மென்று தெரிவித்துக் கொள்ளுகின்றேன்.

பிரதிவாதி வக்கீல் மிஸ்ற்றர். மௌற்கல்லியரது விவாதம்

இந்த வியாச்சியத்தில் முக்கியமாய்க் கவனிக்கவேண்டியது 1-ம், பிரதிவாதி எவ்விதக் குற்றமாவது செய்தாரா என்பதுதான். அதற்காக வாதியும், வாதிபக்கம் சாக்ஷிகளும், வாதியை 1-ம், பிரதிவாதி அடித்ததாகவும், கிரீடத்தைத் தகர்த்ததாகவுஞ் சொல்லுகின்றார்களே தவிர, மற்ற விஷயங்க ளியாவும் வாதிதாம் செய்தாரென்று நிச்சயமாகச் சொல்லவில்லை. இனி யோசிக்க வேண்டியது சாக்ஷிகளினது விசுவாச யோக்கியதையைப் பற்றியே. 1-ம், சாக்ஷி மனைவியும் 2-ம், சாக்ஷி மகனும், 3-ம், சாக்ஷி குருவும், 6-ம், சாக்ஷி மந்திரியுமாயிருக்கின்றார்கள். இவர்களது வாக்குமூலங்களால் வாதியினது வாக்குமூலத்திற் கண்ட பயனே யன்றி விசேஷமா யாதொருபயனு முண்டாவதற்கு மார்க்கமில்லை. அப்பால் 4-ம், 5-ம், சாக்ஷிகள் நியாயமாக விலை கொடுத்து வாங்கினவர்களாகவும், வீட்டுவேலை செய்வித்தவர்களாகவு மிருக்கின்றார்கள். அவர்களது வாக்குமூலங்களாலுங் குற்றத்திற்கான விஷயங்கள் யாதொன்றும் வெளியாகவில்லை. அன்றியும் பிரதிவாதி பக்கம் சாக்ஷிகளினது வாக்குமூலங்களாற் பிரதிவாதிக்கும் வாதிபக்கம். 3-ம், சாக்ஷிக்குந் தம்மில் விரோத முண்டென்று விளங்குகின்றது. அவ்விரோதத்தினாலேயே அந்த 3-ம், சாக்ஷியினது தூண்டுதலின்மேல் இவ்வியாச்சியங் கொண்டுவரப்பட்டதென்று நிச்சயப்படுவதால் வியாச்சியத்தைத் தள்ளிப் பிரதிவாதியை நிரபராதியாக விடவேண்டு மென்று கேட்டுக் கொள்ளுகின்றேன்.

நோட்டு

இவ்விஷயத்திற்காக வியாச்சியங் கொண்டுவரப்பட்டு விசாரணை செய்யவும், வாதி பிரதிவாதிகளிடத்திலும், வாதி பக்கம் ஆறு சாக்ஷிகளிடத்திலும், குற்றப்பத்திரிகையின் மேல் 1-ம், பிரதி வாதியிடத்திலும், 1-ம், பிரதிவாதி பக்கம் ஐந்து சாக்ஷிகளிடத்திலும் விசாரணை செய்து இருபக்கத்து வக்கீல்களினது விவாதங்களைக் கேட்கவுஞ் செய்தேன்.

ஜட்ஜிமெண்ட்

இந்த வியாச்சியத்திற் பிரதிவாதிகள் தாங்கள் செய்ததாக ஏற்படும் எவ்விதக்குற்றத்தையுஞ் சம்மதிக்கவில்லை. முதலாவது

வாதி மூன்று பிரதிவாதிகளைச் சேர்த்து வியாச்சியங் கொண்டுவரவும், விசாரிக்கவுஞ் செய்ததில், வியாச்சியப்படி விசாரணையில் 3-ம், பிரதிவாதியின் மீது யாதொரு குற்றமும் ஆரோபிக்கவில்லை. 3-ம், பிரதிவாதியினது செய்கை உத்தம விசுவாசத்தோடு இராஜ நீதியை அனுசரித்துச் செய்ததாகத் தெரிகின்றது. ஆகையால் அந்த 3-ம், பிரதிவாதியையும், 2-ம், பிரதிவாதியின் மீதுள்ள வியாச்சியம் 323-ம், வகுப்பின்படியுள்ள குற்றமும், அவ்வகுப்பின் குற்ற நியமப்படி சமாதானமாய்ப் போகக்கூடியதுமாயிருப்பதோடு வாதி அப்பிரதி வாதியின் மீதுள்ள வியாச்சியத்தை நிறுத்திச் சமாதானமாய்ப் போவதாக ஒத்துக்கொள்ளவுஞ் செய்ததால் அந்த 2-ம், பிரதிவாதியையும் இந்த வியாச்சியத்தை விட்டும் டிஸ்சார்ஜ் செய்திருக்கின்றேன். 9-ம், நம்பர் ப்ரொஸீடிங்ஸைப் பார்க்கவும்.

இனி இந்த வியாச்சியத்திற் கவனிக்கவேண்டியது 1-ம், பிரதிவாதியின் மீது ஏற்படுங் குற்றத்தைப் பற்றித்தான். 1-ம், பிரதிவாதி, வாதியினது இராஜதானியிற்சென்று திரவியங் கேட்டதும், தருமமாகக் கொடுத்த திரவியத்தைக் கொண்டு போகாமல் அவ்விடத் திற்றானே வைத்துவிட்டுத் திரும்பிப் போனதும், பிரதிவாதி பக்கம், 1-ம், 2-ம், 3-ம், சாக்ஷிகளை உபத்திரவித்ததைப்பற்றி வாதியிடம் போய்க் கேட்டதும், அவர்களில் 2-ம், 3-ம், சாக்ஷிகளுக்கு வாதியினது இராச்சிய முதலியவற்றைத் தாரைவார்த்துக் கொடுப்பித்ததும், அப்பால் 2-ம், பிரதிவாதியை வாதியிடந் திரவியத்திற்காக அனுப்பினதுமுண்மை தானென்று ஒப்புக்கொள்வதோடு வியாச்சியத்திற்குக் காரணம் வாதிபக்கம் 3-ம், சாக்ஷி வசிஷ்டரது துர்ப்போதனை யென்று வாதிக்கவுஞ் செய்கின்றார். வியாச்சியப்படியுள்ள குற்றம் 1-ம், பிரதிவாதி செய்ததாக வாதியும், வாதிபக்கம், 1-ம், 2-ம், 3-ம், 6-ம், சாக்ஷிகளுஞ் சத்தியஞ்செய்து தெரிவித்திருக்கின்றார்கள். இவர்கள் வாதியினது மனைவி, மகன், குரு, மந்திரியென்ற ஆட்சேபத்தைப் பிரதிவாதி பக்கத்தார் வாதிக்கின்றார்கள். ஆயினும், இந்தவாதி ஒரு விதத்தாலும் பொய் சொல்பவரல்ல ரென்பது யாவரும் ஒப்புக் கொள்ளக்கூடிய விஷயமாயிருப்பதால் வாதியினது வாக்குமூலத்தில் சாரத்தையே அந்தச் சாக்ஷிகளினது வாக்குமூலங்களின் சாரங்களாகக் கருதினாலும் வாதிபக்கம் ருஜுவிற்குச் சற்றாயினுந் துர்ப்பல முண்டென்று நினைப்பதற்கு யாதொரு மார்க்கமுமில்லை. அது

மாத்திரமல்ல, வாதிபக்கம் சாக்ஷிகள் நன்னடக்கை யுடையவர்களும் நம்பிக்கை யுள்ளவர்களுமா யிருப்பதோடு அவர்களது வாக்கு மூலங்களும் நம்பத்தக்கவைகளா யிருக்கின்றன. அதனோடு 4-ம், 5-ம், சாக்ஷிகள் வாதியையும் வாதிபக்கம் 1-ம், 2-ம், சாக்ஷிகளையும் விலைக்கு வாங்கினவர்களா யிருக்கின்றார்கள். அவர்கள் விலைக்கு வாங்கினதும் வீட்டுவேலை செய்வித்தது முண்மைதானென்று அவர்களது வாக்குமூலங்களினாலேயே ருஜுவாயிருக்கின்றன. பிரதிவாதி இவற்றை மறுப்பதற்குந் தாம் குற்றவாளி யல்லவென்று சாதிப்பதற்குந் தம் பக்கம் 5 - சாக்ஷிகளைக் குறிப்பிடவும், அந்தச் சாக்ஷிகளை வரவழைத்து விசாரிக்கவுஞ்செய்ததில், ஒன்று முதல் நான்கு வரையுள்ள சாக்ஷிகளினது வாக்குமூலங்களால் வாதி தங்களை யுபத்திரவித்தாரென்று வெளிப்படுகின்றதேயன்றி அதனாற் பிரதிவாதி பக்கத்தில் யாதொரு பிரயோசனமும் ஏற்படவில்லை. அதுமாத்திர மல்ல, அவர்களது வாக்குமூலங்களால் வாதியின்பேரில் 1-ம், பிரதி வாதிக்கு விரோதமுண்டென்று கூட அனுமானிக்க வேண்டியதாகவு மிருக்கின்றது. பிரதிவாதி பக்கம் 5-ம், சாக்ஷியாகிய இந்திரனது வாக்குமூலங்களால் எவ்விதத்தாலும் வாதியைக் கொண்டு ஒரு பொய் சொல்லுவிக்க வேண்டுமென்ற ஆவல். 1-ம் பிரதிவாதிக்கு இருந்ததாக யாதொரு சந்தேகமுமின்றிப் புலப்படுகின்றது. பொதுப்பட இவ்வியாச்சியத்தின் எல்லா விஷயங்களையும் பற்றித் தக்கபடி ஆலோசித்ததில் வாதியினது வழக்கிற் சொல்லிய சமாசாரங் களனைத்தும் உண்மையாக நடந்தனவென்றும் பிரதிவாதி பக்கத்தார்களது வாக்குமூலங்களெல்லாம் முழுப்பொய்யும், பெரிய வஞ்சகமுமென்று நிச்சயமாக விளங்குகின்றன. ஆகையால் அநேக வைபவங்களுடன் அயோத்தியாபுரியை அரசாண்டு சர்வஜன சம்மதத் தோடும் வாழ்ந்திருந்த வாதியை மனைவியோடும் மகனோடும் வியாச்சியத்திற் சொல்லியபடி வஞ்சித்தலும் உபத்திரவித்தலும், தேகத்தை கிரயமாக விற்பித்தலும், மாமிசக்காவடி யெடுப்பித்தலும், சுடுகாடு காப்பித்தலுமாகிய பலவித விஷயங்கள் நிகழ்வதற்குக் காரண பூதராயிருந்த 1-ம், பிரதிவாதியைக் கொலைத்தண்டனைக் காளாக்கவேண்டியதாயிருந்தாலும், அவர் ஒரு தபசியாகவும், வாதியைப் பரிசோதிப்பதற்காக இவ்விதச் செய்கைகள் செய்ததாகவும் தெரிவதால் அக்கொலைத் தண்டனையை யொழித்து அதற்குச் சரியான வேறொரு தண்டனை கொடுத்தாற் போதுமென்று கருதுகின்றேன்.

அரிச்சந்திர சரித்திரம்

தண்டனை

இவ்விதக் காரணங்களினால் 1-ம், பிரதிவாதியின்மீது நிச்சயப்படுத்திய சிக்ஷாநியமம், 415 - 416 - 320 - 304 - 511 - 323 ஆகிய இவ்வகுப்புகளின் படியுள்ள குற்றத்திற்காக 1-ம், பிரதிவாதி இதுவரை செய்த தவத்தினது பிரயோசனமனைத்தையும் வாதிபக்கம் 3-ம், சாக்ஷி வசிஷ்டமகா முனிவருக்குக் கொடுப்பதோடு அவரைத் தலையிற் றூக்கித் தேவசபையை மூன்றுதரம் வலமாகச் சுற்றிவர வேண்டுமென்று தீர்மானித்திருக்கின்றேன்.

தேவலோகம் செஷன் ஜட்ஜி,
நீலகண்டய்யர்
(கையெழுத்து)

அரிச்சந்திர சரித்திரம் கிரிமினல் கேஸ்
முற்றிற்று!

கிரிமினல் கேஸ்

சூர்ப்பநகை பங்கம்

தேவலோகம் 1-ம், கிளாஸ் மாஜிஸ்திரேட்டுக் கோர்ட்டு மாஜிஸ்திரேட்டு மிஸ்ற்றர்.**தேவேந்திரையரவர்கள்** முன்னிலையில் நடந்த கிரேதாயுகம் 1030-ம், வருடம் பங்குனி மாதம் 15-ந்தேதி பயல் 115-ம், நம்பர் கிரிமினல் கேஸ்.

வாதி	**பிரதி வாதிகள்**
1 - சூர்ப்பநகை	1 - ஸ்ரீராமன் 2 - இலக்ஷூமணன் 3 - சீதை
வாதி சாக்ஷிகள்	**பிரதிவாதி சாக்ஷிகள்**
1 - சூரியன் 2 - மாருதன் 3 - சுக்கிரன்	1 - அகத்தியன் 2 - ஜடாயு
வாதி வக்கீல்	**1-ம் பிரதிவாதி வக்கீல்**
1 - மிஸ்ற்றர்.காலநேமி	1 - பரத்துவாசமுனி

வியாச்சியம்

இந்த வியாச்சியத்தில் வாதியாகிய நான் இம்மாதம் 15-ந்தேதி பகல் மானிடர்கள் வசிக்கின்ற பலவிடங்களிலுஞ் சஞ்சாரஞ்செய்து மீண்டுவருஞ் சமயம், பஞ்சவடி தீரத்தினோரத்தில் ஆச்சரியமும் அதி நூதனமுமான ஓராச்சிரம மிருக்கக்கண்டு அதனருகிற் போனேன். அப்போது அவ்வாச்சிரமத்திற் றங்கியிருந்த பிரதிவாதிகள் என்னைப் பார்த்து மோகித்துக் காமசல்லாப உல்லாசமான பலவித வார்த்தை-

களைப் பேசி நடித்து 2-ம், பிரதிவாதியாகிய இலக்ஷுமணனுக்கு மனைவியாக வேண்டுமென்று சொல்லிப் பலவிதத்தாலும் என்னை நிர்ப்பந்தித்தார்கள். நான் அதற்கு உடன்படவில்லை. அக்காரணத் தினால் 2-ம், பிரதிவாதியாகிய இலக்ஷுமணன் 1-ம், 3-ம், பிரதி வாதிகளினது துர்ப்போதனைக்கிணங்கிக் கத்தியால் எனது முலை, மூக்கு, காதாகிய அவயங்களை யறுத்து மிகவும் உபத்திரவிக்கவும், என்னைப் பங்கப்படுத்தவுஞ் செய்திருக்கின்றான். ஆதலால் பிரதிவாதிகளை வரவழைத்து விசாரித்தும், எனது தேகத்திலுள்ள காயங்களைப் பரிசோதித்தும், செய்கைநடந்த விடத்தைப் பார்த்து யாதாஸ்து எழுதித் தருவித்துந் தீர்மானப்படுத்தி இரட்சிக்க வேண்டுமென்று கேட்டுக் கொள்ளுகின்றேன்.

வாதி சூர்ப்பநகை
(கையெழுத்து)

››››››››››››

வாதி சூர்ப்பநகையினது
பிரமாண வாக்குமூலம்

**சர்வ வல்லமையுள்ள தெய்வஞ்சாக்ஷியாக
நான் சொல்வதெல்லாம் உண்மை.**

கோட்டார் வினாவும், வாதி விடையும்

இந்த வியாச்சியங் கொண்டுவந்தவள் நீதானா?

ஆம்.

பிரதிவாதிகள் உன்னை என்ன செய்தார்கள்?

வியாச்சியத்திற் சொல்லியபடி யுபத்திரவித்தார்கள்.

அதனால் உனது சரீரத்தி லெவ்விடத்திலாவது முறிவோ? காயங்களோ? உண்டா?

உண்டு.

நோட்டு

வாதியினது தேகத்தைப் பரிசோதித்ததில், இருகாதுகளும் அடியோடு அறுபட்டிருக்கின்றன. மூக்கு அறுபட்டுத் தொங்குகின்றது. முலைகளிலும் நடுவில் உத்தேசம் 15 - அங்குல நீளமும், 9 - அங்குல ஆழமும், 4 - அங்குல அகலமுமான ஒவ்வொரு காயங்கள் தோற்றுகின்றன. அக்காயங்களிலிருந்து இரத்தம் வடிந்துகொண்டிருக் கின்றது. கட்டியிருக்கும் வஸ்திரமானது இரத்தம்படிந்து காய்ந்து கருமையாயிருக்கின்றது.

வாக்குமூலம் வாசிக்கக் கேட்டாயா?

கேட்டேன்.

சரிதானா?

ஆம்.

வாதி சூர்ப்பநகை
(கையெழுத்து)

யாதாஸ்து

வாதியாகிய சூர்ப்பநகை, தன்னைப் பிரதிவாதிகளான ஸ்ரீராமன் முதலானவர் வாளால் வெட்டி மிகவும் உபத்திரவப்படுத்தினதாகத் தெரிவித்த வியாச்சிய விசாரணைக்காகச் செய்கைநடந்த விடத்தைப் பார்த்து யாதாஸ்து எழுதி அனுப்ப வேண்டுமென்று தேவலோகம் 1-ம், கிளாஸ் மாஜிஸ்திரேட் கோர்ட்டில் நின்றும் இம்மாதம் 15-ந் தேதி எழுதிவந்த 75-ம் நம்பர் உத்திரவை யனுசரித்து இன்று மத்தியஸ்தர்களோடு அவ்விடத்திற்குப் போய்ப் பரிசோதித்ததில், அவ்விடமானது தண்டகாரணியத்தில் கௌதமநதியினது வட கரையிலுள்ளதும், ஐந்து பெரிய ஆலமரங்களா லலங்கரிக்கப்பட்டதும், பஞ்சவடியென்னும் பெயரையுடையதும், பல முனிவர்களினது ஆச்சிரமங்களைக் கொண்டதுமாயிருக்கின்றது. அங்குச் சிறிய பசிய இலைகளையுடைய பல கொடிகளாற் சுற்றப்பட்ட பலா, மா, புன்னை, சண்பகம், மருதம், வாழை முதலிய பல விருட்சங் களொன்றோடொன்று அடர்ந்து நெருங்கி நிற்பதோடு அவை களொவ்வொன்றுந் தளிர்த்துங் காய்த்தும் பூத்துந் தக்க பயனைத் தரக் கூடியனவா யிருக்கின்றன. அம்மரங்க ளசைவதனால் சில்லென் றுண்டாகாநிற்குங் குளிர்ந்த காற்றானது சரீரத்திற் படும்போதெல்லாம்

மிக்க ஆநந்தத்தையு முற்சாகத்தையு முண்டாக்குகின்றது. நாற்புறமும் ஆனை, கரடி, வேங்கை, பன்றி, மான் முதலிய பல மிருகங்கள் தத்தமினத்தோடும் உல்லாசமா யுலாவித் திரிகின்றன. பட்சி சாலங்கள் தத்தம் பெடைகளோடுங் கூவிக் குலாவுகின்றன. இங்குப் பிரதிவாதிகளைத்தவிர மற்ற மனிதர்களைக் காண்பது மிகவும் அருமையாய்த் தோற்றுகின்றது. இவ்விடத்தில் வெகு விசேடமான ஓர்பர்ணசாலை யிருக்கின்றது. இப்பர்ணசாலைதான் பிரதிவாதி களிருந்த பர்ணசாலை யெனவும், இவ்விடந்தான் தன்னை யுபத்திர வித்த இடமெனவும் வாதிசொல்லுகின்றாள். பரிசோதித்ததில் இப்பர்ணசாலையினுட் பலவிதப் புட்பங்களா லலங்கரிக்கப்பட்ட இரண்டு படுக்கை யிடங்கள் தெரிகின்றன. அதன் முற்பக்கத்தில் உத்தேசம் இரண்டுகோல் நீளமும் முக்காற்கோல் அகலமு முள்ள சில காற்சுவடுகள் தோற்றுவதோடு அவை வாதியினது காற்சுவடுற்கு ஒத்துமிருக்கின்றன. இங்கே மிகவும் இரத்தம் வடிந்து ஓடிக்கிடக் கின்றது. இவ்விரத்த வோட்டம் இங்கிருந்து கீழ்ப்பக்கமாய்ப் போகின்ற ஓர்பாதையில் மேற்கூறிய காற்சுவடு எவ்வளவு தூரந்தெரி கின்றதோ அவ்வளவு தூரம் ஐந்து பிரிவாக வடிந்து கிடக்கின்றது. இதுதான் நான் போன வழியென்று வாதி சொல்லுகின்றாள். இப்பர்ணசாலைக்குச் சமீபத்தில் நிற்கின்ற ஒரு பெரிய விருட்சத்தில் மரவுரியினாற்செய்த ஒரு கொடியுந்தூக்கப்பட்டிருக்கின்றது. இவற்றையெல்லாங் கண்ணாரக்கண்ட...

மத்தியஸ்தர்கள்	***1 - பதஞ்சலிமுனி***	***(கையெழுத்து)***
மத்தியஸ்தர்கள்	***2 - சார்த்தான்***	***(கையெழுத்து)***
வாதி	***1 - சூர்ப்பநகை***	***(கையெழுத்து)***
பிரதிவாதிகள்	***1 - ஸ்ரீராமன்***	***(கையெழுத்து)***
பிரதிவாதிகள்	***1 - இலக்ஷுமணன்***	***(கையெழுத்து)***
பிரதிவாதிகள்	***3 - சீதை***	***(கையெழுத்து)***

இந்த யாதாஸ்து எழுதின,

தேவலோகம் ஸ்டேஷனாபீசர்
பிருங்கதடி முதலியார்
(கையெழுத்து)

வாதி விசாரணை

வாதி சூர்ப்பநகை சத்தியஞ்செய்து
தெரிவித்த வாக்குமூலம்

சர்வ வல்லமையுள்ள தெய்வஞ்சாக்ஷியாக நான் சொல்வதெல்லாம் உண்மை.

வாதி வக்கீல் வினாவும், வாதி விடையும்

இதோ நிற்கின்ற பிரதிவாதிகள் மீதுதானா உனது வியாச்சியம்?

ஆம்.

இவர்கள் உன்னை என்ன செய்தார்கள்?

1-ம், 3-ம், பிரதிவாதிகளினது உத்திரவின்படி 2-ம், பிரதிவாதியாகிய இலக்ஷுமணன் கத்தியால் எனது காது, மூக்கு, முலையாகிய அங்கங்களை யறுத்துப் பங்கப்படுத்தினான்.

இது நடந்தது எப்போது?

இந்த மாதம் 15-ந் தேதி.

பகலா? இரவா?

பகல்.

எவ்விடத்தில்?

அவர்கள் தங்கியிருந்த பர்ணசாலையின் முன்னர்.

உன்னை அவர்கள் அப்படிச் செய்வதற்குக் காரணமென்ன?

நான் மானிடர்கள் வசிக்கின்ற பலவிடங்களிலுஞ் சஞ்சாரஞ் செய்து திரும்பிப் பஞ்சவடி தீரத்தினோரத்தில் அதிக ஆச்சரியமும் மனோகரமுமான ஓர் ஆச்சிரம மிருக்கக்கண்டு அதனருகிற் போனேன். அப்போது அந்த ஆச்சிரமத்தில் தங்கியிருந்த இந்தப் பிரதிவாதிகள் என்னைக்கண்டு மோகித்துக் காமத்தை யுண்டாக்கத்தக்க பலவித வார்த்தைகளைப் பேசி என்னை 2-ம், பிரதிவாதியாகிய இலக்ஷுமணனுக்கு மனைவியாக வேண்டுமென்று சொல்லி வற்புறுத்தினார்கள். நான் அதற்கு உடன்படவில்லை. அதுதான் காரணம்.

நீ அக்காயங்களுக்காக வைத்தியஞ் செய்வித்தாயா?

செய்வித்தேன்.

யாரைக்கொண்டு?

எங்கள் குலகுருவும், இந்த வியாச்சியத்தில் 3-ம், சாக்ஷியுமாகிய சுக்கிராசாரியரைக் கொண்டு.

எத்தனை நாள்?

ஒரு மாதம்.

2-ம், பிரதிவாதியாகிய இலக்ஷுமணன் உன்னைக் கத்தியால் வெட்டிக் காயப்படுத்தின அப்பொழுதே அக்காயங்களை இந்தக் கோர்ட்டினது முன்னிலையிற் கொண்டுவந்து காட்டினாயா?

ஆம்.

பிரதிவாதி வக்கீல் கிறாசும், வாதி விடையும்

நீ பிரதிவாதிகளினது ஆச்சிரமத்திற்கு ஏன் போனாய்?

அவ்வாச்சிரமத்தை முனிவர்களினது ஆச்சிரமமென்று கருதினதினால்.

உன்னை 2-ம், பிரதிவாதிக்கு மனைவியாக வேண்டுமென்று சொன்னது அங்குப்போன வுடனேயா?

அல்ல.

பின் எப்போது?

சில வேடிக்கையான வார்த்தைகளையும் காமத்தை விளை விக்கக்கூடிய பேச்சுக்களையும் பேசினபின்னர்.

அப்படிப் பேசினவர் இந்தப் பிரதிவாதிகளில் யார்?

இதோ நிற்கின்ற 1-ம், பிரதிவாதி.

அவர் பேசின அவ்வார்த்தைகள் யாவை?

அவை சொல்லத்தகாத அருவருப்பும் வெட்கமுமானவை.

ஆயினுங் குற்றமில்லை. சொல், பார்ப்போம்.

சூர்ப்பநகை பங்கம்

ஆர்டர்

கோர்ட்டில் நின்றும் அது ஆவசியக மில்லையென்று தடுக்கப்பட்டது.

நீ இருப்பது எங்கே?

கரதூஷணாதிகளினது வீட்டில்.

அவர்களுக்கு முனக்கும் பந்துத்துவ முண்டா?

உண்டு.

அவர்கள் உனக்குயார்.

சகோதரர்கள்.

எவ்வழியில்?

தாய்வழியில்.

நீ அவர்கள் வீட்டிலிருப்பதற்குக் காரணம் யாது?

எனது நாயகர் யுத்தத்திலிறந்துபோனதால் என் புத்திரன் அவ்விடத்தில் தவஞ்செய்துகொண்டிருக்கின்றான். அதுதான் காரணம்.

உனது நாயகர் பெயரென்ன?

விதுச்சிகுவ வரசன்.

நீ பிரதிவாதிகளை உனக்கு நாயகர்களாக வேண்டுமென்று கேட்டாயல்லவா?

இல்லை.

1-ம், 2-ம், பிரதிவாதிகளைக் கொல்லவும் 3-ம், பிரதிவாதியைத் தூக்கிக்கொண்டு போகவும் பிரயத்தனப் பட்டது மெய்தானே?

இல்லை.

நீ எவ்விதமாய் நிற்கும்போது உன்னை 2-ம், பிரதிவாதி வெட்டினார்?

குனிந்து நிற்கும்போது.

குனிந்து நிற்பதற்குக் காரணம் யாது?

வெட்கத்தைத் தரக்கத்த வார்த்தைகளைப் பேசினதுதான்.

சூர்ப்பநகை பங்கம்

வாதி வக்கீல்
நீக்கிறாசில்லை

கோர்ட்டார் வினாவும், வாதி விடையும்

வாக்குமூலம் வாசிக்கக் கேட்டாயா?

கேட்டேன்.

சரிதானா?

ஆம்.

வாதி சூர்ப்பநகை
(கையெழுத்து)

>>>>>>>>>>>

வாதி சாக்ஷி விசாரணை

வாதி பக்கம் 1-ம், சாக்ஷி
சூரியன் சத்தியஞ்செய்து
தெரிவித்த வாக்குமூலம்

சர்வ வல்லமையுள்ள தெய்வஞ்சாக்ஷியாக
நான் சொல்வதெல்லாம் உண்மை.

வாதி வக்கீல் வினாவும், 1-ம், சாக்ஷி விடையும்

வாதி பிரதிவாதிகளைத் தெரியுமா?

தெரியும்.

பிரதிவாதிகளினது ஆச்சிரமந் தெரியுமா?

தெரியும்.

அங்கு நடந்ததென்ன?

இந்த மாதம் 15-ந் தேதி பகல் 2-ம், பிரதிவாதி கத்தியினால் வாதியினது காதையும், மூக்கையும், முலைகளையும், அறுத்துக் காயப்படுத்தினார்.

அப்படிக் காயப்படுத்தினதை நீர்கண்ணாற் பார்த்தீரா அல்லது யாராவது சொல்லக் கேட்டீரா?

கண்ணாற்பார்த்தேன்.

அப்பொழுது 3-ம், பிரதிவாதி என்ன செய்தாள்?

சும்மா நின்றுகொண்டிருந்தாள்.

1-ம், பிரதிவாதியோ?

வாதியினதும் 3-ம், பிரதிவாதியினதும் மத்தியில் வாதி 3-ம், பிரதிவாதியை நெருங்காமல் தடுத்துக்கொண்டு நின்றார்.

அப்பால் வாதி என்னசெய்தாள்?

அவ்விடத்தைவிட்டுப் போய்விட்டாள்.

அப்படிப் போகும்போது அவள் தேகத்திலுண்டான காயங்களிலிருந்து இரத்தங் கசியவோ? கசிந்து பூமியிற் சிந்தவோ? கண்டீரா?

கண்டேன்.

எதைக் கண்டீர்?

இரத்தங்கசிந்து பூமியிற் சிந்தினதைக் கண்டேன்.

பிரதிவாதி வக்கீல் கிறாசும், 1–ம், சாக்ஷி விடையும்

1-ம், பிரதிவாதி வாதியை எதற்காகத் தடுத்தார்?

3-ம், பிரதிவாதியைத் தூக்கிக்கொண்டு போகாமலிருப்பதற்காக.

வாதி 3-ம், பிரதிவாதியைத் தூக்கிக்கொண்டு போனதற்குப் பிரயத்தனப்பட்டாளா?

ஆம்.

அந்தச் சமயத்திற்றானே 1-ம், பிரதிவாதி தடுத்தார்?

ஆம்.

அந்தத் தடையில் வாதி நின்றாளா?

இல்லை.

அப்போதுதானா 2-ம், பிரதிவாதி வாதியினது அங்கங்களை யறுத்தார்?

ஆம்.

இந்த வாதி, பிரதிவாதிகளினது ஆச்சிரமத்திற்கு வரும்போது கொண்டிருந்த கோலம் யாது?

ஓரழகிய யௌவன திசையையுடைய பெண்ணினது கோலம்.

3-ம், பிரதிவாதியைத் தூக்க எத்தனித்தபோது இருந்தகோலமும் அதுதானா?

அல்ல.

பின் யாது?

பெரிதான கரியமலையைப்போன்ற இதோ நிற்கின்ற கோலம்.

அக்கோலம் பிரதிவாதிகள் பயப்படத்தக்கதுதானே?

ஆம்.

வாதிவக்கீல் றீக்கிறாசும், 1–ம், சாக்ஷி விடையும்

உமது வசமிசத்தவர்களல்லவா 1-ம், 2-ம், பிரதிவாதிகள்?

ஆம்.

கோர்ட்டார் வினாவும், 1–ம், சாக்ஷி விடையும்

வாக்குமூலம் வாசிக்கக் கேட்டீரா?

கேட்டேன்.

சரிதானா?

ஆம்.

வாதி பக்கம் 1-ம், சாக்ஷி சூரியன்
(கையெழுத்து)

››››››››››››

சூர்ப்பநகை பங்கம்

வாதி பக்கம் 2-ம், சாக்ஷி
மாருதன் சத்தியஞ்செய்து
தெரிவித்த வாக்குமூலம்

சர்வ வல்லமையுள்ள தெய்வஞ்சாக்ஷியாக
நான் சொல்வதெல்லாம் உண்மை.

வாதி வக்கீல் வினாவும், 2-ம், சாக்ஷி விடையும்

வாதி பிரதிவாதிகளைத் தெரியுமா?

தெரியும்.

வாதியை 2-ம், பிரதிவாதி என்னசெய்தார்?

கத்தியால் முலை, மூக்கு, காதாகிய அங்கங்களை யறுத்துப் பங்கப்படுத்தினார்.

எப்போது?

இந்த மாதம் 15-ந்தேதி.

பகலா? இரவா?

பகல்.

எவ்விடத்தில்?

அவர்கள் தங்கியிருந்த ஆச்சிரமத்தின் முன்னர்.

அக்காயங்களிலிருந்து இரத்தங் கசிந்ததா?

கசிந்தது.

அது பூமியி லொழுகிற்றல்லவா?

ஆம்.

அப்போது 3-ம், பிரதிவாதி என்னசெய்தாள்?

சும்மா நின்றாள்.

1-ம், பிரதிவாதி எங்கு நின்றார்?

3-ம், பிரதிவாதியினது முன்னர்.

வெறுப்போடா? விருப்போடா?

சூர்ப்பநகை பங்கம்

வெறுப்போடு.

வாதி எங்கு நின்றாள்?

1-ம், பிரதிவாதியினது முன்.

பிரதிவாதி வக்கீல் கிறாசும், 2-ம், சாக்ஷி விடையும்

வாதி சும்மா நிற்கும்போதா? 2-ம், பிரதிவாதி வெட்டினார்?

அல்ல.

பின் எப்போது?

3-ம், பிரதிவாதியைத் தூக்கிக்கொண்டு போகப் பிரயத் தனித்தபோது.

பிரயத்தனித்தது எப்படி?

தான் நின்ற நிலையை விட்டு நெருங்கிக் குனிந்து.

அந்தச் சமயத்தில் யாராவது தடுத்தார்களா?

ஆம்.

யார்?

1-ம், பிரதிவாதி.

அத்தடையில் வாதி நின்றாளா?

இல்லை.

அப்போதுதானே 2-ம், பிரதிவாதி வெட்டினார்?

ஆம்.

அப்பால் வாதி என்னசெய்தாள்?

அவ்விடத்தை விட்டுப் போய்விட்டாள்.

வாதி ஆதியில் பிரதிவாதிகளினது ஆச்சிரமத்திற்கு வந்ததை நீர் பார்த்தீரா?

பார்த்தேன்.

அப்போது அவள் கொண்டிருந்த கோலம் யாது?

யௌவன வயதுடைய மனோகரமான ஒரு பெண்ணினது கோலம்.

3-ம் பிரதிவாதியைத் தூக்குவதற்குப் பிரயத்தனப்படவும், 2-ம் பிரதிவாதி வெட்டவுஞ் செய்த சமயத்திற் கொண்டிருந்ததும் அவ்விதக் கோலந்தானா?

அல்ல.

பின் எவ்விதக் கோலம்?

கருமையான பெரிய ஒரு மலையினது கோலம்.

அக்கோலம் பார்ப்பவர்கள் பயப்படத் தக்கதுதானே?

ஆம்.

வாதி வக்கீல்

றீக்கிறாசில்லை

கோர்ட்டார் வினாவும், 2–ம், சாக்ஷி விடையும்

வாக்குமூலம் வாசிக்கக் கேட்டீரா?

கேட்டேன்.

சரிதானா?

ஆம்.

வாதி பக்கம் 2–ம், சாக்ஷி மாருதன்
(கையெழுத்து)

››››››››››››

வாதி பக்கம் 3-ம், சாக்ஷி

சுக்கிரன் சத்தியஞ்செய்து

தெரிவித்த வாக்குமூலம்

சர்வ வல்லமையுள்ள தெய்வஞ்சாக்ஷியாக நான் சொல்வதெல்லாம் உண்மை.

சூர்ப்பநகை பங்கம்

வாதி வக்கீல் வினாவும், 3-ம், சாக்ஷி விடையும்

இந்த வாதியைத் தெரியுமா?

தெரியும்.

இவள் தேகத்திலிருந்த காயங்களைப் பார்த்தீரா?

பார்த்தேன்.

அதற்காக நீர் வைத்தியஞ் செய்ததுண்டா?

உண்டு.

எந்தெந்தத் தானங்கள் என்னென்னவிதமான காயங்களிருந்தன?

இரு காதுகளையும் அடியோடறுத்துப் படுகாய மாக்கியிருந்தன. மூக்கையறுத்து வேறுபடுத்தியிருந்தது. முலைகளில் 15-அங்குல நீளமும், 4-அங்குல அகலமும், 9-அங்குல ஆழமுமுள்ள ஒவ்வொரு காயங்களிருந்தன.

இந்தக் காயங்களுக்காகத் தானே நீர் வயித்தியஞ் செய்தீர்?

ஆம்.

எத்தனை நாள்?

சுமார் ஒருமாதம்.

இந்த பீ, நம்பர் சர்ட்டிபிக்கெட் நீர் கொடுத்தது தானா?

ஆம்.

பிரதிவாதி வக்கீல் கிறாசும், 3-ம், சாக்ஷி விடையும்

வாதியினது வம்மிசத்தார்க்கெல்லாங் குரு யார்?

நான்றான்.

சூர்ப்பநகை பங்கம்

வாதி வக்கீல்
நீக்கிறாசில்லை

கோர்ட்டார் வினாவும், 3-ம், சாக்ஷி விடையும்

வாக்குமூலம் வாசிக்கக் கேட்டீரா?

கேட்டேன்.

சரிதானா?

ஆம்.

வாதி பக்கம் 3-ம், சாக்ஷி சுக்கிரன்
(கையெழுத்து)

ப்ரொசிடிங்க்ஸ்
நம்பர் 9

இந்த வியாச்சியத்தில் வாதியினதும் வாதிபக்கம் சாக்ஷிகளினதும் வாக்குமூலங்களால் 3-ம், பிரதிவாதியாகிய சீதையின்மீது யாதொரு குற்றமு மேற்படாததினால் அப்பிரதிவாதியை நிரபராதியாக இவ்வியாச்சியத்தைவிட்டும் டிஸ்சார்ஜ் செய்திருக்கின்றேன்.

1-ம், கிளாஸ் மாஜிஸ்திரேட்டு,
தேவேந்திரையன்
(கையெழுத்து)

குற்றப்பத்திரிகை

தேவலோகம் 1-ம், கிளாஸ் மாஜிஸ்திரேட்டுக் கோர்ட்டு, மாஜிஸ்திரேட்டு, தேவேந்திரையனென்னும் பெயரினான நான் இக்கோர்ட்டில் இவ்வருடம் பயல் 115-ம், நம்பர் வியாச்சியத்தில் 1-ம், பிரதிவாதியாகிய ஸ்ரீராமனென்னும் பெயருடைய உம்மீதும், 2-ம், பிரதிவாதி யாகிய இலக்ஷுமணன்மீதும் அடியிற் கூறியவண்ணம் இதனால் குற்றஸ்தாபகஞ் செய்கின்றேன். அதாவது இந்த வியாச்சியத்தில் வாதியாகிய சூர்ப்பநகையென்பவளை நீங்களிருவருங் கூடி நீங்களிருந்த ஆச்சிரமத்தின் முன்னர் இம்மாதம் 15-ம், தேதி

பகல் கத்தியால் வெட்டி மிகவுந் தேகோபத்திர வஞ்செய்திருப் பதாகத் தெரிகின்றது. அது சிக்ஷா நியமம் 326-ம், வகுப்பின்படி தண்டிக்கத் தக்கதும் என்முன் விசாரிக்கத்தக்கதுமான குற்றமா யிருப்பதால் அக்குற்றத்திற்காக உங்களிருவரையும் என்முன் விசாரணை செய்வதற்கு இதனால் உத்திரவு செய்திருக்கின்றேன்.

1-ம், கிளாஸ் மாஜிஸ்திரேட்டு,
தேவேந்திரையன்
(கையெழுத்து)

பிரதிவாதி விசாரணை

1-ம், பிரதிவாதி

ஸ்ரீராமன் சத்தியஞ்செய்து

தெரிவித்த வாக்குமூலம்

சர்வ வல்லமையுள்ள தெய்வஞ்சாக்ஷியாக நான் சொல்வதெல்லாம் உண்மை.

கோர்ட்டார் வினாவும், 1–ம், பிரதிவாதி விடையும்

உம்மீது சித்தப்படுத்தின குற்றப்பத்திரிகை வாசிக்கக் கேட்டீரல்லவா?

ஆம்.

அப்பத்திரிகையிற் சொல்லியபடி நீர் குற்றஞ் செய்ததுண்டா?

அதிற் சொல்லியபடி குற்றஞ் செய்யவில்லை.

நீர் அதற்காகச் சொல்லவேண்டிய எதிர்விவாதம் யாதாவது உண்டா?

உண்டு.

வியாச்சியத்திற் குறிப்பிட்ட சமயத்திலும் இடத்திலும் வியாச்சியக் காரியாகிய வாதியைப் பார்த்தீரா?

ஆம்.

அப்போது அவள் தேகத்தி லெவ்விடத்திலாவது காயமோ? அவயவப்பங்கமோ? உண்டா யிருந்ததா?

இல்லை.

பின் இக்காயங்க ளுண்டாவதற்குக் காரணம் யாது?

நானும் 2-ம், 3-ம், பிரதிவாதிகளும் எங்கள் ஆச்சிரமத்திலிருக்கின்ற காலத்தில், நாயகனின்றிச் சஞ்சலமடைபவளும் தேவவிரோதியுமான இந்தவாதி தனது மாயாசத்தியினால் அதிக சுந்தரமும் அலங்காரமு மமைந்த ஒப்பற்ற ஓர் யௌவன மங்கையினது கோலத்தைத் தாங்கிக் கொண்டு அங்குவந்து எங்களைத் தன்னை விவாகஞ் செய்து கொள்ள வேண்டுமென்று அபேட்சிக்கவும், நிர்ப்பந்திக்கவுஞ் செய்தாள். நாங்கள் அதைத் தரும பரிபாலனத்திற் கடுத்ததல்லவென்று கருதி அக்காரியத்திற் குடன்படாது மறுத்தோம். அதனால் அவள் மிகவுங் காம வேதனையுற்று அதிகக் கோபாந்தகியாய்த் தான் கொண்டிருந்த மாயா கோலத்தை யொழித்து யாவரும் அஞ்சத்தக்க கரிய மலைபோலும் பெரிய ஓர்வடித்தைத் தாங்கி எங்களைக் கொல்லவும், 3-ம், பிரதி வாதியாகிய சீதையைத் தூக்கிக்கொண்டு போகவும் பிரயத்தனப் பட்டாள். அப்போது நாங்கள் அவளை விட்டு நீங்கிச் சுகப்படுவதற்கு யாதொரு மார்க்கமு மில்லாததனால் எங்களது பிராண இரட்சிப்பிற் காகவும், 3-ம், பிரதிவாதியைத் தூக்கிக்கொண்டு போகாதிருப்பதற் காகவும் அவளை 2-ம், பிரதிவாதியான இலக்ஷுமணன் வாளால் வெட்டினான். இதுதான் அவள் தேகத்திற் காயமும், அவயவப் பங்கமு முண்டாவதற்குக் காரணம்.

இதனாற்றான் இவ்வியாச்சியங்கொண்டு வரப்பட்டதா?

ஆம்.

நீங்கள் அப்பர்ணசாலையில் தங்கியிருந்தது எதற்காக?

எங்கள் தந்தையினது கட்டளைப்படி தவத்திற்காக.

இதற்குச் சாக்ஷிகளுண்டா?

உண்டு.

யார்? யார்?

சமீப வாசிகளான அகத்தியருஞ் சடாயுவும்.

அவர்களை யழைத்து விசாரிக்க வேண்டுமா?

ஆம்.

வாக்குமூலம் வாசிக்கக் கேட்டீரா?

கேட்டேன்

சரிதானா?

ஆம்.

1-ம் பிரதிவாதி ஸ்ரீராமன்
(கையெழுத்து)

››››››››››››

2-ம், பிரதிவாதி

இலக்ஷுமணன் சத்தியஞ்செய்து

தெரிவித்த வாக்குமூலம்

சர்வ வல்லமையுள்ள தெய்வஞ்சாக்ஷியாக நான் சொல்வதெல்லாம் உண்மை.

கோர்ட்டார் வினாவும், 2–ம், பிரதிவாதி விடையும்

உம்மீது சித்தப்படுத்தின குற்றப்பத்திரிகை வாசிக்கக் கேட்டீரா?

ஆம்.

அதற்காக 1-ம், பிரதிவாதி தெரிவித்த விஷயத்தைப் பார்க்கினும் அதிகமாக உமக்குத் தெரிவிக்க வேண்டியது யாதாவது உண்டா?

இல்லை.

சாக்ஷிகளோ?

அவர்களு மில்லை.

வாக்குமூலம் வாசிக்கக் கேட்டீரா?

கேட்டேன்.

சரிதானா?

ஆம்.

››››››››››››

சூர்ப்பநகை பங்கம்

பிரதிவாதி சாக்ஷி விசாரணை

வாதி பக்கம் 1-ம், சாக்ஷி
அகத்தியன் சத்தியஞ்செய்து
தெரிவித்த வாக்குமூலம்

சர்வ வல்லமையுள்ள தெய்வஞ்சாக்ஷியாக
நான் சொல்வதெல்லாம் உண்மை.

பிரதிவாதி வக்கீல் வினாவும், 1-ம், சாக்ஷி விடையும்

வாதி பிரதிவாதிகளைத் தெரியுமா?

தெரியும்.

பிரதிவாதிகளினது ஆச்சிரமந் தெரியுமா?

தெரியும்.

இந்த வாதியினது தேகத்திலுண்டான காயங்களைப் பார்த்தீரா?

பார்த்தேன்.

அக்காயங்க ளுண்டான காரணந்தெரியுமா?

தெரியும்.

அது யாது?

இந்த வாதி ஒரு காம சொரூபியாகப் பிரதிவாதிகளிருந்த ஆச்சிரமத்திற்கு வந்து அவர்களைத் தனக்கு நாயகர்களாக வேண்டுமென்று நிர்ப்பந்தித்தாள்.

இல்லை.

அப்பால் நடந்த தென்ன?

அக்காரணத்தினால் 1-ம், 2-ம், பிரதிவாதிகளைக் கொல்லவும், 3-ம் பிரதிவாதியைத் தூக்கிக் கொண்டுபோகவும் பிரயத்தனப்பட்டாள். உடனே 2-ம், பிரதிவாதியாகிய இலக்ஷுமணன் அவளது மூக்கு, முலை, காதாகிய அவயவங் களையறுத்துப் பங்கப்படுத்தினான்.

அதன்பின் வாதி என்னசெய்தாள்?

அவ்விடத்தைவிட்டுப் போய்விட்டாள்.

கோட்டாறு கா.ப.செய்குதம்பிப் பாவலர்

சூர்ப்பநகை பங்கம்

இதுதானா உமக்குத் தெரிந்த விஷயம்?

ஆம்.

வாதி வக்கீல் கிறாசும், 1-ம், சாக்ஷி விடையும்

இதற்குமுன் உமக்கும் இந்தப் பிரதிவாதிகளுக்குஞ் சிநேகமுண்டா?

உண்டு.

இவர்கள் என்றைக்காவது உமது ஆச்சிரமத்திற்கு வந்திருக்கின்றார்களா?

வந்திருக்கின்றார்கள்.

அப்போது நீர் யாதாவது அவர்களுக்கு வெகுமதியாகக் கொடுத்ததுண்டா?

உண்டு.

அதனோடு ஆயுதம் யாதாவது கொடுத்தீரா?

கொடுத்தேன்.

அவ்வாயுதத்தின் பெயரென்ன?

அம்பும், வில்லும்.

அவை இப்போது இருப்பது யாரிடத்தில்?

என்னிடத்தில்.

நீர் தருமமாகக் கொடுத்த பொருள் மறுபடியும் உம்மிடத்தி லிருப்பதற்குக் காரணம் யாது?

அவர்கள் என்னிடத்திலேயே இருக்கட்டு மென்று வைத்து விட்டுப் போனதுதான்.

வாதியை 2-ம், பிரதிவாதி வாளால் வெட்டினதாகச் சொன்னீரே, அது நீர் கண்ணாற்பார்த்ததுதானே?

ஆம்.

சூர்ப்பநகை பங்கம்

வாதி வக்கீல்

றீக்கிறாசில்லை

கோர்ட்டார் வினாவும், 1–ம், சாக்ஷி விடையும்

வாக்குமூலம் வாசிக்கக் கேட்டீரா?

கேட்டேன்.

சரிதானா?

ஆம்.

பிரதிவாதி பக்கம் 1-ம், சாக்ஷி அகத்தியன்

(கையெழுத்து)

››››››››››››

பிரதிவாதி பக்கம் 2-ம், சாக்ஷி

ஜடாயு சத்தியஞ்செய்து

தெரிவித்த வாக்குமூலம்

சர்வ வல்லமையுள்ள தெய்வஞ்சாக்ஷியாக
நான் சொல்வதெல்லாம் உண்மை.

பிரதிவாதி வக்கீல் வினாவும், 2–ம், சாக்ஷி விடையும்

ஒன்று முதல் மூன்றுவரையுள்ள பிரதிவாதிகளையும், வாதியையுந் தெரியுமா?

தெரியும்.

அவர்களிருந்த பர்ணசாலை தெரியுமா?

தெரியும்.

உமது இருப்பிடம் அதற்குப் பக்கத்திற்றானா?

ஆம்.

அங்கு நடந்த தென்ன?

சூர்ப்பநகை பங்கம்

ஒருநாள் வாதி மிகவும் அழகுள்ள ஓர் யௌவனப் பெண்ணினது கோலத்தோடு அங்குவந்து 1-ம், 2-ம், பிரதிவாதிகளிடத்தில் தன்னை விவாகஞ் செய்துகொள்ளவேண்டுமென்று சொல்லி அவர்களைப் பலவந்தப்படுத்தினாள்.

அதற்கு அவர்கள் உடன்பட்டார்களா?

இல்லை.

அப்பால் நிகழ்ந்தது யாது?

அக்காரணத்தால் வாதி இதோ நிற்கின்ற பயங்கரத் தைத்தரத் தக்க வேடத்தைத்தாங்கி 1-ம், 2-ம், பிரதிவாதிகளைக் கொல்லவும், 3-ம், பிரதிவாதியைத் தூக்கிக்கொண்டு போகவும் பிரயத்தனப்பட்டு அவர்களை நெருங்கி வந்தாள்.

அப்போது பிரதிவாதிகள் என்ன செய்தார்கள்?

அவ்வாறு செய்யவொட்டாமல் தடுத்தார்கள்.

அத்தடையில் நின்றாளா?

இல்லை.

பின் நடந்தது யாது?

பிரதிவாதிகளுக்கு அவள் தங்களைக் கொன்று போடுவாளென்று தெரிந்தது. அதனால் 2-ம், பிரதிவாதி அவளது முலையையும், மூக்கையும், காதுகளையு மறுத்துப் பங்கப்படுத்தினார்.

அப்பால் அவள் போய் விட்டாளா?

ஆம்.

போகும்போது அவளது காயங்களிலிருந்து இரத்த மொழுகிற்றா?

ஆம்.

வாதி வக்கீல் கிறாசும், 2-ம், சாக்ஷி விடையும்

இந்த 1-ம், பிரதிவாதியினது உத்திரவாற்றானே நீர் அவர்களது ஆச்சிரமத்திற்குச் சமீபத்தில் தங்கி யிருக்கின்றீர்?

ஆம்.

உம்மை எப்போதாவது பிரதிவாதிகள் கொல்லுவதற்காகப் பிரயத்தனப் பட்டார்களா?

கொல்லுவதற்காகப் பிரயத்தனப்பட வில்லை.

பின் எதற்காகப் பிரயத்தனப்பட்டார்கள்?

பயமுறுத்துவதற்காக.

நீரும் பிரதிவாதிகளும் பந்துக்களல்லவா?

ஆர்டர்

கோர்ட்டில் நின்றும் பிரதிவாதிகள் மானிடராகவும், சாக்ஷி மானிடரல்லராகவு மிருப்பதால் இவ்வினா அசம்பவமான தென்று தடுக்கப்பட்டது.

வாதி வக்கீல்

நீக்கிறாசில்லை

கோர்ட்டார் வினாவும், 2-ம், சாக்ஷி விடையும்

வாக்குமூலம் வாசிக்கக் கேட்டீரா?

கேட்டேன்.

சரிதானா?

ஆம்.

பிரதிவாதி பக்கம் 2-ம், சாக்ஷி ஜடாயு
(கையெழுத்து)

››››››››››››

ஹீயறிங்

வாதிவக்கீல் மிஸ்ற்றர். காலனேமியினது விவாதம்

இந்த வியாச்சியத்தில் வியாச்சியங் கொண்டுவந்த வாதியினது தேகத்திலுள்ள காரியங்களினாலும், செய்கை நடந்த இடத்தைப் பார்த்து எழுதிவந்த யாதாஸ்தினாலும், வாதி ஒருமாதம் வரை வயித்தியஞ் செய்யப்பட்டா ளென்ற சர்டிப்பிக்கெட்டினாலும், ஒன்றுமுதல்

மூன்று வரையுள்ள சாக்ஷிகளினது வாக்குமூலங்களினாலும், வியாச்சியக் காரியாகிய வாதி மிகவுந் தேகோபத்திர மடைந்தா ளென்றும், அவ்வாறு உபத்திரவ மடைந்தது உண்மைதா னென்றும் யாதொரு ஆட்சேபமு மின்றித் திட்டமாய்த் தெரிகின்றன. அதனோடு உபத்திரவித்ததும் பிரதிவாதிகள் தாமென்பது அவர்களது வாக்குமூலங் களாலும், வாதிபக்கம் 1-ம், 2-ம், சாக்ஷிகளினது வாக்குமூலங்களாலும் நிராட்சேபமாய் நிச்சயப்படுகின்றது. பிரதிவாதிகள் குற்றத்தில் நின்றுந்தப்புவதற்கும், தங்களைக் குற்றவாளி யல்லவென்று காட்டு வதற்கும், தங்கள் சொந்தப் பாதுகாப்பென்னும் ஒரே விவாதத்தைச் சொல்லுவதோடு அதற்காகத் தங்கள் சொந்தக் கைவசத்திலேயே இருக்கப்பட்ட இருசாக்ஷிகளைக்கொண்டு சாக்ஷிய மெழுதுவிக்கவுஞ் செய்திருக்கின்றார்கள். ஆனால் அந்தச் சாக்ஷிகள் பிரதிவாதிகளினது சுயாதீனத்திலேயே இருப்பவர்களானதினால் அவர்களினது சாக்ஷியத்தை எள்ளளவும் நம்புவதற்கு மார்க்கமில்லை. ஆதலால் சட்டப்படிப் பிரதிவாதிகளைத் தக்கவாறு தண்டிக்கவேண்டு மென்று தாழ்மையாய்த் தெரிவித்துக் கொள்ளுகின்றேன்.

பிரதிவாதி வக்கீல் பரத்துவாச முனிவரது விவாதம்

இவ்வியாச்சியத்தில் விஷயநடந்ததை நேராக விருந்து பார்த்த வாதிபக்கம் 1-ம், 2-ம், சாக்ஷிகளினது வாக்குமூலங்களினாலேயே வாதி ஆதியில் பிரதிவாதிகளினது ஆச்சிரமத்திற்குவஞ்சகமான ஒரு பெண்ணினது வடிவத்தோடு வந்தாளென்றும், அப்பால் அனைவரும் அஞ்சத்தக்க அதிக அகோரமான ஓர் வடிவத்தை எடுத்தாளென்றும், 3-ம், பிரதிவாதியை அத்தானத்தை விட்டுத் தூக்கிக்கொண்டு போகப் பிரயத்தனப்பட்டா ளென்றும் நிச்சயமாகத் தெரிகின்றன. அதைப் பிரதிவாதி பக்கம் 1-ம், 2-ம், சாக்ஷிகள் தங்கள் வாக்குமூலங்களால் உறுதிப்படுத்தவுஞ்செய்கின்றார்கள். அதனால் வாதி 1-ம், 2-ம், பிரதி வாதிகளைக் கொல்ல ஆரம்பித்தாளென்றும், 3-ம், பிரதிவாதியைத் தூக்கிக்கொண்டுபோகப் பிரயத்தனப் பட்டாளென்றும் கொஞ்சமுஞ் சந்தேகமின்றிப் புலப்படுகின்றன. ஆதலால் வேறு விதத்தில் வாதியைத் தடுப்பதற்கு மார்க்க மில்லாததனாலும், சரீரத்தைச் சம்பந்தப்பட்ட சொந்தப் பாதுகாப்பிற்கான கடமையை உபயோகப் படுத்துவதில் ஜீவவதையோ? கொடிய உபத்திரவமோ? செய்யலா மென்று சட்டங்களிற் சொல்லியிருப்பதனாலும், தங்களது ஜீவப் பாதுகாப்பிற்காகவும், 3-ம், பிரதிவாதியைத் தூக்கிக் கொண்டு

போகாதிருப்பதற்காகவுமே வாதியைப் பிரதிவாதிகள் உபத்திரவித்தார் களென்று உண்மையாய் உறுதிப்படுவதோடு ஒருவிதத்தாலும் அவர்கள் குற்றவாளிகளல்லவென்றுந் தெரிகின்றது. மேலும் வாதியைத் தங்களுக்கு மனைவியாக வேண்டுமென்று வேண்டிக்கொண்ட விஷயத்திற்கு வாதி உடன்படாததினாலேயே பிரதிவாதிகள் இவ்விதஞ் செய்தார்களென்று வாதி சொல்லிய சமாச்சாரம் உண்மை தானோ வென வாதி பிரதிவாதிகளினது வயதையும், அவர்களினது தன்மையையுங் கோர்ட்டில் நின்றே பார்த்துத் தீர்மானிக்க வேண்டிய தாயிருக்கின்றது. ஆதலால் இவ்விஷயங்களை நன்றாய் ஆலோசித்து யாதொரு குற்றமுஞ் செய்தறியாத பிரதிவாதிகளை நிரபராதிகளாகவிட்டு வியாச்சியத்தைத் தள்ளவேண்டு மென்று வேண்டிக்கொள்ளுகின்றேன்.

நோட்டு

இவ்விஷயத்திற்காக வியாச்சியங் கொண்டுவரப்பட்டுப் பயல்செய்து வாதியினது தேகத்திலுள்ள காயங்களைப் பரிசோதித்து நோட்டிடவும், செய்கைநடந்த விடத்தைப் பார்த்து யாதாஸ்து எழுதித் தருவிக்கவும், வாதி பிரதிவாதிகளிடத்திலும், வாதிபக்கம் ஒன்று முதல் மூன்றுவரையுள்ள சாக்ஷிகளிடத்திலும் விசாரிக்கவும், ஏ, பி, இலக்கமிட்ட றிக்கார்டுகளைப் பரிசோதிக்கவும், இருபுறத்து வக்கீல்களினது விவாதங்களைக் கேட்கவுஞ்செய்தேன்.

ஜட்ஜிமெண்ட்

1. இந்த வியாச்சியத்தில் தங்கள்மீது ஏற்படும் எவ்விதக் குற்றத் தையும் பிரதிவாதிகள் சம்மதிக்கவில்லை. தங்களது பாதுகாப்பிற் காகவும், 3-ம் பிரதிவாதியை வாதி தூக்கிக் கொண்டு போகா திருப்பதற்காகவுமே வாதியை நாங்க ளுபத்திரவித்தோமென்றும், அது சரீரத்தைச் சம்பந்தப்பட்ட சொந்தப் பாதுகாப்பிற்கான கடமையை உபயோகித்த தாகுமென்றுஞ் சொல்லுகின்றார்கள்.

2. வாதி சாதாரணமாய்ப் பிரதிவாதிகளிருந்த பர்ணசாலைக்குப் போன சமயத்தில், பிரதிவாதிகள் தன்னை 2-ம், பிரதிவாதியாகிய இலக்ஷுமணனுக்கு மனைவியாக வேண்டு மென்று நிர்பந்திக்க, அதை மறுத்ததினாற்றான் அவ்விரண்டாம் பிரதிவாதி 1-ம், 3-ம், பிரதிவாதிகளினது துர்ப்போதனைக்கிணங்கித் தன்னைக் கத்தியால் வெட்டிக் காயப்படுத்தவும், உபத்திரவிக்கவுஞ் செய்தாரென்பது வாதியினது வியாச்சியம்.

3. வாதி பக்கம் 1-ம், 2-ம், சாக்ஷிகளினது வாக்குமூலங்களால் வாதியை 2-ம், பிரதிவாதி வெட்டிக் காயப்படுத்தினதாகவும், 3-ம், சாக்ஷியினது வாக்குமூலத்தால் வாதியினது தேகத்திலுண்டான காயங்களுக்கு வயித்தியஞ் செய்ததாகவும், யாதாஸ்தினாற் பிரதி வாதிகளினது பர்ணசாலைக்கு முன்னர் நின்று வெட்டினதாகவுந் தெரிகின்றன.

4. மேற்கூறிய எல்லா விஷயங்களினாலும் வாதியை 2-ம், பிரதி வாதி கத்தியால் வெட்டிக் காயப்படுத்தினா ரென்பது களங்கமற விளங்குகின்றது.

5. இதில் 3-ம், பிரதிவாதியாதொரு குற்றமுஞ் செய்ததாகத் தெரியாத தினால் அப்பிரதிவாதியை முன்னரே டிஸ்ஜார்ஜ் செய்திருக் கின்றேன். 9-ம், நம்பர் ப்ரொஸிடிங்சைப் பார்க்கவும். இனி நாம் இந்த வியாச்சியத்திற் கவனிக்கவேண்டியது 1-ம், 2-ம், பிரதிவாதிகள்மீது ஏற்படுங் குற்றத்தைப் பற்றித்தான்.

6. 1-ம், 2-ம், பிரதிவாதிகள் மிகவும் பாலியர்களாகவும், மானிடர் களாகவும், பெருந்தன்மையுடையவர்களாகவு மிருக்கின்றார்கள். அவர்கள் பெரிய மலைபோன்ற கரிய நிறத்தையுடைய இந்த வாதியை விரும்புவார்களோ? ஒருக்காலும் விரும்பார்கள். ஆதலால் வாதி தன்னை மனைவியாக வேண்டுமென்று வற்புறுத்தினார்களெனச் சொல்லிய சமாச்சாரம் எள்ளளவும் நம்பத்தக்க தல்ல.

7. முனிவர்களது ஆச்சிரமத்திற்குப்போக யாதொரு காரியமு மில்லாத இந்த வாதி பிரதிவாதிகளினது ஆச்சிரமத்தை முனிவர் களினது ஆச்சிரமமென்று கருதிப்போனே னென்பது அணுத் துளையும் அழகாகத் தோற்றவில்லை.

8. வாதிஆதியில் ஓரழகிய பெண்வடிவத்தோடு பிரதிவாதிகளிருந்த ஆச்சிரமத்திற்கு வந்ததாகவும், அப்பால் அதிபயங்கரமான அகோர வடிவத்தைத் தாங்கி 3-ம், பிரதிவாதி அஞ்சும்படி அவளை அடுத்ததாகவும், 1-ம், பிரதிவாதி மத்தியில் நின்று தடுத்ததாகவுஞ் சாக்ஷிகளினது வாக்குமூலங்களால் விளங்குகின்றன. அதனால் வாதியைத் தூக்கிக் கொண்டுபோகப் பிரயத்தனப்பட்டா ளென்றும், 1-ம், 2-ம், பிரதிவாதிகளுக்குத் தங்களைக் கொல்லுவாளென்ற பயமேற் பட்டதென்றும் ஒப்புக்கொள்ள வேண்டியதா யிருக்கின்றன.

9. இந்த வியாச்சியத்திற் பிரதிவாதிகளுக்குச் சரீரத்தைச் சம்பந்தப் பட்ட சொந்தப்பாது காப்பிற்கான கடமையைச் செலுத்துவதில் ஜீவவதையோ? கொடிய உபத்திரவமோ? செய்யலாமென்ற இரண்டுகாரியங்களில் இவர்கள் நியாயமாக செய்யத்தக்க ஒன்றை யாதொரு தடையு மின்றிச் செய்வதற்கு நியாயமிருப் பதாகவே நான் கருதுகின்றேன்.

10. இருபுறத்துச் சாக்ஷிகளினது வாக்குமூலங்களும், மற்றபாவனை களும் அதற் கனுகூலமாகவே இருக்கின்றன. அன்றியும், வாதியைப் பிரதிவாதிகள் மனமறிய உபத்திர வித்தார்க ளென்பதற்கு யாதொரு நியாயத்தையுங் காணவில்லை.

11. இக்காரணங்களினால் 1-ம், 2-ம், பிரதிவாதிகள் தங்களது ஜீவப்பாதுகாப்பிற்காகவும், வாதி 3-ம், பிரதிவாதியைத் தூக்கிக் கொண்டு போகாதிருப்பதற்காகவுமே வழி தேடினதாலும், 2-ம், பிரதிவாதியால் வாதிக்கு இவ்வாறு நேரிட்ட உபத்திரவம் பிரதிவாதிகள்மீது தண்டிக்கத் தக்க குற்றமா யேற்படாததாலும், அவர்களை நிரபராதிகளாக விட்டு வியாச்சியத்தைப் பயலி லிருந்துந் தள்ளும்படி தீர்மானித் திருக்கின்றேன்.

தேவலோகம் 1-ம் கிளாஸ் மாஜிஸ்திரேட்டு,
தேவேந்திரையன்
(கையெழுத்து)

சூர்ப்பநகை பங்கம் கிரிமினல் கேஸ்
முற்றிற்று!

கிரிமினல் கேஸ்

வாலிவதம்

பிரமலோகம் டிஸ்திரிக்ட்டு மாஜிஸ்திரேட்டுக் கோர்ட்டு மாஜிஸ்திரேட்டு மிஸ்ற்றர். **அநந்தாசாரியரவர்கள்** *முன்னிலையில் நடந்த திரேதாயுகம் 3402-ம், வருடம் சித்திரைமாதம் 4-ந் தேதி பயல் 422-ம், நம்பர் கிரிமினல் கேஸ்.*

வாதி	**பிரதி வாதிகள்**
1 - அங்கதன்	*1 - ஸ்ரீராமன்* *2 - சுக்கிரீவன்* *3 - அனுமான்*
வாதி சாக்ஷிகள்	**பிரதிவாதி சாக்ஷிகள்**
1 - சூரியன் *2 - மாருதன்* *3 - அங்காரகன்*	*1 - வான்மீகி* *2 - ஜாம்பவான்* *3 - உருமை* *4 - நளன்*
வாதி வக்கீல்	**1-ம் பிரதிவாதி வக்கீல்**
1 - மிஸ்ற்றர்.சவாகரப்பிரபு	*1 - எப்.ஜி.இராஜராஜய்யன்*

வியாச்சியம்

இந்த மாதம் 2-ந் தேதி காலை 2-ம், பிரதிவாதியாகிய சுக்கிரீவனால் அனுப்பப்பட்ட 3-ம், பிரதிவாதி அனுமான், காணாமற் போன தமது மனைவியைக் காணும்பொருட்டுக் கோதண்டபாணியாய் அங்குமிங்கு மலைந்துகொண்டிருந்த 1-ம், பிரதிவாதியாகிய ஸ்ரீராமரை வழியிற்கண்டு அவரோடு வார்த்தையாடி அவரைத் தக்க கண்ணியமு

மிக்க வீரியமுமடைய ஓர் க்ஷத்திரிய ரென்றுதெரிந்து 2-ம், பிரதி வாதியாகிய சுக்கிரீவனிடத்திற்குக் கூட்டிக்கொண்டு போனான். அங்கு 1-ம், 2-ம், பிரதிவாதிகள் தங்கள் வரலாற்றை ஒருவருக்கொருவ ரறிவித்தபின்னர், 1-ம், பிரதிவாதியாகிய ஸ்ரீராமர் உனது தமயனும் விரோதியுமான வாலியை வதைத்து அவனது இராச்சியத்தை உனக்குப் பட்டாபிஷேகஞ்செய்து தருகின்றேனெனவும், 2-ம், பிரதிவாதியாகிய சுக்கிரீவன் காணாமற்போன உமது மனைவி சீதையைக்கண்டு இருக்குமிடத்தைச் சொல்லுகின்றேனெனவுந் தம்மிற் சத்தியஞ்செய்து கொண்டார்கள். அப்பால் அச் சத்தியத்தின் படியே 2-ம், பிரதிவாதியாகிய சுக்கிரீவன் அதிவீரசூர பராக்கிரமரும் எனது தந்தையுமாகிய வாலியை யுத்தத்திற்கழைத்தான். அவர் உடனே யுத்த சன்னதராய்ப் புறப்பட்டுப்போனார். இருவருந் தம்மில் எதிர்த்து யுத்தஞ்செய்தார்கள். அப்போது 1-ம், பிரதிவாதியாகிய ஸ்ரீராமர் ஒருவருக்குந் தெரியாமல் ஒளித்து நின்றுகொண்டு அத்திரப் பிரயோகஞ்செய்து தன் சத்தியப்படியே எனது தந்தையாகிய வாலியைக் கொன்றிருக்கின்றார். இது இந்தியன் பினல்கோடு 126-ம், வகுப்பின்படி தண்டிக்கத்தக்க குற்றமாயிருக்கின்றது. ஆதலாற் பிரதி வாதிகளையும், சாக்ஷிகளையும் வரவழைத்து விசாரித்துத் தீர்மானப் படுத்தித் தரவேண்டுமென்று தெரிவித்துக்கொள்ளுகின்றேன்.

வாதி அங்கதன்
(கையெழுத்து)

வாதி விசாரணை

வாதி அங்கதன் சத்தியஞ்செய்து
தெரிவித்த வாக்குமூலம்

சர்வ வல்லமையுள்ள தெய்வஞ்சாக்ஷியாக நான் சொல்வதெல்லாம் உண்மை.

வாதி வக்கீல் வினாவும், வாதி விடையும்

உனக்குப் பிரதிவாதிகளைத் தெரியுமா?

தெரியும்.

அவர்கள் யார்?

இதோ நிற்கின்ற மூவரும்.

இவர்கள்மீது நீ வியாச்சியங் கொடுத்திருக்கின்றாயா?

கொடுத்திருக்கின்றேன்.

இப்போது வாசித்துக்காட்டியது அவ் வியாச்சியந்தானா?

ஆம்.

இவர்கள் செய்ததென்ன?

காணாமற்போன தமது மனைவியைக் காணும்பொருட்டுத் தேடித்திரிந்த 1-ம், பிரதிவாதியாகிய ஸ்ரீராமரை 2-ம், பிரதிவாதியால் அனுப்பப்பட்ட 3-ம், பிரதிவாதி அனுமான் பம்பா நதிக்கரையிற் கண்டு கூட்டிக்கொண்டு வரவும், 1-ம், 2-ம், பிரதிவாதிகள் தங்கள் வரலாற்றை ஒருவரோடொருவர் உசாவித் தெரிந்துகொள்ளவுஞ் செய்தபின்னர், 1-ம், பிரதிவாதி 2-ம், பிரதிவாதியைப் பார்த்து உனது தமையனும் விரோதியுமான வாலியை நான்கொன்று அவனது இராச்சியத்தை உனக்குப் பட்டாபிஷேகஞ் செய்து தருகின்றே னெனவும், 2-ம் பிரதிவாதியாகிய சுக்கிரீவன் நான் காணாமற்போன உமது மனைவியைக் கண்டு இன்னவிடத்தி லிருக்கின்றாளென்று உமக்குத் தெரிவிக்கின்றே னெனவுந் தம்மிற் சத்தியஞ்செய்து கொண்டார்கள். அப்பால் அச்சத்தியத்தின்படியே 2-ம் பிரதிவாதி அதிகப் பராக்கிரமசாலியும் என்றந்தையுமான வாலியை யுத்தத்திற்கழைத்தான். அவரும் உடனே யுத்த சன்னதராய்ப் புறப்பட்டுப் போனார். இருவரும் தம்மி லெதிர்த்து யுத்தஞ் செய்தார்கள். அந்தச் சமயத்தில் 1-ம், பிரதிவாதியாகிய ஸ்ரீராமர் மறைந்து நின்று எனது, தந்தையாகிய வாலியின்மீது பாணப் பிரயோகஞ் செய்து அவரைக் கொன்றார். இதுதான் அவர்கள் செய்தது.

இது எப்போது?

இந்தமாதம் 2-ந் தேதி.

இவ் வியாச்சியத்திற்குக் காரணம் இதுதானா?

ஆம்.

பிரதிவாதி வக்கீல் வினாவும், வாதி விடையும்

இதற்கு முன்னர் நீ 1-ம், பிரதிவாதியைப் பார்த்திருக்கின்றாயா?

இல்லை.

உனது தந்தையாகிய வாலியைக் கொல்லுகின்ற காலத்திற்றானே முதலாவது அவரைப் பார்த்தாய்?

ஆம்.

அவரை இன்னா ரென்று உனக்குத் தெரியுமா?

தெரியும்.

யார்?

அயோத்தியாபுரியை அரசாண்டு கொண்டிருந்த தசரத சக்கிரவர்த்தியினது புத்திரரென்று கேள்வி.

அவர் யாருடைய அம்சம்?

அது தெரியாது.

2-ம், பிரதிவாதி இதுவரையிருந்தது எங்கே?

துந்துபி மலையில்.

அவன் அங்கிருப்பதற்குக் காரணம் யாது?

வனக்கிரீடையையோ? அல்லது வேறு விஷயத்தையோ முன்னிட் டிருக்கலாம்.

பிரதிவாதிகளோடு உனக்கு யாதாவது விரோத முண்டா?

இல்லை.

2-ம், பிரதிவாதிக்கு விவாக மாய்விட்டதா?

ஆம்.

மனைவி யுயிரோ டிருக்கின்றாளா?

இருக்கின்றாள்.

அவள் பெயர் யாது?

உருமை.

அவள் இப்போது எங்கேயிருக்கின்றாள்?

கிஷ்கிந்தா புரியில்.

தனது நாயகனைப் பிரிந்து அங்கிருப்பதற்குக் காரணம் யாது?

அது தெரியாது.

வாதி வக்கீல்

றீக்கிறாசில்லை

கோர்ட்டார் வினாவும், வாதி விடையும்

வாக்குமூலம் வாசிக்கக் கேட்டாயா?

கேட்டேன்.

சரிதானா?

ஆம்.

வாதி அங்கதன்

(கையெழுத்து)

››››››››››››

வாதிசாக்ஷி விசாரணை

வாதிபக்கம் 1-ம், சாக்ஷி

சூரியன் சத்தியஞ்செய்து

தெரிவித்த வாக்குமூலம்

சர்வ வல்லமையுள்ள தெய்வஞ்சாக்ஷியாக நான் சொல்வதெல்லாம் உண்மை.

பிரதிவாதி வக்கீல் வினாவும், 1–ம், சாக்ஷி விடையும்

வாதி பிரதிவாதிகளைத் தெரியுமா?

தெரியும்.

வாதியினது தந்தையாகிய வாலியைத் தெரியுமா?

தெரியும்.

வாலிவதம்

இந்த வியாச்சியத்தைப் பற்றி யாதாவது தெரியுமா?

தெரியும்.

என்ன தெரியும்?

இந்த மாதம் 2-ந் தேதி காலை தமது மனைவியைக் காணாது தேடிவந்த 1-ம், பிரதிவாதியை 2-ம், பிரதிவாதியினது ஏவலாற் போன 3-ம், பிரதிவாதி அனுமான் கண்டு கூட்டிக்கொண்டு வரவும், 1-ம், 2-ம், பிரதிவாதிகள் தங்கள் வரலாற்றை ஒருவருக் கொருவர் தெரிவிக்கவுஞ் செய்த பின்னர், 1-ம், பிரதிவாதி 2-ம், பிரதிவாதி யினது விரோதியுந் தமையனு மான வாலியைக் கொன்று அவனது இராச்சியத்தை 2-ம், பிரதிவாதிக்குப் பட்டாபிஷேகஞ் செய்து தருவதாகவும், 2-ம், பிரதிவாதி காணாமற்போன 1-ம், பிரதிவாதி யினது மனைவியைக் கண்டு இருக்குமிடத்தை 1-ம், பிரதிவாதி யினோடு சொல்லுவதாகவும், தம்மிற் சத்தியஞ் செய்து கொண்டார்கள். அப்பால் 2-ம், பிரதிவாதி அச்சத்தியப்படியே மிகவும் வல்லமை சாலியும் வாதியினது தந்தையுமாகிய வாலியை யுத்தத்திற் கழைத்தான். அவனும் உடனே யுத்தசன்னதனாய்ப் புறப்பட்டுப் போனான். இருவரும் எதிர்த்து யுத்தஞ் செய்தார்கள். அப்போது 1-ம், பிரதிவாதி ஒழிந்துநின்று பாணப்பிரயோகஞ் செய்து மகா தீரனாகிய வாலியைக் கொலை செய்தார். இது தானெனக்குத் தெரியும்.

பிரதிவாதி வக்கீல் கிறாசும், 1-ம், சாக்ஷி விடையும்

இந்த வியாச்சிய சம்பந்தமான சகல விஷயங்களும் உமக்குத் தெரிந்ததுதானே?

ஆம்.

உமக்குத் தெரிவதற்குக் காரணம் யாது?

இவ்வுலகத்தில் நடக்கும் ஒவ்வொரு காரியங்களுக்கும் நான் கருமசாக்ஷியா யிருப்பதே.

உமக்குத் தெரியாமல் ஒன்றும் நடக்காதா?

நடக்காது.

இந்த வாதியினது தந்தையாகிய வாலிக்கும் 2-ம், பிரதி வாதியாகிய சுக்கிரீவனுக்குந் தம்மில் விரோதமுண்டாயிருந்ததும் உமக்குத் தெரியுமே?

ஆம்.

அவ்விரோத முண்டாவதற்குக் காரணம் யாது?

ஆதியில் மாயாவியென்னும் பெயரையுடைய ஓரசுர னிருந்தான். அவன் தன்னோடு எதிர்த்து மல்லாடும் வல்லமைசாலிகள் ஒருவரு மில்லையென இறுமாந்து ஒரு நாள் கிஷ்கிந்தா புரியில்வந்து இந்த வாதியினது தந்தையாகிய வாலியை யுத்தத்திற் கழைத்தான். அனைவரும் அஞ்சத்தக்க சொரூபத்தையுடைய அவ்வாலியும் ஆயுதபாணியாய் உடனே புறப்பட்டுப் போனான். அதைக்கண்ட அசுரன் மிகவும் பயந்து தான் நின்ற நிலையைவிட்டும் பெயர்ந்து பின் காட்டியோட, அவனைவிடாமல் வாலியும் பின்றொடர்ந்து துரத்திச்சென்றான். அப்போது அவ்வசுரன் தனக்குப் போ யொளிப் பதற்குத் தகுதியான இடம் யாதொன்றுஞ் சமீபத்தில் தென்படாததனாற் பக்கத்திற்றேற்றிய ஒரு மலையினது குகையிற் போயொளித்தான். அதைக்கண்ட வாலி தனது தம்பியாகிய 2-ம், பிரதிவாதியை யழைத்து நான் இந்த இராட்சதனைக் கொல்லும்பொருட்டு இம்மலைக் குகையி னுட்புறத்துச் செல்லுகின்றேன். நீ இவ்வாயலின் கண் நிற்கக்கடவாய். அங்கு என்னால் அவ்விராக்கதன் மடியில் இரத்தப்பிரவாகமும், அவனால் நான் மடியிற் சலப்பிர வாகமும் இவ்வாயல் வழிவரும். ஒருக்கால் நானேமடியின் இவ்வடையாளங்களால் நீ தெரிந்துகொண்டு இவ்வாயலை மிகவும் உறுதியான கற்களா லடைத்துவிட்டு எனது இராச்சியத்தைப் பரிபாலித்து வரக்கடவா யென்று சொல்லி விட்டு அக் குகையி னுட்புறத்துச் சென்றான். அச்சொற்படியே 2-ம், பிரதி வாதியாகிய சுக்ரீவன் அங்கு நின்று கொண்டிருந்தான். அப்பால் குகையினுட்புறத்துச் சென்ற வாலி அவ்விராக்கதனைக் கண்டு அவனோ டெதிர்த்துப் போராட, அவன் அப்போருக் காற்றாது மிகவும் அஞ்சி யொடுங்கி அவ்வாலி கையால் மடியுந் தருணத்தில் தனது மாயாசத்தியினால் அவ்வாயல் வழி ஜலப் பிரவாகமே வரச் செய்துவிட்டு மடிந்தான். அதைக் கண்ட 2-ம், பிரதிவாதி தனது தமையனான வாலியே அக்குகையி னிடத்து மடிந்தானென்று கருதி அக்குகையின் வாயலை மிகவும் உறுதியான கற்களினால் அடைத்து விட்டு அவனது இராச்சியமாகிய கிஷ்கிந்தாபுரியில் வந்து அரசாண்டு கொண்டிருந்தான். அப்பால் வாலி இராக்கதன் மடிந்தா னென்னுஞ் சந்தோஷத்தினால் திரும்பிக் குகையினது வாயலில் வந்து பார்க்க, அவ்வாயல் மிகவும் உறுதியான கற்களினால் அடைபட்டிருக்கக் கண்டு அடக்க முடியாத அளவற்ற கோபத்தோடு தன்னைக் கொல்லும்

பொருட்டுத் தனது தம்பியாகிய சுக்கிரீவன் இவ்வாறு தன்னை வஞ்சித்தா னென்றெண்ணித் தனது வலிமையினால் அக் கற்களைப் பெயர்த் தெறிந்துவிட்டு வெளியில் வந்து யாதொரு குற்றமுஞ் செய்தறியாத அச் சுக்கிரீவனைக் கொல்லும்படி துரத்தினான். அவன் ஓடிப்போய்விட்டான். இதற்குக் காரணம்.

ஓடி எவ்விடத்திற்குப் போனான்?

இரசிமுகப் பருவதத்திற்கு.

அவ்விடத்திற்கு வாலி போனானா?

இல்லை.

ஏன் போகவில்லை?

அங்குப்போனால் அவனது தலைவெடித்துப் போகுமென்ற சாபம் அவனுக்குக் கிடைத்திருந்ததனால்.

அந்தச் சாபம் கொடுத்தவன் யார்?

அம்மலையில் தவஞ்செய்துகொண்டிருந்த ஓ ிருடி.

அவர் கொடுப்பதற்குக் காரணம் யாது?

ஆதியில் துந்துபி யென்னு மோரசுரன் தன்னோடு எதிர்த்து யுத்தஞ் செய்ய வல்லவர் உலகி லொருவரு மில்லையென்று தெரிந்து தேவலோகத்திற்சென்று மும்மூர்த்தி முதலியாவரையும் யுத்தத்திற் கழைத்தான். அவர்கள் உன்னோடு யுத்தஞ் செய்ய வல்லவன் பூவுலகில் வாலி யென்றொருவனிருக்கின்றான். அவனிடம் போவென்று விடையளித்தார்கள். அப்பால் அவன் பூவுலகில் வந்து வாலியைக் கண்டு அவனோடு எதிர்த்து யுத்தஞ் செய்தான். அவ்வாலியும் அவனோடு பலவாறு போராடி முடிவில் அவனைத் தூக்கி ஆகாயமார்க்கமா யெறிய, அவன் திடீரென்று அந்த இரசி முகப் பருவத்தில் வந்து விழுந்தான். அதனால் அங்குத் தவஞ் செய்துகொண்டிருந்த அவ்விருடி இத்துட்டு வேலை செய்தவன் யாவனென யோசித்து வாலியென்று தெரிந்துமுற்கூறிய வண்ணஞ் சாபங் கொடுத்தார். இதுதான் சாபத்திற்குக் காரணம்.

2-ம், பிரதிவாதியாகிய சுக்கிரீவன் தனது நாடு, நகரம், நாயகி முதலிய எல்லாரையும் விட்டு அந்த இரசி முகப்பருவத்தில் தனித்துத் தங்கியிருப்பதற்கு முற்கூறிய விரோதந்தானா காரணம்?

ஆம்.

1-ம், பிரதிவாதி யாருடைய அம்சம்?

விஷ்ணுவினது அம்சம்.

அவர் உலகத்தில் அவதரித்தது எதற்காக?

சிட்ட பரிபாலனத் துட்ட நிக்கிரகத்திற்காக.

வாலி துட்டச் செய்கைகள் செய்பவன்றானா?

ஆம்.

அவன் செய்த துட்டச் செய்கைகள் யாவை?

யாதொரு குற்றமுஞ் செய்தறியாத வாலியை நாட்டில் நின்று காட்டிற் கோட்டினதும், அவனது மனைவியைக் கைவசப்படுத்தினதும், இன்னும் பலவும்.

வாதி வக்கீல் றீக்கிறாசும், 1–ம், சாக்ஷி விடையும்

2-ம், பிரதிவாதியாகிய சுக்கிரீவன் உமது புத்தின னல்லவா?

ஆம்.

கோர்ட்டார் வினாவும், வாதி விடையும்

வாக்குமூலம் வாசிக்கக் கேட்டாயா?

கேட்டேன்.

சரிதானா?

ஆம்.

வாதிபக்கம் *1-ம்*, சாக்ஷி சூரியன்
(கையெழுத்து)

››››››››››››

வாலிவதம்

வாதி பக்கம் 2-ம், சாக்ஷி
மாருதன் சத்தியஞ்செய்து
தெரிவித்த வாக்குமூலம்

சர்வ வல்லமையுள்ள தெய்வஞ்சாக்ஷியாக
நான் சொல்வதெல்லாம் உண்மை.

வாதி வக்கீல் வினாவும், 2-ம், சாக்ஷி விடையும்

வாதி பிரதிவாதிகளைத் தெரியுமா?

தெரியும்.

வாதியினது தந்தையாகிய வாலியைத் தெரியுமா?

தெரியும்.

இவ்வியாச்சியத்திற் சொல்லிய விஷய முழுவதும் உண்மைதானா?

ஆம்.

அது நடந்தது எப்போது?

இந்தமாதம் 2-ந் தேதி.

1-ம், பிரதிவாதியாகிய ஸ்ரீராமர் இந்த வாதியினது தந்தையாகிய வாலியைக் கொன்றதைப் பார்த்தீரா?

பார்த்தேன்.

எதனாற் கொன்றார்?

பாணத்தினால்.

மறைந்து நின்றா? நேராக நின்றா?

மறைந்து நின்று.

உமக்குத் தொழிலென்ன?

எவ்விடத்தும் பரவிச் சஞ்சரிப்பது.

அப்போது அவ்விடத்திலுஞ் சஞ்சரித்தீரா?

ஆம்.

பிரதிவாதி வக்கீல் கிறாசும், 2–ம், சாக்ஷி விடையும்

நீர் சர்வ வியாபக ரல்லவா?

ஆம்.

உமக்கு யாவுந் தெரியுமே?

ஆம்.

1-ம், பிரதிவாதி யாருடைய அம்சம்?

விஷ்ணுவினது அம்சம்.

அவர் எதற்காக உலகத்தி லவதரித்தார்?

கிட்ட பரிபாலனத் துட்டநிக்கிரகத்திற்காக.

வியாச்சியத்திற் சொல்லிய வாலியென்பன் நிரபராதியுந் தனது தம்பியுமாகிய 2-ம், பிரதிவாதியைக் கொல்லுவதற்குப் பிரயத்தனப் பட்டதும், அவனது மனைவியாகிய உருமையைப் பலவந்தமாகத் தனக்குச் சொந்தமாக்கிக் கொண்டதும், வேறு பல துட்டச் செய்கைகள் செய்ததுமுண்மைதானே?

ஆம்.

வாதி வக்கீல் றீக்கிறாசும், 2–ம், சாக்ஷி விடையும்

3-ம், பிரதிவாதி உமக்கு யார்?

புத்திரன்.

கோர்ட்டார் வினாவும் 2–ம், சாக்ஷி விடையும்

வாக்குமூலம் வாசிக்கக் கேட்டீரா?

கேட்டேன்.

சரிதானா?

ஆம்.

வாதிபக்கம் 2-ம், சாக்ஷி மாருதன்
(கையெழுத்து)

›››››››››››

குற்றப்பத்திரிகை

பிரமலோகம் டிஸ்திரிக்ட்டுக் கோர்ட்டு மாஜிஸ்திரேட்டு, அநந்தாசாரியென்னும் பெயரினனான நான் இக்கோர்ட்டில் இவ்வருடம் பயல் 422-ம், நம்பர் வியாச்சியத்தில் ஒன்று முதல் மூன்றுவரையுள்ள பிரதிவாதிகளான உங்கள்மீது அடியிற் கூறியபடி இதனாற் குற்றஸ்தாபகஞ் செய்கின்றேன். அதாவது, இம்மாதம் 2-ம், தேதி உங்களில் 2-ம், பிரதிவாதியால் அனுப்பப்பட்ட 3-ம், பிரதி வாதி 1-ம், பிரதிவாதியாகிய ஸ்ரீராமரைக்கண்டு கூட்டிக் கொண்டு வரவும், 1-ம், 2-ம், பிரதிவாதிகள் தங்கள் வரலாற்றை ஒருவருக் கொருவர் அறிவிக்கவுஞ் செய்தபின்னர் 1-ம், பிரதிவாதி 2-ம், பிரதிவாதியினது விரோதியுந் தமையனுமான வாலியைக் கொல்லு வதாகவும், 2-ம், பிரதிவாதி காணாமற்போன 1-ம், பிரதிவாதியினது மனைவியைக்கண்டு இருக்குமிடஞ் சொல்லுவதாகவும் தம்மிற் சத்தியஞ் செய்ததோடு அச்சத்தியப் படியே 2-ம், பிரதிவாதி இவ்வியாச்சியத்தில் வாதியாகிய அங்கதனது தந்தையும் வானராதி பனுமான வாலியை யுத்தத்திற் கழைக்கவும், அவன் உடனே யுத்த சன்னதனாய்ப் புறப்பட்டுவரவும், இருவருமெதிர்த்து யுத்தஞ் செய்யவும், அந்தச் சமயத்தில், அவ்வாலியை 1-ம், பிரதிவாதி மறைந்து நின்று பாணப்பிரயோகஞ் செய்து கொல்லவுஞ் செய்ததாகத் தெரிகின்றது. இது இந்தியன் பினல்கோடு 126-ம், வகுப்பின்படி தண்டிக்கத்தக்கதும், என் முன்னிலையில் விசாரிக்கத்தக்கதுமான குற்றமா யிருப்பதனால், அக் குற்றத்திற்காக உங்கள் மூவரையும் என்முன் விசாரணை செய்வதற்கு இதனா லுத்திரவு செய்திருக்கின்றேன்.

பிரமலோகம் டிஸ்திரிக்ட்டு மாஜிஸ்திரேட்டு,

அநந்தாசாரி
(கையெழுத்து)

››››››››››››

பிரதிவாதி விசாரணை

1-ம், பிரதிவாதி

ஸ்ரீராமன் சத்தியஞ்செய்து

தெரிவித்த வாக்குமூலம்

சர்வ வல்லமையுள்ள தெய்வஞ்சாக்ஷியாக நான் சொல்வதெல்லாம் உண்மை.

கோர்ட்டார் வினாவும், 1-ம், பிரதிவாதி விடையும்

உம்மீது சித்தப்படுத்தின குற்றப்பத்திரிகை வாசிக்கக் கேட்டீரல்லவா?

ஆம்.

அதிற் சொல்லியபடி நீர் குற்றஞ் செய்ததுண்டா?

அதிற் சொல்லியபடி செய்த துண்டு. ஆயினும் அது குற்ற மாகாது.

குற்ற மாகாததற்குக் காரணம் யாது?

சிட்ட பரிபாலனத் துட்ட நிக்கிரகத்திற் காகவே இவ்வுலகத்தி லவதரித்து எல்லாச் செய்கைகளையுந் தெரிந்து கொள்ளவல்லமையுள்ள நான் தேவவழிபாடும், மிக்க சற்குணமுமுடையோனான இந்த 2-ம், பிரதிவாதியினது வனவாச முதலிய சகல கஷ்டங்களையும் முன்னரே அறிந்திருந்தேனாயினும் 3-ம், பிரதிவாதியுஞ் சொன்னதனால் உடன்றானே அந்த 2-ம், பிரதிவாதி தங்கியிருந்த இரசிமுகப் பருவத்திற்குப் போனேன். அங்கு வாலியினது துஷ்டச்செய்கைகளாற் பலவிதக் கஷ்டங்களை அனுபவித்துக் கொண்டிருப்பவனும், எவ்விதக் குற்றமுஞ் செய்யாதவனுமான அந்த 2-ம், பிரதிவாதி என்னைக் கண்டு தனக்கு நேரிட்டிருக்குங் கஷ்டங்களுக்குக் காரணம் இன்னதென்று தெரிவித்தான். அதனால் நான் மிகவும் பாதகனான அந்த வாலியைப் பாணப் பிரயோகஞ் செய்து கொன்றேன். இதுதான் காரணம்.

இவ்விஷயத்தை உரூபகப்படுத்துவதற்காக உம்மிடத்தில் ஏதாவது றிக்கார்டு ளுண்டா?

உண்டு.

வாலிவதம்

அது யாது?

இராமாயணம்.

சாக்ஷிகளோ?

அவர்களு முண்டு.

யார்? யார்?

அந்த இராமாயணத்தை ஆக்கியோ ரான வான்மீகியும், ஜாம்பவானும்.

அவர்களை அழைத்து விசாரிக்க வேண்டுமா?

ஆம்.

வாக்குமூலம் வாசிக்கக் கேட்டீரா?

கேட்டேன்.

சரிதானா?

ஆம்.

1-ம் பிரதிவாதி ஸ்ரீராமன்
(கையெழுத்து)

>>>>>>>>>>>

2-ம், பிரதிவாதி
சுக்கிரீவன் சத்தியஞ்செய்து
தெரிவித்த வாக்குமூலம்

**சர்வ வல்லமையுள்ள தெய்வஞ்சாக்ஷியாக
நான் சொல்வதெல்லாம் உண்மை.**

கோர்ட்டார் வினாவும், 2-ம், பிரதிவாதி விடையும்

உம்மீது சித்தப்படுத்தின குற்றப்பத்திரிகை வாசிக்கக் கேட்டீரா?

கேட்டேன்.

அதிற் சொல்லியபடி நீர் குற்றஞ்செய்ததுண்டா?

வாலிவதம்

இல்லை.

பின்னர் நீர் செய்தது யாது?

சிஷ்ட பரிபாலனரும், 1-ம், பிரதிவாதியுமாகிய ஸ்ரீராமர் என்னிடம் வந்தபோது நான் அவரிடத்தில் எனது வனவாசமுதலிய கஷ்டங்களையும், வியசனத்தையும் மனப்பூரணமாய் முறையிட்டேன். இதுதான் நான் செய்தது.

இதற்குச் சாக்ஷிகளுண்டா?

உண்டு.

யார்? யார்?

நளன், கயனென்னும் இருவர்கள்.

இவர்களைத்தவிர வேறு யாராவதுண்டா?

உண்டு.

யார்?

வாலி என்னைக் கிஷ்கிந்தாபுரியில் நின்று மோட்டி விட்ட பின்னர் அவன் வலுவந்தமாய்ச் சொந்தமாக்கிக் கொண்ட எனது மனைவி உருமை யென்பவள்.

இந்த மூவர்களையும் விசாரிக்க வேண்டுமா?

ஆம்.

வாக்குமூலம் வாசிக்கக் கேட்டீரா?

கேட்டேன்.

சரிதானா?

ஆம்.

2-ம், பிரதிவாதி சுக்கிரீவன்
(கையெழுத்து)

»»»»»»»»»»»»

வாலிவதம்

பிரதிவாதி சாக்ஷி விசாரணை

பிரதிவாதி பக்கம் 1-ம், சாக்ஷி
வான்மீகி சத்தியஞ்செய்து
தெரிவித்த வாக்குமூலம்

சர்வ வல்லமையுள்ள தெய்வஞ்சாக்ஷியாக
நான் சொல்வதெல்லாம் உண்மை.

பிரதிவாதி வக்கீல் வினாவும், 1–ம், சாக்ஷி விடையும்

வாதி பிரதிவாதிகளைத் தெரியுமா?

தெரியும்.

இந்த வாதியினது தந்தை யாகிய வாலியைத் தெரியுமா?

தெரியும்.

1-ம், பிரதிவாதி உலகரட்சகரும், 2-ம், பிரதிவாதி நிரபராதியும், 3-ம், பிரதிவாதி தேவபத்தனுமென்பது உண்மைதானா?

ஆம்.

இராமாயணமென்னுங் கிரந்தஞ் செய்தவர் யார்?

நான்றான்.

அக் கிரந்தத்தால் இதன் உண்மை விளங்குமா?

விளங்கும்.

இந்த வாதியினது தந்தையாகிய வாலி கெட்டசெய் கையுடையவன்றானா?

ஆம்.

வாதி வக்கீல் வினாவும், 1–ம், சாக்ஷி விடையும்

வாலியைக் கொன்றது யார்?

1-ம், பிரதிவாதியாகிய ஸ்ரீராமர்.

அவர் கொன்றது எவ்வாறு?

வாலிவதம்

2-ம், பிரதிவாதியால் அவனை யுத்தத்திற் கழைப்பித்தார். அவனும் யுத்தசன்னதனாய்ப் புறப்பட்டு வந்தான். அப்போது பாணப் பிரயோகஞ்செய்து கொன்றார்.

அப்படிக்கொன்றது நேராகநின்றா? அல்லது மறைந்து நின்றா?

மறைந்து நின்று.

அவ்வாறு மறைந்து நின்று கொன்றது நியாயமாகுமா?

ஆகாது.

ஆனால் அவர் ஏன் அப்படிச் செய்தார்?

வேறு மார்க்கத்தில் அவனைக் கொல்லுவதற்கு வழி யில்லாததனால்.

ஏன் வழியில்லை.

அவனோடெதிர்த்து யுத்தஞ்செய்பவர்களது வலிமையிற் பாதி அவனைச் சேருமென்ற வரம் அவனுக்குக் கிடைத்திருப்பதால்.

வாலிக்கு மனைவி யுண்டா?

உண்டு.

அவள் பெய ரென்ன?

தாரை.

இந்தவாதி அந்த வாலிக்கு யார்?

மகன்.

வாலிவதம்
பிரதிவாதி வக்கீல்
நீக்கிறாசில்லை

கோர்ட்டார் வினாவும், 1-ம், சாக்ஷி விடையும்

வாக்குமூலம் வாசிக்கக் கேட்டீரா?

கேட்டேன்.

சரிதானா?

ஆம்.

பிரதிவாதி பக்கம் 1-ம் சாக்ஷி வால்மீகி
(கையெழுத்து)

》》》》》》》》》》

பிரதிவாதி பக்கம் 2-ம், சாக்ஷி
ஜாம்பவன் சத்தியஞ்செய்து
தெரிவித்த வாக்குமூலம்

சர்வ வல்லமையுள்ள தெய்வஞ்சாக்ஷியாக
நான் சொல்வதெல்லாம் உண்மை.

பிரதிவாதி வக்கீல் வினாவும், 2-ம், சாக்ஷி விடையும்

வாதி பிரதிவாதிகளைத் தெரியுமா?

தெரியும்.

இந்த வாதியினது தந்தையாகிய வாலியைத் தெரியுமா?

தெரியும்.

இந்த வியாச்சியத்திற் சொல்லிய விஷயங்களில் யாதாவது தெரியுமா?

தெரியும்.

எதனால் தெரியும்?

நடக்கும்போது கூடவிருந்ததனால்.

இந்த வாதியினது தந்தையாகிய அந்த வாலியைக் கொன்றவர் யார்?

1-ம், பிரதி வாதியாகிய ஸ்ரீராமர்.

எவ்வாறு கொன்றார்?

2-ம், பிரதிவாதியாகிய சுக்கிரீவனால் அவனை யுத்தத்திற் கழைப்பித்தார். அவன் உடனே யுத்த சன்னதனாய்ப் புறப்பட்டு வந்தான். அந்தச் சமயத்திற் கொன்றார்.

எதனால்?

பாணத்தினால்.

மறைந்து நின்றா? நேராக நின்றா?

அது தெரியாது.

அது நடந்தது எப்போது?

இந்த மாதம் 2-ந், தேதி.

வாதி வக்கீல் கிறாசும், 2–ம், சாக்ஷி விடையும்

1-ம், பிரதிவாதி யாருடைய அம்சம்?

விஷ்ணுவினது அம்சம்.

இப்போது அவர் கொண்டிருப்பது அந்த விஷ்ணுவினது வடிவம்? அல்லது மானுடவடிவமா?

மானுட வடிவம்.

அவ்வாறிருக்க நீர் விஷ்ணு அம்சமென்று எதனாற் சொன்னீர்?

திரியம்பகனான பரமசிவனது வில்லையொடித்துச் சீதையை விவாக முடித்ததனாலும், பரசுராமனைக் கெருவ பங்கப் படுத்தின தனாலும், மனுஷியர்களால் ஒருகாலத்துஞ் செய்யமுடியாத அநந்தஞ் செய்கைகளைச் செய்ததனாலும், இன்னும் செய்யப் போவதனாலுந்தான்.

பிரதிவாதி வக்கீல்

றீக்கிறாசில்லை

கோர்ட்டார் வினாவும், 2–ம், சாக்ஷி விடையும்

வாக்குமூலம் வாசிக்கக் கேட்டீரா?

கேட்டேன்.

சரிதானா?

ஆம்.

பிரதிவாதி பக்கம் 2-ம் சாக்ஷி ஜாம்பவான்

(கையெழுத்து)

››››››››››››

பிரதிவாதி பக்கம் 3-ம், சாக்ஷி

உருமை சத்தியஞ்செய்து

தெரிவித்த வாக்குமூலம்

சர்வ வல்லமையுள்ள தெய்வஞ்சாக்ஷியாக
நான் சொல்வதெல்லாம் உண்மை.

பிரதிவாதி வக்கீல் வினாவும், 3–ம், சாக்ஷி விடையும்

நீ யார்?

2-ம், பிரதிவாதியினது மனைவி.

இந்த வாதியினது தந்தையாகிய வாலியைத் தெரியுமா?

தெரியும்.

அவன் 2-ம், பிரதிவாதியை என்ன செய்தான்?

தனது இராச்சியமாகிய கிஷ்கிந்தாபுரியை விட்டு ஓட்டினான்.

அப்பால் நடந்தது யாது?

அந்த 2-ம், பிரதிவாதியினது மனைவியாகிய என்னையும் தனது பலவந்தத்தாற் சொந்தமாக்கிக் கொண்டான்.

இவ்வளவு தானா அவன் செய்தது?

ஆம்.

வாதி வக்கீல்

கிறாசில்லை

கோர்ட்டார் வினாவும், 3–ம், சாக்ஷி விடையும்

வாக்குமூலம் வாசிக்கக் கேட்டாயா?

கேட்டேன்.

சரிதானா?

ஆம்.

வாதி பக்கம் 3-ம் சாக்ஷி உருமை
(கையெழுத்து)

››››››››››››

ஹீயறிங்

வாதிவக்கீல் எம்.சவாகரப் பிரபுவினது விவாதம்

இந்த வியாச்சியத்தில் வாதியினதும், வாதிபக்கம் சாக்ஷிகளினதும் வாக்குமூலங்களால் 2-ம், 3-ம், பிரதிவாதிகளினது துர்ப்போதனைக் கிணங்கி 1-ம், பிரதிவாதி வாதியினது தந்தையாகிய வாலியைக் கொல்லுவதாக உறுதி வார்த்தை சொல்லவும், 2-ம், பிரதிவாதி அவனை யுத்தத்திற்கழைக்கவும், அவன் யுத்தசன்னத்தனாய்ப் புறப்பட்டுவரவும், 1-ம், பிரதிவாதி மறைந்துநின்று பாணப் பிரயோகஞ்செய்து அவனது உயிருக்குச்சேத முண்டாக்கவுஞ் செய்திருப்பதாகச் சந்தேகமின்றித் தெரிகின்றது. அதனோடு சிருட்டி, திதி, சங்காரமென்னும் முத்தொழிற்குங் கருத்தாக்களான பிரமா, விட்டுணு, உருத்திர னென்னும் மும்மூர்த்திகளிலெவராயினு மொருவர் துஷ்டநிக்கிரக சிஷ்டபரிபாலனஞ் செய்து போவதற்கு இவ்வாறு உலகத்தி லோர் மானிட வடிவமாய் அவதரிப்பாரென்ற

வார்த்தையும் மனதிற்கு மிகுந்த ஆச்சரியத்தைத் தருகின்றது. ஒருக்கால் அவ்வாறே அவதரிப்பதா யிருந்தாலும் அவர் வஞ்சகமாய்ச் சிருஷ்டபரிபாலனமும் மறைவாய்த் துஷ்ட நிக்கிரகமுஞ் செய்யின் அவரை எள்ளத்தனையுந் தருமநெறியில் நடந்தறியாத அதர்மங் களுக்கெல்லாம் அதிபதியென்று யாதொரு ஆட்சேபமுமின்றிச் சொல்லலாம். மேலும் பிரதிவாதி பக்கம் சாக்ஷிகளினது வாக்குமூலங் களாலும் ரிக்கார்டுகளாலும் அவர்கள் செய்த குற்றத்தைப் பரிகரிப் பதற்குத் தகுதியான எவ்வித நியாயமும் ஏற்படவில்லை. ஆதலால் வியாச்சியப்படியுள்ள குற்றத்திற்காகப் பிரதிவாதிகளைத் தக்கபடி தண்டிக்க வேண்டுமென்று மிகவும் தாழ்மையாகக் கேட்டுக் கொள்ளுகின்றேன்.

பிரதிவாதி வக்கீல் எப்.ஜி. இராஜராஜய்யரது விவாதம்

முக்கியமாய் நாம் இந்த வியாச்சியத்திற் கவனிக்கவேண்டியது வியாச்சியப்படியுள்ள குற்றம் பிரதிவாதிகள் மீது ஸ்தாபகமாயிற்றா? என்பதுதான். அவ்வாறு கவனிக்குங்கால் 2-ம், 3-ம், பிரதிவாதிகள் மீது யாதொருகுற்றமும் ஸ்தாபகமானதாகத் தெரியவில்லை. திரியம் பகனான பரமசிவனது வில்லையொடித்தால், பரசுராமனைக் கெருவபங்கஞ் செய்தல் முதலான மனிதர்களால் செய்யமுடியாத அநந்தஞ் செய்கைகளைச் செய்து உலகப் பிரசித்தரான 1-ம், பிரதி வாதியினது சரித்திரமுழுவதும் கோர்ட்டில் ஆஜராக்கப்பட்ட இராமாயண மென்னுங் கிரந்தத்தைப் பார்த்தாலே உள்ளங்கை நெல்லிக்கனிபோல் யாதொரு சந்தேகமுமின்றி விளங்காநிற்கும். அன்றியும் வாதிபக்கம் 1-ம், சாக்ஷியினது வாக்குமூலத்தால் யாதொரு குற்றமுஞ் செய்தறியாத 2-ம், பிரதிவாதியின்மீது குற்றம் ஸ்தாபிக்க எவ்வித நியாயமுந் தோற்றவில்லை. அதனோடு தனது சுகாதாரமான வாழ்விற்குத் துன்ப நேரிட, அதில் நின்றும் விமோசனத்தை யடை வதற்கு வேறு வழியில்லாததாலும், 1-ம், பிரதிவாதியைத் துஷ்ட நிக்கிரகத்திற்காக அவதரித்து வந்த அவதார மூர்த்தியென்று மனப் பூரணமாய்த் தெரிந்துகொண்டதனாலும் 2-ம், பிரதிவாதி தனது வனவாச முதலிய கஷ்டங்களை அவரிடத்தில் முறையிட்டதன்றி வியாச்சியத்திற் சொல்லிய காரியங்கள் செய்யவேண்டு மென்று ஒருக்காலுஞ் சொன்னதாக விளங்கவில்லை. மேலும் 3-ம், பிரதிவாதி யாதொரு ஆதரவு மில்லாத ஏழைக்குபகாரஞ் செய்யவேண்டு மென்னும் நீதி வாக்கியத்தைக் கடைப்பிடித்து 1-ம், பிரதிவாதியை

இரசிமுகப் பருவத்திற்குக் கூட்டிக்கொண்டு வந்ததல்லாமற் கெட்ட எண்ணத்தோடு கூட்டிக்கொண்டு வர வில்லையென்பதுந் தெரிகின்றது. இதைச் சத்தியவந்தரும், உண்மை தெரிந்தவரும், இராமாயணக் கிரந்த கருத்தருமான வான்மீகரும், மிக விருத்தாப்பியரு மெய்ஞ்ஞானானு பவருமாகிய ஜாம்பவருந் தாங்கள் சத்தியஞ் செய்து தெரிவித்த வாக்குமூலங்களால் உறுதிப் படுத்தவுஞ் செய்கின்றார்கள். அதனால் பிரதிவாதிகளைத் தண்டிப்பதற்கு யாதொரு நியாயமுந் தோற்றவில்லை. ஆதலால் அவர்களை நிரபராதிகளாக விட்டு வியாச்சியத்தைப் பயலில் நின்றுத் தள்ளும்படி தாழ்மையாய்த் தெரிவித்துக் கொள்ளுகின்றேன்.

ஜட்ஜிமெண்ட்

இந்த வியாச்சியத்தின் சாரமானது வாதியினது தந்தையும் 2-ம், பிரதிவாதியினது தமையனுமான வாலியை அந்த 2-ம், பிரதி வாதியினது வேண்டுகோட்படி 1-ம், பிரதிவாதி மறைந்து நின்று பாணப்பிரயோகஞ் செய்துகொன்றாரென்பதும், 3-ம், பிரதிவாதி 1-ம், பிரதிவாதியைக் காட்டிற் கண்டு கூட்டிக்கொண்டுவந்து 2-ம், பிரதிவாதியைச் சந்திக்கச் செய்ததே அதற்குக் காரணமென்பதுமாம். வாதிபக்கம் சாக்ஷிகளினது வாக்குமூலங்களாலும் மற்ற ரிக்கார்டு களாலும், 1-ம், பிரதிவாதியினது வாக்குமூலத்தாலும், இச்செய்கை உண்மையாக நடந்ததுதா னென்று நிச்சயமாகத் தெரிகின்றது. ஆயினும் 1-ம், பிரதிவாதி தம்மைச் சிஷ்ட பரிபாலனத் துஷ்டநிக்கிரக ரெனவும், எல்லாக் காரியங்களையும் மனப் பூரணமாய்த் தெரிந்து உண்மையானமார்க்கத்தில் நடப்பவ ரெனவுஞ் சொல்லுவதோடு தாம் வாலியை மகா பராக்கிரம சாலியும் அதிகதுஷ்டனுமென்று ஆதியிலேயே அறிந்திருந்ததாகவும், அதனால் 3-ம், பிரதிவாதியினது வார்த்தைக் குடன்பட்டு 2-ம், பிரதிவாதியைச் சந்தித்ததாகவும், அவனது வனவாசமுதலிய கஷ்டங்களை யறிந்து மனஞ்சகியாது துஷ்டனாகிய அவ்வாலியைக்கொன்று அவனது இராச்சியத்தை 2-ம் பிரதிவாதிக்குப் பட்டாபிஷேகஞ்செய்து அந்த 2-ம், பிரதிவாதியினது மனைவியையும் மீட்டுத்தருகின்றே னென்று சத்தியஞ் செய்ததாகவும், அச் சத்தியத்தைப் பரிபாலிப்பதற்காகவே இந்தச் செய்கைகள் செய்ததாகவுஞ் சொல்லுகின்றார். 2-ம், பிரதிவாதி தனது கஷ்டங்களை 1-ம், பிரதிவாதியோடு சொன்னதன்றி வேறொன்றுஞ் சொல்ல வில்லை யென்று வாதிக்கின்றார். ஆனால் வாதிபக்கம் 1-ம், 2-ம், சாக்ஷிகளினது வாக்குமூலங்களால் 1-ம், பிரதிவாதி விஷ்ணுவினது

அம்சமெனவும், துஷ்டநிக்கிரக சிஷ்ட பரிபாலனத்திற்காகவே உலகத்தில் அவதரித்தா ரெனவும், வாலிமகா கொடிய துஷ்டனெனவும், 2-ம், பிரதிவாதியினது மனைவியைக் கவர்ந்து கொண்டு யாதொரு காரணமும், நியாயமுமின்றி 2-ம், பிரதிவாதியை நாட்டில் நின்றுங் காட்டிற்கு ஓட்டிவிட்டானெனவும், அதனாலேயே 2-ம், பிரதிவாதி இரசி முகப்பருவதத்தில் வாசஞ்செய்து கொண்டிருந்தா னெனவும், அவ்வாறிருக்கின்ற காலத்திற்றான் காணாமற்போன தமது மனைவியைக் காணும்பொருட்டுவந்த 1-ம், பிரதிவாதியைக் கண்டு தனது காரிய சித்திக்காகச் சத்தியஞ்செய்து உறுதிமொழி வாங்கினா னெனவுந் தெரிகின்றன. மேலும் பிரதிவாதி பக்கம் 1-ம், சாக்ஷியினது வாக்கு மூலத்தாலும், மற்ற ரிக்கார்டுகளாலும் வாலியோடு நேராயெதிர்த்து நின்று யுத்தஞ் செய்வோர்களது பலத்திற்பாதி அவ்வாலிக்குச் சித்திக்குமென்ற வரம் அவனுக்குக் கிடைத்திருப்பதாகவும், அதனாற்றான் மறைந்து நின்று பாணப் பிரயோகஞ் செய்து அவனைக் கொல்ல நேர்ந்ததாகவுங் களங்கமற விளங்குகின்றன. பிரதிவாதி பக்கம் 2-ம், சாக்ஷியினது வாக்குமூலத்தாலும் பிரதிவாதிகள் பக்கத்திற்கு அனுகூலமாகவே தெரிகின்றது. பிரதிவாதி பக்கம் 3-ம், சாக்ஷியும், 2-ம், பிரதிவாதியினது மனைவியுமாகிய உருமை யென்பவளது வாக்குமூலத்தால், அவள் 2-ம், பிரதிவாதியினது மனைவியெனவும், வாலி அவளைப் பலவந்தமாய் அபகரித்துக் கொண்டானெனவும் நிச்சயப்படுகின்றன. இவ் வியாச்சியத்திற்கு இதுவரை விசாரித்த சாக்ஷிகளே போதுமானதாகையால் மற்ற இருபுறத்துச் சாக்ஷிகளையும் விசாரணை செய்யாமல் நிறுத்தியிருக்கின்றேன்.

தண்டனை

இவ்வியாச்சியத்தில் வாதி பிரதிவாதிகளும் இருபுறத்துச் சாக்ஷிகளுந் தெரிவித்த வாக்குமூலங்களையும், மற்ற ரிக்கார்டு களையும், இருபக்கத்து வக்கீல்களினது விவாதங்களையும் பரிசோதித்துப் பார்த்தேன். அதில் 1-ம், பிரதிவாதி உலகத்தில் நடக்கும் ஒவ்வொரு விஷயங்களையும் ஆராய்ந் தறிந்து துஷ்ட நிக்கிரகமும், சிஷ்ட பரிபாலனமுஞ் செய்வதற்காக மகா விஷ்ணுவினது அம்சத்தோடு பூமியில் மனுஷியாவதாரஞ் செய்தவரென்று நிச்சயமாய் ருஜுவாயிருக்கின்றது. அன்றியும் வாதிபக்கம் 1-ம், சாக்ஷி கரும சாக்ஷியாகவும், 2-ம், சாக்ஷி சருவ சஞ்சாரியாகவு மிருப்பதால் அவர்களது வாக்குமூலங்களை ஒருபோதும் நம்பாதிருக்க மார்க்கமில்லை.

மேலும் 1-ம், பிரதிவாதி வாலியை மகா பராக்கிரமசாலியும் அதிக துஷ்டனு மென்று ஆதியிலேயே அறிந்திருந்ததாகவும், அப்பால் 2-ம், பிரதிவாதி தனது கஷ்டங்களைத் தெரிவிக்க அதைக் கேட்டு மனந்தாழாமல் இந்தச் செய்கை செய்ததாகவுஞ் சம்மதிக்கின்றார். 2-ம், பிரதிவாதி அளவற்ற தனது வியசனமே காரணமாக 1-ம், பிரதிவாதியை இவ்விதச் செய்கைக்கு உற்சாகித்ததன்றி வேறு விதமான கெட்ட எண்ணத்தோடு உற்சாகிக்கவில்லை யென்று உண்மையாய்ச் சொல்லுகின்றார். 3-ம், பிரதிவாதியுந் தனது சேவக விருத்தியைக் கைக்கொண்டதாகத் தெரிகின்றது. ஆதலால் 2-ம், 3-ம், பிரதிவாதிகளை யாதொரு குற்றமுஞ் செய்யாத நிரபராதி களென விட்டு 1-ம், பிரதிவாதியை இந்தியன் பினல்கோடு 126-ம், வகுப்பின்படி துவாபரயுகத்தில் அவரெடுக்கின்ற கிருஷ்ணாவதாரத்தில் வாலி ஓர் வேடனாகப் பிறந்து காட்டில் மறைந்து நின்று கொல்ல வேண்டுமென்று தீர்மானித்திருக்கின்றேன்.

பிரமலோகம் டிஸ்திரிக்ட்டு மாஜிஸ்திரேட்டு,
அநந்தாசாரி
(கையெழுத்து)

வாலிவதம் கிரிமினல் கேஸ்
முற்றிற்று!

கிரிமினல் கேஸ்

இலங்கா தகனம்

தேவலோகம் மாஜிஸ்திரேட்டுக் கோர்ட்டு, மாஜிஸ்திரேட்டு மிஸ்றர்.**தேவராஜய்யர்** முன்னிலையில் நடந்த திரேதாயுகம் 3407-ம், வருடம் தை மாதம் 23-ந்தேதி பயல் 366-ம், நம்பர் கிரிமினல் கேஸ்.

வாதி	**பிரதிவாதி**
1 - இராவணன்	*1 - அனுமான்*
வாதி சாக்ஷிகள்	**பிரதிவாதி சாக்ஷிகள்**
1 - கும்பன் *2 - நிகும்பன்* *3 - அகம்பன்*	*1 - விபீஷணன்* *2 - சீதை* *3 - ஸ்ரீராமன்*
வாதி வக்கீல்	**பிரதிவாதி வக்கீல்**
1 - பிரகஸ்தன்	*1 - சுக்ரீவன்*

வியாச்சியம்

இம்மாதம் 22-ந் தேதி பகல் உத்தேசம் 12 நாழிகை சமயத்திற் பிரதிவாதியான அனுமான் எனது இராஜதானியாகிய இலங்காபுரியில் வந்து அங்கிருந்த பூந்தோட்டத்தை நாசமாக்கினான். அதைக்கண்ட தோட்டக்காவற்காரர்கள் அவனை அப்படிச் செய்யாதிருக்கும்படி தடுத்தார்கள். அதற்கு அவன் உடன்படாது அவர்களைக் கொன்றான். அதைப் பார்த்துக் கொண்டு நின்ற சாக்ஷிக்காரர்கள் என்னிடத்தில் வந்து சொன்னார்கள். நான் உடனே எனது புத்திரனாகிய அக்ஷனை

இலங்கா தகனம்

அங்கு அனுப்பினேன். அப்பால் பிரதிவாதி அவனையும் அவனோடிருந்த இராட்சதர்களில் பலரையுங் கொலைசெய்தான். அதனோடு எனது இராஜதானியாகிய இலங்காபுரியையும் நெருப்பை வைத்து அக்கினிக்கு ஆகாரமாக்கினான். இது சிக்ஷாநியமம் 203, 204, 507, ஆகிய இவ்வகுப்புகளின்படி தண்டிக்கத்தக்க குற்றமா யிருக்கின்றது. ஆதலாற் பிரதிவாதியையும், சாக்ஷிகளையும் வரவழைத்து விசாரித்துத் தீர்மானப் படுத்தி இரட்சிக்க வேண்டுமென்று கேட்டுக்கொள்ளுகின்றேன்.

வாதி இராவணன்
(கையெழுத்து)

இவ்வியாச்சியம் தேவலோகம் போலீஸ் ஸ்டேஷனிலிருந்து சார்ஜ்செய்து வரப்பட்டுப் பிரதிவாதிக்கு வாரண்டும், சாக்ஷிகளுக்குச் சமனு மனுப்பி வரவழைக்கப் பட்டது.

வாதி விசாரணை

வாதி இராவணன் சத்தியஞ்செய்து
தெரிவித்த வாக்குமூலம்

சர்வ வல்லமையுள்ள தெய்வஞ்சாக்ஷியாக நான் சொல்வதெல்லாம் உண்மை.

வாதி வக்கீல் வினாவும், வாதி விடையும்

இந்த வியாச்சியங் கொண்டு வந்தவர் நீர்தாமா?

ஆம்.

வியாச்சியத்திற் சொல்லிய பிரதிவாதி இவர்தாமா?

ஆம்.

இவரை இதற்குமுன் உமக்குத் தெரியுமா?

தெரியும்.

இவர் செய்தது யாது?

எனது இராஜதானியாகிய இலங்காபுரியில் வந்து அங்கிருந்த பூந்தோட்டத்தை நாசமாக்கவும், அத்தோட்டக் காவற்காரர்களைக்

இலங்கா தகனம்

கொல்லவும், அதைக்கேட்டுப்போன எனது மகனையும் அவனோ டிருந்த இராட்சதர்களிற் பலரையும் வதைக்கவும், இராச்சியத்தை நெருப்பைவைத்து அக்கினி மயமாக்கவுஞ் செய்தார்.

இது எப்போது?

இந்த மாதம் 22-ந் தேதி.

பகலா? இரவா?

பகல்.

அப்போது சூரியனுதித்து எத்தனை நாழிகை?

உத்தேசம் 12 நாழிகை.

இவைகளையெல்லாம் பார்த்தவர்கள் யார்?

சாக்ஷிகள்.

பிரதிவாதி வக்கீல் கிறாசும், வாதி விடையும்

பூந்தோட்டத்தில் வந்து பிரதிவாதி என்ன செய்தார்?

மரங்களை ஒடித்தார்.

முதலாவது ஒடித்தது என்னமரம்?

சிம்ஸபா மரம்.

அம்மரத்தின் அடியிலிருந்தது யார்?

ஸ்ரீராமரது மனைவியாகிய சீதை.

ஸ்ரீராமரும் அங்குத்தானா இருந்தார்?

இல்லை.

பின் அவள் அங்கு இருப்பதற்குக் காரணம் யாது?

நான் கொண்டுவந்து வைத்திருந்தேன்.

எங்கிருந்து கொண்டுவந்தீர்?

காட்டிலிருந்து.

காட்டிற்றானா அவள் வீடு?

இல்லை.

பின் அங்கு வந்தது எதற்காக?

தனது கணவனோடு தவத்திற்காக.

நீர் அவளைக் கொண்டுவந்தது அவளது கணவரது சம்மதத் தோடா?

அல்ல.

இதற்குமுன் நீர் யாதாவது தண்டனை அனுபவித்ததுண்டா?

இல்லை.

அரம்பையென்னும் ஓர் தேவப்பெண்ணை பலவந்தப் புணர்ச்சி செய்ததற்காகச் சாபத்தண்டனை பெறவில்லையா?

பெற்றேன்.

உம்மைக் கார்த்தவீரியார்ச்சுன னென்பவன் சிறையில் வைத்திருந்தது உண்மை தானே?

ஆம்.

கோர்ட்டார் வினாவும், வக்கீல் விடையும்

அதற்கு யாதாவது ரிக்கார்டுக ளுண்டா?

உண்டு.

ஹாஜராக்கலாமா?

ஆக்கலாம்.

அரம்பாப் பிரவேசங் கிரிமினல்கேஸ் ஆஜராக்கப் பட்டுக் கோர்ட்டிலிருந்து ஏ, இலக்கங் கொடுக்கப்பட்டது.

கோர்ட்டார் வினாவும், வாதி விடையும்

வாக்குமூலம் வாசிக்கக் கேட்டீரா?

கேட்டேன்.

சரிதானா?

ஆம்.

வாதி இராவணன்
(கையெழுத்து)

இலங்கா தகனம்

வாதி சாக்ஷி விசாரணை

வாதி பக்கம் 1-ம், சாக்ஷி
கும்பன் சத்தியஞ்செய்து
தெரிவித்த வாக்குமூலம்

சர்வ வல்லமையுள்ள தெய்வஞ்சாக்ஷியாக
நான் சொல்வதெல்லாம் உண்மை.

வாதி வக்கீல் வினாவும், 1-ம், சாக்ஷி விடையும்

வாதி பிரதிவாதிகளைத் தெரியுமா?

தெரியும்.

இந்த வியாச்சிய சம்பந்தமான விஷயங்களில் யாதாவது தெரியுமா?

தெரியும்.

என்ன தெரியும்?

வாதியினது இராஜதானியாகிய இலங்கா புரியில் மிகவுங் கெட்டகுணமுடைய இந்தப் பிரதிவாதி வந்து அங்கிருந்த பூந்தோட்டத்தை நாசமாக்கவும், அதைக்கண்டு கேட்ட தோட்டக் காவற்காரர்களான அரக்கர்களைக் கொல்லவும், அதை விசாரிக்கும் பொருட்டு வாதியால் அனுப்பப்பட்ட அவரது மகன் அக்ஷகுமாரனையும் அவனோடிருந்த அரக்கர்களிற் பலரையும் வதைக்கவும், அங்கிருந்த வீடுகளெல்லாவற்றிலும் நெருப்பைவைத்துக் கொளுத்தவுஞ் செய்தார். இதுதா னெனக்குத் தெரியும்.

இது எப்போது?

இந்தமாதம் 22-ந் தேதி.

பகலா? இரவா?

பகல்.

அப்போது சூரியனுதித்து நாழிகை யென்ன?

உத்தேசம் பன்னிரண்டு.

இலங்கா தகனம்

பிரதிவாதி வக்கீல் கிறாசும், 1-ம், சாக்ஷி விடையும்

பூந்தோட்ட மிருந்தது அரண்மனைக்கு எந்தப்புறம்?

மேல் புறம்.

பிரதிவாதி அத்தோட்டத்தில் வந்து என்னசெய்தார்?

மரங்களிலேறிக் கிளைகளையொடிக்கவும் புஷ்பங்களைப் பறித்தெறியவுஞ் செய்தார்.

முதலாவது ஏறின மரம் யாது?

சிம்ஸபா.

அந்த மரத்தினடியில் யாதாவது விசேடமுண்டா?

உண்டு.

என்னவிசேடம்?

ஒரு பெண்ணிருந்தாள்.

அப்பெண் யார்?

தெரியாது.

இதற்கு முன் நீ அவளைப்பார்த்த துண்டா?

இல்லை.

தற்போது எத்தனை நாளாகப் பார்க்கின்றாய்?

ஐந்து ஆறு நாட்களாக.

அவளை அங்கு வைத்திருப்பவர் யார்?

எங்கள் எஜமானாகிய இராவண மகாராஜா.

அவர் என்ன எண்ணத்தோடு அந்தப்பெண்ணை அங்குவைத் திருக்கின்றார்.

ஆர்டர்

இந்தக் கேள்வி அநாவசிய மென்று கோர்ட்டில்நின்றுந் தடுக்கப் பட்டது.

இலங்கா தகனம்

பிரதிவாதியாற் கொலை செய்யப் பட்டவர் எத்தனை பேர்?
உத்தேசம் 300, பேர்.
நீ இருப்பது யாரோடு?
வாதியோடு.
நீ வாதிக்கு யார்?
வேலைக்காரன்.
பிரதிவாதி முதலாவது நெருப்புவைத்தது எந்தப் புறத்தில்?
ஊருக்கு நடுப்புறத்தில்.
அவர் அந்நெருப்பை எங்கிருந்து கொண்டு வந்தார்?
ஓரிடத்திருந்துங் கொண்டுவர வில்லை.
பின் அவருக்கு அது கிடைத்தது எதனால்?
மகாராஜா அவர்கள் வாலிற்கொளுத்தி யதனால்.
யாருடைய வாலில்?
பிரதிவாதியினது வாலில்.
வாதி அப்போது எங்கிருந்தார்?
இராஜதானியினது நடுப்புறத்துள்ள அரண்மனையில்.
அங்கே பிரதிவாதி எப்படிப் போனார்?
இராட்சதர்கள் பிடித்துக் கட்டிக் கொண்டு போனார்கள்.
அப்போது அவருக்குப் போதக் கேடுண்டாயிருந்ததா?
இல்லை.
பின்னர்ப் போதக் கேடுண்டானது எப்போது?
வாலில் நெருப்பைக் கொளுத்தின போது.
வாலில் நெருப்பைக் கொளுத்தினது எப்படி?
கந்தை துணிகளைச் சுற்றி எண்ணெய்யில் நனைத்து.
போதக் கேடுண்டானதற்குக் காரணந் தெரியுமா?
தெரியாது.

இலங்கா தகனம்

வாதி வக்கீல்
றீக்கிறாசில்லை

கோர்ட்டார் வினாவும், 1-ம், சாக்ஷி விடையும்

வாக்குமூலம் வாசிக்கக் கேட்டாயா?

கேட்டேன்.

சரிதானா?

ஆம்.

வாதி பக்கம் 1-ம், சாக்ஷி கும்பன்
(கையெழுத்து)

»»»»»»»»»»

வாதி பக்கம் 2-ம், சாக்ஷி
நிகும்பன் சத்தியஞ்செய்து
தெரிவித்த வாக்குமூலம்

சர்வ வல்லமையுள்ள தெய்வஞ்சாக்ஷியாக நான் சொல்வதெல்லாம் உண்மை.

வாதி வக்கீல் வினாவும், 2-ம், சாக்ஷி விடையும்

வாதி பிரதிவாதிகளைத் தெரியுமா?

தெரியும்.

வாதியார்?

எனது மகா ராஜா.

பிரதி வாதியை எப்படித் தெரியும்?

பூந்தோட்டத்தில் வந்ததனால் தெரியும்.

அங்கு வந்து என்ன செய்தார்?

மரங்களை யொடிக்கவும், புஷ்பங்களைப் பறித்தெறியவுஞ் செய்தார்.

எட்டுக் கிரிமினல் கேஸ்

இலங்கா தகனம்

இவ்வளவு தானா செய்தார்?

அல்ல.

வேறு யாது செய்தார்?

பூந்தோட்டத்தில் இவ்வித அக்கிரமஞ் செய்வதைக் கண்டு செய்யக் கூடாதென்று தடுத்த இராட்சதர்களையும் வாதியால் அனுப்பப்பட்ட அவர்களது மகன் அக்ஷனையும், அவனோடிருந்த அரக்கர்களிற் பலரையுங் கொன்றார். மேலும் அங்கிருந்த வீடுகளெல்லா வற்றிலும் நெருப்பை வைத்து எரித்துச் சாம்பலாகும்படி செய்தார்.

இது எப்போது?

இந்த மாதம் 22-ந் தேதி.

பகலா? இரவா?

பகல்.

எத்தனை நாழிகை சமயத்தில்?

உத்தேசம் 12-நாழிகை சமயத்தில்.

பிரதிவாதி வக்கீல் கிறாசும், 2-ம், சாக்ஷி விடையும்

பூந்தோட்ட மிருப்பது வாதியினது அரண்மனைக்கு எந்தப் புறத்தில்?

மேல் புறத்தில்.

பிரதிவாதி பூந்தோட்டத்தை நாசமாக்கினது எவ்வாறு?

மரங்களை ஒடித்தும், புஷ்பங்களைப் பறித்தெறிந்தும்.

முதலாவது அவர் ஏறினமரம் யாது?

சிம்ஸபா.

அந்த மரத்தினடியில் யாராவது இருந்தார்களா?

ஒரு பெண் ணிருந்தாள்.

அந்தப் பெண் யார்?

தெரியாது.

அவள் அந்த இடத்தில் எத்தனை நாட்களாக இருக்கின்றாள்?

மூன்று நான்கு நாட்களாக.

அவளை அங்கை வைத்திருப்பவர் யார்?

தெரியாது.

பிரதிவாதியாற் கொல்லப்பட்டவர் எத்தனை பேர்?

சுமார் 200, பேர்.

நீ வாதிக்கு யார்?

வேலைக்காரன்.

பிரதிவாதி முதல்முதல் நெருப்பை வைத்தது எந்தப் புறம்?

ஊருக்கு நடுப்புறம்.

அவர் அங்கு எவ்வாறு வந்தார்?

இராட்சதர்கள் பிடித்துக் கட்டிக்கொண்டு வந்தார்கள்.

அப்போது அவருக்குப் போதக்கே டுண்டாயிருந்ததா?

இல்லை.

கையில் நெருப் பிருந்ததா?

அதுவு மில்லை.

பின் நெருப்பை எங்கிருந்து கொண்டுவந்தார்?

தெரியாது.

பிரதிவாதியினது வாலில் வாதி நெருப்பைக் கொளுத்த வில்லையா?

இல்லை.

இலங்கா தகனம்

கோர்ட்டார் வினாவும், 2-ம், சாக்ஷி விடையும்

வாக்குமூலம் வாசிக்கக் கேட்டாயா?

கேட்டேன்.

சரிதானா?

ஆம்.

வாதி பக்கம் 2-ம், சாக்ஷி நிகும்பன்
(கையெழுத்து)

»»»»»»»»»»»

வாதி பக்கம் 3-ம், சாக்ஷி
அகம்பன் சத்தியஞ்செய்து
தெரிவித்த வாக்குமூலம்

சர்வ வல்லமையுள்ள தெய்வஞ்சாக்ஷியாக
நான் சொல்வதெல்லாம் உண்மை.

வாதி வக்கீல் வினாவும், 3-ம், சாக்ஷி விடையும்

வாதி பிரதிவாதிகளைத் தெரியுமா?

தெரியும்.

வாதி உனக்கு யார்?

இராஜா.

பிரதிவாதியை எப்படித் தெரியும்?

சில தினங்களுக்கு முன் மகாராஜாவினது பூந்தோட்டத்தில் வந்தார், அப்போது பார்த்தேன், அதனால் தெரியும்.

அங்கு வந்து என்னசெய்தார்?

அப்பூந்தோட்டத்தை நாசமாக்கினார்.

அவர் செய்தது இது தானா?

அல்ல.

வேறு என்னசெய்தார்?

பூந்தோட்டத்தை நாசமாக்குவதைக் கண்டு அவ்வாறு செய்யக்கூடாதென்று தடுத்த தோட்டக் காவற்காரர்களையும், அரசரால் அனுப்பப்பட்ட அவரது மகன் அக்ஷனையும், அவனோடிருந்த பலரையுங் கொலைசெய்தார். மேலும் வீடுக ளெல்லாவற்றிலும் நெருப்பை வைத்தார்.

இது எப்போது?

இந்த மாதம் 22-ந் தேதி.

பகலா? இரவா?

பகல்.

எத்தனை நாழிகை சமயத்தில்?

உத்தேசம் 12-நாழிகை சமயத்தில்.

இவ்வளவும் நீ கண்ணாற் பார்த்தாயா?

ஆம்.

பிரதிவாதி வக்கீல் கிறாசும், 3-ம், சாக்ஷி விடையும்

பிரதிவாதி பூந்தோட்டத்தை எவ்வாறு நாசமாக்கினார்?

மரங்களின் கிளைகளை யொடித்தும், புஷ்பங்களைப் பறித்தெறிந்தும் நாசமாக்கினார்.

கிளைகளை யொடிக்கும்படி அவர் முதலாவது ஏறின மரம் யாது?

சிம்ஸபா.

அந்த மரத்தினடியி லிருந்தது யார்?

ஒருவரு மில்லை.

பிரதிவாதியாற் கொல்லப்பட்டவர்கள் எத்தனை பேர்?

உத்தேசம் 400-பேர்.

இராஜதானியினது எந்தப்புறத்தில் பிரதிவாதி முதலாவது நெருப்பை வைத்தார்?

தெரியாது.

நெருப் பெரியும்போது பிரதிவாதி யென்னசெய்தார்?

அங்கு மிங்கும் ஓடிச்சாடிக் கொண்டிருந்தார்.

இலங்கா தகனம்

அவர் சாடின இடங்களிலெல்லாம் நெருப்புப் பற்றி எரிந்த தல்லவா?

ஆம்.

அந்தச் சமயம் அவர் வாலிலிருந்தது யாது?

நெருப்பு.

அந்நெருப்பு எரிந்கொண்டிருந்ததா? அவிந்திருந்ததா?

எரிந்துகொண்டிருந்தது.

அந்நெருப்பு வாலில்வரக் காரணம் யாது?

தெரியாது.

பிரதிவாதி முதலாவது நெருப்புப் பற்றிய அவ்விடத்திற்கு எவ்வாறு வந்தார்?

இராட்சதர்கள் பிடித்துக் கட்டிக்கொண்டுவந்து மகாராஜாவினது சமூகத்தில் விட்டார்கள். அதனால் வந்தார்.

அந்த இராஜசமூகத்தில் நடந்தது யாது?

தெரியாது.

கட்டிக் கொண்டு வரும்போது பிரதிவாதி தற்போதத்தோடுதானா விருந்தார்?

நான் கவனிக்கவில்லை.

நீ வாதிக்கு யார்?

வேலைக்காரன்.

கோர்ட்டார் வினாவும், 3-ம், சாக்ஷி விடையும்

வாக்குமூலம் வாசிக்கக் கேட்டாயா?

கேட்டேன்.

சரிதானா?

ஆம்.

வாதி பக்கம் 3-ம், சாக்ஷி அகம்பன்
(கையெழுத்து)

ஆர்டர்

இவ்விஷயத்திற்காக ரிக்கார்டுகள் யாதாயினுமிருக்கில் ஆஜராக்க வேண்டியதென்று கோர்ட்டில் நின்றும் உத்திரவுண்டாக, அதன்படியே வாதிவக்கீலாற் கனகலாத சுயம்வர மென்னுமோர் நாடகத்தை ஆஜராக்கப்பட்டது. அதற்குக் கோர்ட்டார் பி, இலக்கங் கொடுத்தார்கள்.

பிரதிவாதி விசாரணை

பிரதிவாதி அனுமான் சத்தியஞ்செய்து

தெரிவித்த வாக்குமூலம்

**சர்வ வல்லமையுள்ள தெய்வஞ்சாக்ஷியாக
நான் சொல்வதெல்லாம் உண்மை.**

பிரதிவாதி வக்கீல் வினாவும், பிரதிவாதி விடையும்

வாதியைத் தெரியுமா?

தெரியும்.

நீர் வாதியினது இராச்சியமாகிய இலங்காபுரிக்கு எப்போதாவது போனதுண்டா?

உண்டு.

அப்படிப் போவதற்குக் காரணம் யாது?

எனது இரட்சகரான ஸ்ரீராமபிரானது மனைவியாகிய சீதையம் மாளை இந்தவாதி திருடிக்கொண்டுபோய்த் தனது நாடாகிய இலங்காபுரியினது இராஜதானியில் வைத்திருப்பதாகக் கேள்விப்பட்டு அதை யறிந்துவரும்படி பிரானவர்கள் என்னை அனுப்பினார்கள். அக்கட்டளைப்படி அங்குப் போனேன். அதுதான் காரணம்.

நீங்கள் கேள்விப்பட்டபடி அந்த அம்மாள் அங்கிருந்தாளா?

இருந்தாள்.

அப்பால் நீர் செய்தது யாது?

அந்த அம்மாளிருந்த விடத்திற்குச் சமீபத்தில் நின்ற ஓர் மரத்தின்மீது ஏறினேன்.

அப்போது அங்கு நடந்ததென்ன?

வாதியினது வேலைக்காரர்களான இராட்சதர்கள் என்னைப் பிடித்து அடித்துங் குத்தியும் பலவாறு உபத்திரவித்தார்கள்.

அதற்கு நீர் என்னசெய்தீர்?

அவ்வுபத்திரவத்தைப் பொறுக்க முடியாமல் அங்கு நின்ற இராட்சதர்களிற் சிலரைக் கொன்றேன்.

உடனே மற்றவர்கள் ஓடிவிட்டார்களா?

இல்லை.

வேறு என்ன செய்தார்கள்?

என்னைப்பிடித்து எனது கால்களையும் கைகளையு மொன்றோடொன்று இறுகும்படி வரிந்து கட்டி வாதியினது சமுகத்திற் கொண்டுபோய் விட்டார்கள்.

வாதி என்ன செய்தார்?

என்னைக் கொல்லும்படி தீர்மானஞ் செய்தார்.

அத்தீர்மானப்படி கொன்றார்களா?

இல்லை.

ஏன்?

வாதியினது தம்பியாகிய விபீஷணன் கொல்லக் கூடாதென்று தடுத்ததனால்.

அப்பால் நடந்தது யாது?

எனது வாலிற் கந்தைத்துணிகளைச் சுற்றி எண்ணெயில் நனைத்து நெருப்பைக் கொளுத்தினார்கள்.

அப்போது நீர் என்னசெய்தீர்?

வெகு பயத்தோடுந் திடுக்கத்தோடும் ஓட்டமா யோடிச் சுற்றிச் சுழன்று அங்குள்ள மாளிகைகளின் முகட்டிலேறினேன்.

அதனால் நடந்தது யாது?

அந்த மாளிகைகளெல்லாம் நெருப்புப் பற்றி யெரிந்து சாம்பராயின.

இதல்லாமல் மனமறிய நீர் ஒன்றுஞ் செய்யவில்லையா?

இலங்கா தகனம்

இல்லை.

இவ் வியாச்சியத்திற்காக உமக்குத் தெரிவிக்கவேண்டியது இதுதானா?

ஆம்.

கோர்ட்டார் வினாவும், வாதி விடையும்

வாக்குமூலம் வாசிக்கக் கேட்டாயா?

கேட்டேன்.

சரிதானா?

ஆம்.

பிரதிவாதி அனுமான்
(கையெழுத்து)

>>>>>>>>>>>

கமிட்டி

இவ் வியாச்சியம் இம்மாதம் 22-ந் தேதி வாதியாகிய இராவணரென்பவராற் கொண்டுவரப்பட்டுச் செய்கைநடந்த விடத்தைப் பரிசோதித்துத் தேவலோகம் போலீஸ் ஸ்ற்றேஷன் இன்ஸ்பெக்டர் மிஸ்ற்றர். சுப்பிரமணிய ஐயரவர்களால் இக்கோர்ட்டுக்குச் சார்ஜ்செய்து வரப்பட்டது. இதில் வாதியினதும், வாதிபக்கம் ஒன்றுமுதல் மூன்று வரையுள்ள சாக்ஷிகளினதும் பிரதி வாதியினதும், வாக்குமூலங்களையும், ஏ.பி. இலக்க ரிக்கார்டுகளையும் வாங்கினேன். இது இந்தியன் பினல்கோடு, சிக்ஷாநியமம் 203, 204, 507 ஆகிய வகுப்புகளின்படியுள்ள குற்றமாயிருக்கின்றது. இதை விசாரணைசெய்து தண்டிப்பதற்கு இக் கோர்ட்டிற்கு அதிகார மில்லாததனாலும், செஷன் கோர்ட்டுக்குக் கமிட்டி செய்யத்தக்க தாதலினாலும், பிரதிவாதியையும், வாதிபக்கம் வியாச்சியத்திற்கான ரிக்கார்களையும் போலீஸார்களது பாதுகாப்பி லொப்புவித்து அனுப்பியிருக்கின்றேன்.

தேவலோகம் மாஜிஸ்திரேட்டு,

தேவராஜய்யன்
(கையெழுத்து)

இலங்கா தகனம்

ஆர்டர்

தேவலோகம் மாஜிஸ்திரேட்டுக் கோர்ட்டிலிருந்து திரேதாயுகம் 3407-ம் வருடம் தைமாதம் 24-ந்தேதி ஸ்ரீ கைலாசபுரம் செஷன் கோர்ட்டிற்குக் கமிட்டி செய்துவந்த 203, 204, 507 ஆகிய இவ்வகுப்பு களின்படி குற்ற ஸ்தாபகஞ் செய்யப்பட்ட இவ்வியாச்சியத்தை 532-ம், நம்பராய் இக்கோர்ட்டில் பயல் செய்யப் பட்டிருக்கின்றது.

குற்றப்பத்திரிகை

இவ் வியாச்சியத்தில் வாதி, வாதிபக்கம் ஒன்றுமுதல் மூன்று வரையுள்ள சாக்ஷிகள், பிரதிவாதியாகிய இவர்களினது வாக்குமூலங் களையும், ஏ, பி, இலக்க ரிக்கார்டுகளையும் பரிசோதித்துப் பார்த்தேன். வாதிபக்கத்திற்கு வேண்டிய எல்லா விஷயங்களும் பூரணமாய் ருஜுவா யிருக்கின்றது. இனிப் பிரதிவாதிபக்கத்திற்கு வேண்டிய சகலவிஷயங்களையும் விசாரணை செய்து சேகரப்படுத்தித் தீர்மானிக்க வேண்டியதிருப்பதால் பிரதிவாதியின் மீது இந்தியன் பினல்கோடு, சிக்ஷா நியமம் 203, 204, 507 ஆகிய இவ்வகுப்பு களின்படி குற்றஸ் தாபகஞ் செய்து பிரதிவாதிக்குக் குற்றப்பத்திரிகை கொடுத்து இம்மாதம் 25-ந்தேதி விசாரணை வைத்திருக்கின்றேன். அதனா லியாவரையும் அன்றுபகல் 10-மணிக்கு இக்கோர்ட்டு முன்னர் ஆஜராக்கும்படி தீர்மானித்துப் பிரதிவாதியைப் போலீஸ் பாதுகாப்பில் அனுப்பி யிருக்கின்றேன்.

செஷன் ஜட்ஜி,
சதாசிவ ஐயன்
(கையெழுத்து)

தீர்மானப்படி குறிப்பிட்ட அன்றையத் தினம் பகல் 10-மணிக்கு வியாச்சியத்தின் இருபுறத்தாருங் கோர்ட்டினது முன்னிலையில் ஆஜரானார்கள். கோர்ட்டில் நின்றும் பிரதிவாதியோடு உமது பக்கத்திற்கு வேண்டிய சகல சாக்ஷிகளையும் ரிக்கார்டுகளையும் ஆஜராக்க வேண்டியதென்று உத்திரவு செய்யப்பட்டது. அதன்படியே பிரதி வாதியால் 3-சாக்ஷிகளையும் அத்தியாத்ம ராமாயண ரிக்கார்டையும் ஆஜராக்கப்பட்டன.

பிரதிவாதி சாக்ஷி விசாரணை

பிரதிவாதி பக்கம் 1-ம், சாக்ஷி

விபீஷணன் சத்தியஞ்செய்து

தெரிவித்த வாக்குமூலம்

சர்வ வல்லமையுள்ள தெய்வஞ்சாக்ஷியாக நான் சொல்வதெல்லாம் உண்மை.

பிரதிவாதி வக்கீல் வினாவும், 1–ம், சாக்ஷி விடையும்

வாதி பிரதிவாதிகளைத் தெரியுமா?

தெரியும்.

எதனால் தெரியும்?

வாதி எனது அண்ணனானதினாலும் பிரதிவாதி இராம பத்தனானதினாலுந் தெரியும்.

இந்த வியாச்சியத்தைப்பற்றி யாதாவது தெரியுமா?

தெரியும்.

என்னதெரியும்?

வாதி, பிரதிவாதி பக்கம் 3-ம், சாக்ஷியாகிய ஶ்ரீராமரது பத்தினியான சீதாதேவியைத் திருடிக் கொண்டுவந்து தமது இராஜதானியாகிய இலங்காபுரியில் வைத்திருந்தார். அதைத் தெரிந்து போவதற்காக அந்த ஶ்ரீராமரது உத்திரவினோடும் பிரதிவாதி ஒருநாள் அங்குவந்து அந்த மாதுசிரோமணி தங்கியிருந்த இடத்திற்குச் சமீபத்தில் நின்ற சிம்ஸபாவென்னும் ஓர் மரத்தின் மீதேறினார். உடனே அங்கு நின்ற காவற்காரர்கள் அவரைப் பிடித்து மிகவும் உபத்திரவித்தார்கள். அதை அவர் பொறுக்கமாட்டாமற் சிலரைக் கொலை செய்தார். அப்பால் அவர்கள் அவரைப்பிடித்து அவரது கால்களையும் கைகளையுங் கயிற்றினால் இறுக வரிந்துகட்டித் தூக்கிக்கொண்டு போய் வாதியினது சமூகத்தில் விட்டார்கள். வாதி அவரைக் கொல்லும் படி தமது சேவகர்களுக்குக் கட்டளையிட்டார். நான் அதைத் தடுத்தேன். அதனால் அவரது வாலிற் கந்தைத் துணிகளைச் சுற்றி எண்ணெயில் நனைத்து நெருப்பைக் கொளுத்தினார்கள். அதனால்

இலங்கா தகனம்

அவர் வேதனை யதிகரித்து அதைப் பொறுக்கமுடியாமல் அங்கு மிங்கும் ஓடிச் சாடிச் சுற்றிச் சுழன்று மாளிகைகளின் முகட்டிலேறினார். அந்த மாளிகைகள் முழுவதும் வெந்து சாம்பராயின. இதுதா னெனக்குத் தெரியும்.

இது நடந்தது எப்போது?

இந்த மாதம் 22-ந் தேதி.

பகலா இரவா?

பகல்.

அப்போது சூரியனுதித்துச் சுமார் எத்தனை நாழிகை?

உத்தேசம் 12, நாழிகை.

வாதி வக்கீல் கிறாசும், 1-ம், சாக்ஷி விடையும்

நீ வாதிக்கு யார்?

தம்பி.

வாதியோடு உனக்கு யாதாவது விரோத முண்டா?

இல்லை.

பிரதிவாதி பூந்தோட்டத்தை நாசமாக்க வில்லையா?

இல்லை.

இந்த வியாச்சியத்திற் பிரதிவாதிபக்கம் 2-ம், சாக்ஷி தானா நீ சொன்ன சீதையென்பவள்?

ஆம்.

மாளிகைகளெல்லாம் எரியும்போது அவள் தங்கியிருந்த இடம் யாதாவது எரிந்ததா?

இல்லை.

அது எதனால்?

அவளது பதிவிரதா தருமத்தினால்.

பிரதிவாதி இலங்கா புரிக்கு வந்த வழி யாது?

தெரியாது.

பிரதிவாதியாற் கொல்லப்பட்ட இராட்சதர்கள் எத்தனைபேர்?

நான் கணக்கிட்டுப் பார்க்கவில்லை.

கோர்ட்டார் வினாவும், 1-ம், சாக்ஷி விடையும்

வாக்குமூலம் வாசிக்கக் கேட்டாயா?

கேட்டேன்.

சரிதானா?

ஆம்.

பிரதிவாதி பக்கம் 1-ம், சாக்ஷி விபீஷணன்
(கையெழுத்து)

››››››››››››

பிரதிவாதி பக்கம் 2-ம், சாக்ஷி

சீதை சத்தியஞ்செய்து

தெரிவித்த வாக்குமூலம்

**சர்வ வல்லமையுள்ள தெய்வஞ்சாக்ஷியாக
நான் சொல்வதெல்லாம் உண்மை.**

பிரதிவாதி வக்கீல் வினாவும், 2-ம், சாக்ஷி விடையும்

வாதி பிரதிவாதிகளைத் தெரியுமா?

தெரியும்.

இந்த வியாச்சியத்திற் சொல்லிய விஷயங்களில் யாதாவது தெரியுமா?

தெரியும்.

என்ன தெரியும்?

ஒரு நாள் இந்தப்பிரதிவாதி சூரியனுதித்து 10,12, நாழிகையான சமயம் நானிருந்த விடத்திற்குச் சமீபத்தில் நின்ற ஒருமரத்தின் மீது வந்து ஏறினார். அப்போது அங்குக் காவல் காத்துக் கொண்டுநின்ற அரக்கர்கள் அவரைப் பிடித்து அடித்து உபத்திரவிக்க ஆரம்பித்தார்கள். அதை அவர் சகிக்க முடியாமல் அவர்களில் அனேகரைக் கொன்றார்.

இலங்கா தகனம்

மற்றவர்கள் அவரைக் கைப்பிடியாகப் பிடித்துக் கால்களையுங் கைகளையுங் கயிற்றினால் இறுக வரிந்துகட்டிப் பிரேதத்தைத் தூக்கிக்கொண்டு போவதுபோல் தூக்கிக்கொண்டு போனார்கள். கொஞ்சநேரஞ் சென்றபின்னர் அவர் மாளிகைகளின்மீது குதித்து ஓடுவதையும், அவர் வாலில் நெருப்பெரிவதையும், அதனால் மாளிகைகளெல்லாம் பற்றிக் கொண்டு அக்கினிமயமாகச் சாம்பலாவதையுங்கண்டேன். இது தானெனக்குத் தெரியும்.

உனது வீடு எங்கே?

ஜனகா புரியில்.

நாயக னுண்டா?

உண்டு.

யார்?

அயோத்தியா புரியினது அரசராகிய தசரத சக்கிரவர்த்தியினது புத்திரரான ஸ்ரீராமர்.

நீ இவ்விஷயம் நடந்த விடத்திற்குவரக் காரணம் யாது?

என் திசை யாலன்று.

பின் எவ்வாறு?

நான் காட்டிற்கு வந்திருந்தேன். இந்தவாதி பலவந்தமாய்த் தூக்கிக்கொண்டு வந்துவிட்டார்.

வாதி வக்கீல் கிறாசும், 2-ம், சாக்ஷி விடையும்

நீ காட்டிற்கு வந்திருந்தது எதற்காக?

தவத்திற்காக.

தானியாகவா?

அல்ல.

பின் யாரோடு?

எனது கணவரோடும், அவர் தம்பியோடும்.

இந்த வாதி உன்னைத் தூக்கிக்கொண்டு வந்தது அவர்கள் உன்னோடு இருக்கின்ற காலத்திலா?

இலங்கா தகனம்

அல்ல.

பின் எப்போது?

எனது மனதைக் கவர்ச்சி கொள்ளும்படி அதிரூபமான புள்ளி களையுடைய ஒரு மானானது எனது முன்னர்வந்து உலாவி விளையாடிக் கொண்டு நின்றது. அதைக்கண்ட நான் அதன்மீது அதிக ஆவலாகி அதைப்பிடித்துத் தரும்படி எனதுநாயகரை வேண்டினேன். அவர் அவ்வேண்டு கோட்கிசைந்து அதைப்பிடிக்கும்படி துரத்திச்சென்றார். அவ்வாறு சென்ற சிறிது நேரத்திற் கெல்லாம் "இலக்ஷூமணா அபய" மென்ற ஓர்சந்தங்கேட்டது. உடனே நான் அவருக்கு யாதாவது ஆபத்து நேரிட்டிருக்கக் கூடுமென்று நினைத்துப் பக்கத்தில் எனக்குக் காவலாக நின்ற அவரது தம்பியையும் அங்குப் போகும்படி ஏவினேன். அவ்வேவற்படியே அவரும் போய்விட்டார். அப்போது.

வாதி உன்னைத்தூக்கிக் கொண்டு வரும்போது அவர் கொண்டிருந்தகோலம் யாது?

ஒரு சந்நியாசியினது கோலம்.

அச்சந்நியாசியைக் கண்டபோது அவர்மீது உனக்கு மோக முண்டாயிற்றல்லவா?

ஆர்டர்

வக்கீல்! இக்கேள்வியை நீர்கேட்பது நியாயமில்லை, இதை விட்டுவிட்டுக் கேட்கவேண்டிய கேள்வியை மாத்திரங்கேளும், என்று கோர்ட்டாரால் உத்திரவு செய்யப்பட்டது.

பிரதிவாதியைக் கட்டித்தூக்கிக்கொண்டு போனபோது வாதி அவரை என்னசெய்தார்?

அது தெரியாது.

தெரியாதது எதனால்?

நான் அரண்மனைக்கு வெளிப்புறத்திலிருந்ததனால்.

கோர்ட்டார் வினாவும், 2–ம், சாக்ஷி விடையும்

வாக்குமூலம் வாசிக்கக் கேட்டாயா?

கேட்டேன்.

சரிதானா?

ஆம்.

பிரதிவாதி பக்கம் 2-ம், சாக்ஷி சீதை
(கையெழுத்து)

››››››››››››

பிரதிவாதி பக்கம் 3-ம், சாக்ஷி
ஸ்ரீராமர் சத்தியஞ்செய்து
தெரிவித்த வாக்குமூலம்

சர்வ வல்லமையுள்ள தெய்வஞ்சாக்ஷியாக நான் சொல்வதெல்லாம் உண்மை.

பிரதிவாதி வக்கீல் வினாவும், 3–ம், சாக்ஷி விடையும்

வாதி பிரதிவாதிகளைத் தெரியுமா?

தெரியும்.

எதனால் தெரியும்?

வாதியைக் கேள்விப் பட்டதினாலும், பிரதிவாதி எனது தொண்டனானதினாலுந் தெரியும்.

நீர் இந்தப் பிரதிவாதியை வாதியினது பட்டினமாகிய இலங்காபுரிக்கு அனுப்பினதுண்டா?

உண்டு.

எதற்காக?

வாதி எனது மனைவியாகிய சீதையைத் திருடிக் கொண்டு போனதாகக் கேள்விப்பட்டு அதைத் தெரிந்து வருவதற்காக.

இதைத் தவிர, இவ்வியாச்சியத்தைப் பற்றி வேறு யாதாவது தெரியுமா?

இலங்கா தகனம்

தெரியாது.

வாதி வக்கீல் கிறாசும், 3-ம், சாக்ஷி விடையும்

நீர் உமது மனைவியை வாதி திருடிக் கொண்டுபோகும் போது எங்கே போயிருந்தீர்?

காட்டிற்கு.

எதற்காக?

ஒரு மானைப் பிடிப்பதற்காக.

பிரதிவாதியை இலங்கா புரிக்கு அனுப்பினது நீர்தாமா?

ஆம்.

பிரதிவாதி அங்குப் போய்ச் செய்தது யாது?

தெரியாது.

கோர்ட்டார் வினாவும், 3-ம், சாக்ஷி விடையும்

வாக்குமூலம் வாசிக்கக் கேட்டீரா?

கேட்டேன்.

சரிதானா?

ஆம்.

பிரதிவாதி பக்கம் 3-ம், சாக்ஷி ஸ்ரீராமன்
(கையெழுத்து)

»»»»»»»»»»»

ஹீயறிங்

வாதிவக்கீல் பிரகஸ்தனது விவாதம்

இந்த வியாச்சியத்தில் பிரதிவாதியாகிய அனுமார் வாதியாகிய இராவணரது பூந்தோட்டத்தை நாசமாக்கவும், அதைத்தடுத்த இராட்சதர்களைக் கொல்லவும், இராஜ அரண்மனைகளைச் சுட்டெரிக்கவுஞ் செய்ததாக வாதியினதும், வாதிபக்கம் ஒன்றுமுதல் மூன்றுவரையுள்ள சாக்ஷிகளினதும் வாக்குமூலங்களாலும் பி, இலக்க ரிக்கார்டாலும்

பிரதிவாதி பக்கம் சாக்ஷிகளினது வாக்குமூலங்களாலும் யாதொரு சந்தேகமுமின்றித் திட்டமாய்த் தெரிகின்றது. ஆதலால் சிக்ஷாநியமம் 203, 204, 507 ஆகிய இவ்வகுப்புகளின் படியுள்ள குற்றத்தைப் பிரதி வாதியின் மீது ஸ்தாபகப்படுத்திப் பிரதிவாதியைத் தக்கபடி தண்டிக்க வேண்டுமென்று மிகவும் தாழ்மையாய்க் கேட்டுக் கொள்ளுகின்றேன்.

பிரதிவாதி வக்கீல் சுக்கீரிவனது விவாதம்

இந்த வியாச்சியத்தில் பிரதிவாதி மனப் பூரணமாய்க் குற்றஞ் செய்தாரென்று சொல்லுவது சுத்தப்பொய் யென்பதற்கு அனேக நியாயங்க ளிருக்கின்றன. முதலாவது வாதிபக்கம் 1-ம், சாக்ஷி பிரதிவாதியாற் பூந்தோட்டத்திற் கொல்லப்பட்டவர் முந்நூறு பேரென்றும், 2-ம், சாக்ஷி இருநூறு பேரென்றும், 3-ம், சாக்ஷி நானூறு பேரென்றுந் தம்மில் முழு வித்தியாசமாய்ச் சொல்லி யிருக்கின்றார்கள். மேலும் 1-ம், 2-ம், சாக்ஷிகள் சிம்ஸபா மரத்தினது அடியில் ஒரு பெண்ணிருந்தா ளென்றும், 3-ம், சாக்ஷி அங்கு ஒருவரு மிருக்கவில்லை யென்றும் ஒருவருக்கொருவர் மாறுபடச் சொல்லுகின்றார்கள். அதனோடு பிரதிவாதியினது கால்களையுங் கைகளையுங் கயிற்றினா லிறுக வரிந்துகட்டி வாதியினது சமூகத்திற்குக் கொண்டுபோன சமயத்திற் பிரதிவாதிக்கு யாதொரு போதக்கேடு முண்டாயிருக்க வில்லை யென்றும், வாதி பிரதிவாதியினது வாலிற் கந்தைத்துணிகளைச் சுற்றி எண்ணெயில் நனைத்து நெருப்பைக் கொளுத்தின பின்னரே பிரதிவாதிக்கு ஆவேசம் வந்து தன்னை மறந்து, அங்குமிங்குஞ் சாடி யோடிச் சுற்றிச் சுழன்று மாளிகைகளின் முகட்டிலேற, அதனால் மாளிகைகளெல்லாம் நெருப்புப்பற்றி யெரிந்தன வென்றுந் தெரிகின்றன. இன்னும் வாதி தனது மகனாகிய அக்ஷகுமாரனை அங்கு அனுப்பினதாகவும், அவனையும், அவனோடிருந்த இராட்சதர்களிற் பலரையும் பிரதிவாதி கொன்றதாகவுந் தனது வியாச்சியத்தினாலும், வாக்குமூலத்தினாலுந் தெரிவித்திருக்கின்றார். அவ்விஷயம் சாக்ஷி களினது வாக்குமூலங்களாலும் மற்ற விஷயங்களாலும் போதுமான அளவு ருஜுவாக வில்லை. அன்றியும் பிரதிவாதி பக்கம் 1-ம், சாக்ஷியோ? வாதியினது தம்பியாக விருக்கின்றான். அவன் ஒரு காலத்திலுந் தனது தமையனுக்கு விரோதமாக வாக்குமூலங் கொடுத் திருக்க மாட்டான். ஆதலால் அவன் வாக்குமூலத்தை மிகவும் உறுதியாக நம்பவேண்டியதா யிருக்கின்றது. அதனோடு 2-ம், சாக்ஷி மகா இலட்சுமியா யிருக்கின்றாள். அவளும் ஒருக்காலத்திலும்

பொய் சொல்லமாட்டாள். அதனால் அவள் வாக்குமூலத்தையும் நம்பவேண்டியதாகத்தா னிருக்கின்றது. வாதிபக்கம் சாக்ஷிகளா? வாதியினது வேலைக்காரர்களாக விருக்கின்றார்கள். அவர்கள் தமது எஜமானுக்கு வேண்டி ஒருக்கால் பொய் சொல்லியிருந்தாலு மிருப்பார்கள். ஆதலால் அவர்களது வாக்குமூலத்தை எள்ளத்தனையும் நம்புவதற்கு மார்க்க மில்லை. இம்மட்டோ? வாதி தம்மைக் கிரிமினல் தண்டனை அனுபவித்தவன்றானென்று தமது வாயினாலேயே சொல்லுகின்றார். அதற்காக ஏ, இலக்க ரிக்கார்டுங் கோர்ட்டு உத்திரவின்படி ஆஜராக்கப் பட்டிருக்கின்றது. பிரதிவாதி மனமறிய யாதொரு செய்கையுஞ் செய்யவில்லை யென்பதற்கு ஸி, இலக்க ரிக்கார்டும் ஆஜராக்கப் பட்டிருக்கின்றது. அதைப் பார்த்தாலே கோர்ட்டாருக்குப் பிரதிவாதி மனப்பூரணமாய் யாதொரு குற்றமுஞ் செய்யவில்லை யென்பது உள்ளங்கை நெல்லிக்கனிபோல் விளங்கா நிற்கும். இக்காரணங்களினால் வாதி வஞ்சகத்தினாற் கொண்டுவந்த இந்த வியாச்சியப்படி பிரதிவாதியைத் தண்டிப்பதற்கு யாதொரு நியாயமு மேற்படவில்லை. ஆதலாற் பிரதிவாதியை நிரபராதியாக விட்டு வியாச்சியத்தைப் பயலில் நின்றுந் தள்ளும்படி மிகவுந் தாழ்மையாய் வேண்டிக் கொள்ளுகின்றேன்.

ஜட்ஜிமெண்ட்

இவ் வியாச்சியத்தில் வாதியினதும், வாதிபக்கம் சாக்ஷிகளினதும், பிரதிவாதியினதும், பிரதிவாதிபக்கம் சாக்ஷிகளினதும் வாக்கு மூலங்களைக் கேட்கவும், ஏ, பி, ஸி, இலக்க ரிக்கார்டுகளைப் பரிசோதிக்கவுஞ் செய்தேன். இதில் வாதியினது அரசாட்சியி லிருக்கின்ற இலங்காபுரியிற் பிரதிவாதி பலவந்தமாய்ப் பிரவேசித்து அங்கிருந்த பூந்தோட்டத்தை நாசமாக்கவும், அதைக்கண்டு தடுத்த இராட்சதர்களிற் பலரைக்கொல்லவும், இராஜதானி முழுவதையும் நெருப்பை வைத்துச் சுட்டெரிக்கவுஞ் செய்ததாகவே வாதியினது வியாச்சியம். அதற் கனுகூலமாகவே வாதிபக்கம் ஒன்று முதல் மூன்று வரையுள்ள சாக்ஷிகள் சத்தியஞ்செய்து தெரிவித்திருக்கின்றார்கள். அதனோடு அவ்விஷயத்தை பி, இலக்க ரிக்கார்டு உறுதிப்படுத்தவுஞ் செய்கின்றது. இதைத்தவிர பிரதிவாதிபக்கம் சாக்ஷிகள் மேற்படி விஷயம் நடந்தது உண்மைதா னென்று ஒப்புக்கொள்வதோடு வாதிபக்கத்தார் பிரதிவாதியை உபத்திரவித்ததுதான் அதற்குக் காரண மென்றுஞ் சொல்லுகின்றார்கள். அவ்வாறு சொல்லுவது

இவ்வியாச்சியத்திற்கு உறுதியாக மாட்டாது. மேலும், அதை ஏ - ஸி, இலக்க ரிக்கார்டுகளும் போதுமான அளவு தெரிவிக்கின்றன. அது மாத்திர மல்ல, பிரதிவாதிபக்கம் வக்கீல்பிரதிவாதி மனப் பூரணமாய் யாதொரு செயலுஞ் செய்யவில்லையென்று வாதித்தாலும் பிரதிவாதியாகிய அனுமார் தமக்கு 3-ம், சாக்ஷியாக வந்த ஸ்ரீராமரது கட்டளையின்படி அவர் மனைவியாகிய சீதா தேவியைத் தேடும் பொருட்டு வாதியினது அரசாட்சியைக் கொண்ட இலங்கா புரிக்குப் போனதாகச் சொல்லுவதாற் பிரதிவாதி ஆதியிலேயே கருதி யிருந்தே இச்செய்கைகள் செய்தா ரென்பதும் நிச்சயமாகத் தெரிகின்றது. அதனோடு அதற்கான ஆதாரங்களும் வாதிபக்கம் அனேக மிருக்கின்றன. ஆதலாற் சிக்ஷா நியமம் 203, 204, 507, ஆகிய இவ்வகுப்புகளின் படியுள்ள குற்றங்களைப் பிரதிவாதியின்மீது ஸ்தாபகப்படுத்தி அவரைத் தூக்கிற் போட்டுக் கொல்லும்படி தீர்மானித் திருக்கின்றேன்.

செஷன் ஜட்ஜி,
சதாசிவ ஐயன்
(கையெழுத்து)

அப்பீல் மெமோறாண்டம்

ஸ்ரீ வைகுண்டபுரம் ஹைக்கோர்ட்டு சீப் ஜஸ்டீஸ் மிஸ்ற்றர். பத்ம நாப ஐயங்காரவர்கள் சமுகத்திற்கு, ஸ்ரீ கைலாச புரம் செஷியன் கோர்ட்டில் திரேதாயுகம், 407-ம், வருடம் தை மாதம் 25-ந் தேதி 532-ம், நம்பர் வியாச்சியத்தி லுண்டான தீர்மானத்தின் மேல் மேற்படி வருடம் வைகாசி மாதம் 2-ம், தேதி அசல் பிரதி வாதியாகிய அனுமான் தெரிவித்த அப்பீல் மெமோறாண்டம்.

இந்த மாதம் 22-ந் தேதி நான் எனது சுவாமியாகிய ஸ்ரீராமரது கட்டளையினால் அவர்களது மனைவியான சீதா தேவியை விசாரித்து இலங்கா புரியிற்போய் அங்குள்ள பூந்தோட்டத்தில் நின்ற ஓர்மரத்தின் மீது ஏறினேன். அப்போது அவ்விடத்திலிருந்த வாதியினது வேலைக் காரர்களான இராட்சதர்கள் என்னைப் பிடித்து அடித்துக் குத்திப் பலவாறு உபத்திரவித்தார்கள். நான் அவ்வுபத்திரவம் பொறுக்க முடியாமல் எனது பிராணனுக்கு நஷ்டம் வருமோ? என்று பயந்து வியாச்சியப்பிரகார முள்ள சில குற்றங்களைச் செய்தேன். இதுவே யல்லாமல் மனப் பூரணமாய் யாதொரு குற்றமுஞ் செய்ய வில்லை. இதற்காக எனது பக்கத்திற்குப் போதுமான சாக்ஷிகளும், ரிக்கார்களும்,

ஆஜராக்கியும் அவைகளை யெல்லாம் செஷன் கோர்ட்டார் கவனிக்காமல் என்னைத் தூக்கிலிட்டுக் கொல்லும்படி தீர்மானித் திருக்கின்றார்கள். அது மிகவும் நியாய விரோதமாயிருக்கின்றது. ஆதலால் அச்செஷன் கோர்ட்டுத் தீர்மானத்தை மாற்றி என்னை நிரபராதியாக விட்டு இரட்சிக்க வேண்டுமென்று மிகவும் வணக்கமாய்க் கேட்டுக் கொள்ளுகின்றேன்.

அசல் பிரதிவாதி,
அனுமான்
(கையெழுத்து)

இந்த மெமோறாண்டத்தை ஸ்ரீவைகுண்ட புரம் ஹைக் கோர்ட்டில் அங்கீகரித்து வைகாசி மாதம் 3-ந் தேதி வாயிதா வைக்க, அன்று அப்பீல் வாதியாகிய அனுமானும் அப்பீல் பிரதிவாதியாகிய இராவணனும் இருபுறத்து வக்கீல்களும் வந்து ஆஜரானார்கள்.

ஹீயறிங்

அப்பீல் வாதி வக்கீல் சுக்கிரீவனது விவாதம்

இந்த வியாச்சியத்தில் அப்பீல்வாதியாகிய அனுமார் தமது ஜீவனைக் காப்பாற்றும் பொருட்டன்றி மனப்பூரணமாய் யாதொரு குற்றமுஞ் செய்யவில்லை யென்பதற்கு ஏ, ஸி, இலக்க ரிக்கார்டு களையும், அப்பீல் பிரதிவாதியினது தம்பியும் அப்பீல் வாதியினது 1-ம், சாக்ஷியுமாகிய விபீஷணனும், 2-ம், சாக்ஷியாகிய மகா லக்ஷுமியும், தமது உத்திரவின்படியே போனாரென்ற 3-ம், சாக்ஷியாகிய ஸ்ரீராமருந் தெரிவித்த வாக்கு மூலங்களையும் கீழ்க்கோர்ட்டார் கவனிக்காமல் அப்பீல் பிரதிவாதியாகிய இராவணரது வேலைக்காரர்களான ஒன்று முதல் மூன்றுவரையுள்ள சாக்ஷிகள் தம்மில் ஒருவருக்கொருவர் முற்றும் மாறுபடத் தெரிவித்த வாக்குமூலங்களையே கவனித்து இவ்வாறு கொலைத் தண்டனைக்குத் தீர்மானங்கொடுத்தது சுத்த நியாய விரோதமாயிருக்கின்றது. அதனோடு அப்பீல் பிரதிவாதியாகிய இராவணர் கிரிமினல் தண்டனையும் அனுபவித்திருக்கின்றார். ஆதலால் கீழ்க்கோர்ட்டுத் தீர்மானத்தை மாற்றி அப்பீல் வாதியாகிய அனுமாரை நிரபராதியாக விடவேண்டுமென்று மிகவுந் தாழ்மையாய்க் கேட்டுக்கொள்ளுகின்றேன்.

இலங்கா தகனம்
அப்பீல் பிரதிவாதி வக்கீல் பிரகஸ்தனது விவாதம்

அப்பீல் பிரதிவாதியாகிய இராவணரது சாக்ஷிகள் வேலைக் காரர்களாக விருந்தாலும் அவர்கள் அப்பீல் வாதி செய்த செய்கைகள் முழுவதையும் நேராக விருந்து பார்த்தவர்களா யிருக்கின்றார்கள். மேலும் அதற்கனுகூலமாகவே அசல் பிரதிவாதியினது சாக்ஷிகளுஞ் சம்மதித்துவாக்குமூலங் கொடுத்திருக்கின்றார்கள். அன்றியும் ஏ, இலக்க ரிக்கார்டும் ஆஜராக்கி யிருக்கின்றோம். இனி இராட்சதர்களைக் கொல்லும் வன்மை முற்காலத்திலும் அசல் பிரதிவாதிக்கு உண்டாயிருப் பதனாலும் அசல் பிரதிவாதி சீதையை அசல் வாதியினது பட்டின மாகிய இலங்காபுரியில் வைத்திருக்கின்றார்களென்று தெரிந்து அதை விசாரிக்கும்படி அவ் விலங்காபுரிக்கு வந்ததனாலும், அசல் பிரதிவாதி முன் கருதலோடுதான் இச்செய்கைகள் செய்தாரென்று மிகவும் நிச்சயமாய் விளங்குகின்றது. ஆதலாற் கீழ்க்கோர்ட்டுத் தீர்மானத்தை ஸ்திரப்படுத்தி அசல் பிரதிவாதிக்குக் கொலைத் தண்டனையே தீர்மானிக்கும்படி மிகவும் வணக்கமாய் வேண்டிக் கொள்ளுகின்றேன்.

அப்பீல்
ஜட்ஜிமெண்ட்

இந்த வியாச்சிய சம்பந்தமாகச் சகல ரிக்கார்டுகளையும் பரிசோதிக்கவும், வக்கீல்களினது விவாதங்களைக் கேட்கவுஞ் செய்தேன். அதில் அசல் வாதியாகிய இராவணரது இராஜதானியான இலங்காபுரியில் அசல் பிரதிவாதியாகிய அனுமார் பலவந்தமாய்ப் பிரவேசித்து வியாச்சியப்படியுள்ள குற்றங்களைச் செய்தாரென்பதே வியாச்சியத்தினது சாரம். சாக்ஷிகளது வாக்குமூலங்களைப் பரிசோதித்ததில் ஒன்றுக்கொன்று முற்று மாற்றமாகத் தெரிகின்றது. இவ்விஷயத்தைக் கீழ்க்கோர்ட்டார் கொஞ்சமேனுங் கவனித்ததாக விளங்கவில்லை. அசல் பிரதிவாதிபக்கம் 1-ம், சாக்ஷி அசல் வாதியினது தம்பியென்று தெரிகின்றது. தமையனுக்கு மாறாகத் தம்பி எவ்விதத் தாலும் விரோதஞ் சொல்ல மாட்டானென்பது நிச்சயமானதினால் அந்த ஒரே சாக்ஷியினாலேயே இவ் வியாச்சிபத்திற்குத் துர்ப்பலஞ் சித்திக் கின்றது. 2-ம், சாக்ஷி சீதை. அவளும் ஒருக்காலத்திலும் பொய் சொல்ல மாட்டாளென்று நம்பவேண்டியதா யிருக்கின்றது. 3-ம், சாக்ஷியும் அவ்வாறுதான். இனி அசல் வாதியோ? தாம் கிரிமினல்

தண்டனை அனுபவித் திருப்பதாகத் தமது வாயினாலேயே சொல்லியிருக்கின்றார். ஆதலால் இவ் விஷயங்களையும் ஏ, ஸி, இலக்க ரிக்கார்டு களையுங் கீழ்க்கோர்ட்டார் கவனிக்காதது முற்றும் பிசகாயிருக்கின்றது. மேற்கண்ட காரணங்களால் அப்பீல் வாதி யாதொரு குற்றவாளியு மல்லவென்பது நமது அப்பிப்பிராயத்திற் றோற்றுகின்றது. ஆதலால் கீழ்க்கோர்ட்டுத் தீர்மானத்தை மாற்றி அசல் பிரதிவாதியாகிய அனுமாரை நிரபராதியாக விட்டிருக்கின்றேன்.

ஸ்ரீ வைகுண்டபுரம் ஹைக்கோர்ட்டு,
சீப் ஜட்ஜி பத்மநாப வையங்கார்
(கையெழுத்து)

இலங்காதகனம் கிரிமினல் கேஸ்
முற்றிற்று!

கிரிமினல் கேஸ்

அரம்பைப் பலவந்தப் புணர்ச்சி

தேவலோகம் டிஸ்திரிக்ட்டு மாஜிஸ்திரேட்டுக் கோர்ட்டு, மாஜிஸ்திரேட்டு மிஸ்றர். **அநந்தாசாரியவரவர்கள்** முன்னிலையில் நடந்த திரேதாயுகம், 1736-ம், வருடம் தைமாதம் 6-ந் தேதி பயல் 3-ம், நம்பர் கிரிமினல் கேஸ்.

வாதி	**பிரதிவாதி**
1 - அரம்பை	*1 - இராவணன்*
வாதி சாக்ஷிகள்	**பிரதிவாதி சாக்ஷிகள்**
1 - நளகூபரன் *2 - காமினி*	*1 - அக்கினிக் கண்ணன்*
வாதி வக்கீல்	**பிரதிவாதி வக்கீல்**
1 - எம்.ஆர்.பாஸ்கரபானு	*1 - பி.நாரணன்*

வியாச்சியம்

இந்த வியாச்சியத்தில் வாதியாகிய நானும் எனது தோழி காமினியென்பவளும் இம்மாதம் 4-ந் தேதி இரவு உண்டு தாம்பூலந்தரித்து ஆடையாபரணாலங்கிருதைகளாகிச் சந்தனம், புனுகு, கஸ்தூரி, குங்குமமாகிய வாசனைத் திரவியங்களைத் திமிர்ந்து பிச்சி, இருவாட்சி, மல்லிகை, முல்லை, செண்பகமாகிய நறுமலர் களைச் சூடி எனது கையிற் சிறிது பலகாரவகைகளும், எனது பாங்கி கையிற் களபக்கூட்டு மெடுத்துக் கொண்டு எனது நாயகரான நளகூபரரது வீட்டிற்குப் போனோம். அவ்வாறு போகும் வழியில் ஸ்ரீ கைலாச

புரத்தினது தென்புறத்திருந்த ஒரு சிறிய வனத்தில் இந்தப் பிரதிவாதி தமது வேலைக்காரனாகிய அக்கினிக்கண்ணனோடு குளிர்ந்த தென்றற் காற்றினது பரிசத்தையும், தண்ணிய இளநிலாவினது சோதியையு மேற்றுக் கொண்டு நின்றார். அதைக் கண்ட நான் பயந்து அவ்வழி யாகப் போகாமல் வேறோர் வழியாக அவ்விடத்தை விட்டுக் கடந்து போவதற்குப் பிரயத்தனப் பட்டேன். உடனே பிரதிவாதி தாம் நின்ற நிலையை விட்டு மிகவும் விரைவாக ஓடிவந்து என்னைப் போகவிடாமல் மறித்துத் தடை செய்தார். அதற்குள் எனது பாங்கி யாகிய காமினியை அந்த அக்கினிக் கண்ணன் அவ்விடத்தை விட்டு மோட்டி விட்டான். அப்பால் இந்தப் பிரதிவாதி என்னைப் பார்த்து எனது மனதிற்குப் பொருத்த மில்லாத சிலவார்த்தைகளைச் சொன்னார். அதற்கு நான் உடன்படவில்லை. அதனால் என்னை வலுவந்தமாகப் பிடித்துப் பலவந்தப் புணர்ச்சி செய்ததோடு எனக்குத் தேக கஷ்டமும், மான நஷ்டமு முண்டாக்கி யிருக்கின்றார். இது இந்தியன் பினல்கோடு 376-ம் வகுப்பின்படி தண்டிக்கத்தக்க குற்றமா யிருக்கின்றது. ஆதலாற் பிரதிவாதியையுஞ் சாக்ஷிகளையும் வரவழைத்துக் கேட்டுத் தீர்மானப் படுத்தி இரட்சிக்க வேண்டுமென்று மிகவும் வணக்கமாய்க் கேட்டுக் கொள்ளுகின்றேன்.

வாதி அரம்பை
(கையெழுத்து)

பிரதிவாதி இராவணன் சத்தியஞ்செய்து
தெரிவித்த வாக்குமூலப்

பத்திரிகை

அளகாபுரிக் கதிபதி யாகிய எனது தமையனான குபேரன் எனது இராஜதானி யாகிய இலங்காபுரிக்கு ஓர் தூதுவனை யனுப்பி என்னோடு எல்லை கடந்த பல உதாசன வார்த்தைகளைப் பேசச் செய்து என்னை அகெளரவப்படுத்தினான். அதனால் நான் அவனோடும் யுத்தஞ் செய்வதற்காக எனது இரத கஜ துரக பதாதியென்னும் நால்வகைச் சேனைகளோடும் புறப்பட்டுப் போனேன். அப்படிப் போகின்ற காலத்திற் சூரியன் அஸ்தமித்துப் போனதனாற் சைனியங் களை யெல்லாம் ஒரு புறத்து நிறுத்திவிட்டு நான்மாத்திரந் தனியாக அவ்வழியிலுள்ள ஓர் கற்பாறையின் மீது தங்கியிருந்தேன். அப்போது இந்த வாதியாகிய அரம்பை யென்பவள் எனது தலைகளி லணிந்திருந்த கிரீடங்களின் பிரகாசத்தையும், காதுகளிற் பூண்டிருந்த

வச்சிரக் குண்டலங்களி னொளிவையும், தோள்களில் தரித்திருந்த வாகுவலையங்களின் மின்னலையும், மார்பிற் புனைந்திருந்த முத்தாரங்களின் சோதியையும், முகங்களி லிருந்துண்டாகாநிற்குங் காந்தியையுங் கண்டு அடக்கமுடியாத அதிக மோகப் பிரமைகொண்டு என்னைக் கட்டித் தழுவும்படி எனது சமுகத்தில் வந்தாள். அதைக் கண்ட நான் அதற் கிடங்கொடாமல் ''நீ யார்? எங்குச் செல்லுகின்றாய்? இங்குவந்த காரணம் யாது?'' என்று கேட்டேன். அதற்கு அவள், தன்னை அரம்பையென்பதாகவும், தனது கணவனாகிய நளகூபரனது வீட்டிற்குப்போவதாகவும், அப்படி போகின்ற வழியில் மன்மதனையும் பழிக்கத்தக்க வதன காந்தியையுடைய என்னைக் கண்டதாகவும், அக்காட்சியால் தனது மனத்துள் அடக்க முடியாத காமவிருப்ப மதிகரித்ததாகவும், அதனால் தான் எண்ணிவந்த காரியத்தை முற்றும் மறந்து என்னோடு இரதிக் கிரீடைசெய்ய வந்ததாகவும், அதற்கு நான் உத்திரவு கொடுக்காதிருக்கில் தன்னாற், பொறுக்கமுடியா தென்பதாகவுஞ் சொல்லி அவ்விஷயத்திற்காக என்னை மிகவும் நிர்ப்பந்தித்தாள். அதற்கு நான் அவளைப்பார்த்து, நான் ஒரு இராட்சதேசுவரன். அன்றியும் தற்போது யுத்த சன்னத்தனாயிருக் கின்றேன். ஆதலால் நீ கருதிவந்த செய்கை செய்வதற்கு மார்க்க மில்லை. மேலும் நீ எனது தமையனான குபேரனது மகனாகிய நளகூபரனது மனைவியா யிருப்பதோடு எனக்கும் மருமகளுமா கின்றாய். அதனாலும் ஒரு காலத்திலும் இச்செய்கை செய்வது தகுதியாகாது. ஆதலால் நான் இவ்விஷயத்திற்கு உடன்பட மாட்டேனென்று கட்டாயமாய்ச் சொன்னேன். அதனால் அவள் மிகவும் என் மீது கோபமாகித் தான் தரித்திருந்த ஆபரணங் களையுங் கையிலிருந்த பலகாரங்களையும் தூரத்திலெறிந்துவிட்டு என்னைப்பார்த்து நான் இப்போதேபோய் என்னை நீங்கள் பலவந்தப் புணர்ச்சிசெய்ததாக டிஸ்திரிக்ட்டு மாஜிஸ்திரேட்டுக் கோர்ட்டில் வியாச்சியங்கொடுத்துக் கோர்ட்டாரால் தங்களைச் சிறையில் வைக்கும்படி செய்விக்கின்றே னென்று சொல்லி விட்டுப் போய்விட்டாள். இதுதான் இவ் வியாச்சியங் கொடுப்பதற்குக் காரணம். ஆதலால் என்னை இதில் நின்றும் நிரபராதியாக விட்டு இந்த வாதியைப் பிரதிவாதியாகச் சேர்த்து மானநஷ்டத்திற்கு வியாச்சியங்கொடுக்க உத்திரவு தரவேண்டுமென்று மிகவும் வணக்கமாய் வேண்டிக் கொள்ளுகின்றேன்.

பிரதிவாதி இராவணன்
(கையெழுத்து)

வாதி விசாரணை

வாதி அரம்பை சத்தியஞ்செய்து

தெரிவித்த வாக்குமூலம்

சர்வ வல்லமையுள்ள தெய்வஞ்சாக்ஷியாக நான் சொல்வதெல்லாம் உண்மை.

வாதி வக்கீல் வினாவும், வாதி விடையும்

உனது வியாச்சியம் யார் மீது?

இதோ நிற்கின்ற இராட்சதேசுவரரான இராவணர் மீது.

எதற்காக?

பலவந்தப்புணர்ச்சி செய்ததற்காக.

அச்செய்கை நடந்தது எப்போது?

இந்தமாதம் 4-ந் தேதி.

இரவா? பகலா?

இரவு

அன்று என்னகிழமை?

ஞாபகமில்லை.

எவ்விடத்தில்?

ஸ்ரீ கைலாசபுரத்தின் தென்புறத்துள்ள ஒரு சிறிய வனத்தில்.

அந்த இரவில் நீ அங்குப் போவதற்குக் காரணம் யாது?

அழகாபுரியி லிருக்கின்ற நளகூபரரது வீட்டிற்குப் போகும் வழி அதுவானதினா லங்குப் போனேன். அதுதான் காரணம்.

அப்போது உன்னோடிருந்தது யார்?

காமினியென்னும் பெயருடைய ஓர் வேலைக்காரி.

வாதியாகிய இராவணர் உன்னைப் பலவந்தப் புணர்சிக்காகப் பிடித்த அந்தச் சமயத்தில் அவள் உன்னோடிருந்தாளா?

இல்லை.

அரம்பைப் பலவந்தப் புணர்ச்சி

எங்கே போனாள்?

வாதியினது வேலைக்காரனான அக்கினிக் கண்ணன் ஓட்டி விட்டான். அதனால் வீட்டிற்குப் போனாள்.

உனது கையில் இருந்தது யாது?

பலகாரம்.

அது எதற்காக?

எனது கணவருக்காக.

அவருக்கு அது ஏன்?

தின்பதற்கு.

நீ ஒவ்வொருநாளும் இவ்வாறு கொண்டுபோகின்ற வழக்கமுண்டா?

சிலவேளை கொண்டுபோகின்ற வழக்கமுண்டு.

அக்காலங்களி லெல்லாம் அவர் அதைத் தின்பாரா?

தின்பார்.

பிரதிவாதி உன்னைப் பிடித்த சமயத்தில் அப் பலகாரம் எவ்வாறாயிற்று?

கையிலிருந்து நழுவி பூமியில் விழுந்துவிட்டது.

அதன் பின் அன்று அந் நளகூபரரது வீட்டிற்குப் போனாயா?

இல்லை.

ஏன் போகவில்லை?

மிகவும் வெட்கமா யிருந்ததனால்.

பின் போனது எவ்விடத்திற்கு?

என் வீட்டிற்கு.

பிரதிவாதி வக்கீல் கிறாசும், வாதி விடையும்

உனது ஜாதி யாது?

அப்சரம்.

உங்கள் ஜாதியாருக்கும் பதிவிரதா தருமமுண்டா?

உண்டு.

அது எவ்வாறு?

ஒருநாளைக் கொருவரைக் கணவராகக் கொண்டால் மற்றொருவரையும் அன்று கருதோம்.

இந்த நளகூபரென்பவர் உனக்கு வழக்கமா யேற்பட்ட கணவரா? அல்லது அன்றைக்குமாத்திர மேற்பட்ட கணவரா?

வழக்கமாக ஏற்பட்ட கணவரும், அன்றைக் கேற் பட்ட கணவரு மவர்தாம்.

நீ பிரதிவாதியாகிய இராவணரைக்கண்டு மோகித்து என்னசெய்தாய்?

பீஷண வேஷத்தோடும், பத்துத் தலைகளோடும், இருபது கைகளோடு மிருக்கின்ற இராவணரைப் பெண்ணாகப் பிறந்தவர்களிற் மண்டோதரியைத்தவிர வேறொருவரும் மோகிக்கமாட்டார்கள். அதனால் நான்மோகிக்கவு மில்லை. மோகித்து ஒன்றுஞ் செய்யவு மில்லை.

பின் மோகித்தது யார்?

அவர்தாம்.

யாரைக்கண்டு?

என்னைக்கண்டு?

உங்களிற் கணவர் வீட்டிற்கு மனைவி போகின்ற வழக்கமா? மனைவி வீட்டிற்குக் கணவர் வருகின்ற வழக்கமா?

இரண்டும் வழக்கந்தான்.

இவற்றில் அன்று நடந்தது யாது?

நான்றான் கணவர் வீட்டிற்குப் போனேன்.

அன்றையத்தினம் இராவணரைப் பிரதிவாதியாகச் சேர்த்து மாஜிஸ்திரேட்டுக் கோர்ட்டில் வியாச்சியங் கொடுப்பேனென்று நீ சொல்லவில்லையா?

சொன்னேன்.

எதற்காக?

என்னைப் பலவந்தப்புணர்ச்சி செய்ததற்காக.

அப்படிச் செய்ததற்கு யாதாவது ரிக்கார்டுகளுண்டா?

உண்டு.

யாவை?

உத்தர ராமாயணம், அரம்பாப் பிரவேசநாடகம். (இவ்விரண்டிற்குங் கோர்ட்டாரால் ஏ, பி, இலக்கங் கொடுக்கப் பட்டது).

உனக்கொவ்வொருநாளைக் கொவ்வொரு நாயக னென்றிருக்க, நீ பிரதிவாதியோடு சம்மத வீனங்காட்டினது எதனால்?

அன்றுநான் நளகூபரரது வீட்டிற்கு போவதாகச் சொல்லி யிருந்தேன். அதனால்.

வீடுகள்தோறும்போய் அங்கிருப்பவர்களுக்கு மனைவியா யிருக்கின்ற உங்கள் கூட்டத்தில் உன்னைப்போல் எத்தனைபே ரிருக்கின்றார்கள்.

ஆர்டர்

அநாவசியமான கேள்விகளை விட்டுவிட்டு ஆவசியகமான கேள்விகளைமாத்திரங் கேளுமெனவும், காலதாமதமாகின்றதெனவும், விரைவி லாகட்டுமெனவுங் கோர்ட்டாரால் உத்திரவு செய்யப்பட்டது.

உனக்கு வயது எத்தனை?

பதினேழு.

அந்த நளகூபரரது வயது யாது?

தெரியாது.

உத்தேசம்?

அதுவுந் தெரியாது.

கிழவனா? குமாரனா?

குமரன்றான்.

அரம்பைப் பலவந்தப் புணர்ச்சி

கோர்ட்டார் வினாவும், வாதி விடையும்

வாக்குமூலம் வாசிக்கக் கேட்டாயா?

கேட்டேன்.

சரிதானா?

ஆம்.

வாதி அரம்பை
(கையெழுத்து)

>>>>>>>>>>>>

வாதி சாக்ஷி விசாரணை

வாதி பக்கம் 1-ம், சாக்ஷி
நளகூபரன் சத்தியஞ்செய்து
தெரிவித்த வாக்குமூலம்

சர்வ வல்லமையுள்ள தெய்வஞ்சாக்ஷியாக
நான் சொல்வதெல்லாம் உண்மை.

வாதி வக்கீல் வினாவும், 1-ம், சாக்ஷி விடையும்

வாதி பிரதிவாதிகளைத் தெரியுமா?

தெரியும்.

இவர்களது வியாச்சியத்தைப் பற்றி யாதாவது தெரியுமா?

தெரியும்.

என்ன தெரியும்?

இந்தமாதம் 4ந்தேதி இரவு இவ்வாதி எனது வீட்டிற்கு வருவதாகச் சொன்ன வார்த்தையை நம்பி அர்த்தராத்திரிவரை நான் தூங்காமல் விழித்துக் கொண்டிருந்தேன். வரவில்லை. அதனால் நான் அவளது வீட்டிற்குப் போனேன். அப்படிப் போகின்ற வழியில் இந்தப்பிரதிவாதி என்னைக்கண்டு இன்று உனதுமனைவியாகிய அரம்பைக்கு நான் கணவனாகவிருந்தேன். ஆதலால் நீ அங்குப் போகவேண்டாம். உனது வீட்டிற்கே திரும்பிப் போய்விடென்று

எட்டுக் கிரிமினல் கேஸ்

அரம்பைப் பலவந்தப் புணர்ச்சி

சொன்னார். அதை நான் கேளாமல் மறுத்தும் அவளது வீட்டிற்குப் போனேன். அப்போது அவள் எனது முகத்தைப் பார்ப்பதற்கு மிகவும் நாணமுடையவளாகத் தோற்றப்பட்டாள். அதனால் நான் அவ்விடத் திருந்த அவளது தாதியாகிய காமினியென்பவளிடத்தில் இங்கு நடந்தது என்னவென்று கேட்டேன். அதற்கு அவள் இராவணரென்பவர் இன்று அவளைப் பலவந்தப்புணர்ச்சி செய்ததனால் மிகவும் நாணி வியசனத்தோடிருக்கின்றாளென்று சொன்னாள். அதனால் நான் அந்த அரம்பை யென்பவளுக்குச் சாந்தமான சிலவார்த்தைகளைச் சொல்லி ஒருவாறு அவளைச் சமாதானப்படுத்திவிட்டு எனது வீட்டிற்கு வந்தேன். இதுதா னெனக்குத் தெரியும்.

நீர் யெவ்விதஞ் சமாதானஞ் செய்தீர்?

நாளையுதயத்திலேயே இராவணர்மீது பலவந்தப் புணர்ச்சிக் காகத் தேவலோகம் டிஸ்திரிக்ட்டுக் கோர்ட்டில் வியாச்சியங் கொடுக்கலாமெனவும், அதற்காக வக்கீல் நானே சித்தப்படுத்தித் தருகின்றேனெனவும், இப்போது நடந்த விஷயத்தினால் எனக்கு யாதொரு விரோதமுமில்லை யெனவும் வேண்டுமானால் நானே ஒரு சாக்ஷிசொல்லுகின்றேனெனவும் பலவார்த்தைகளைச் சொல்லி.

அச்சமாதானத்திற்கு அவள் உடன் பட்டாளா?

ஆம்.

பிரதிவாதி வக்கீல் கிறாசும், 1-ம், சாக்ஷி விடையும்

இந்த வாதி உமக்கு யார்?

ஒருவாறு மனைவி.

ஸ்திரமான மனைவியா?

அல்ல.

பின் எவ்வாறுள்ள மனைவி?

சில தினங்களில் இவ்வாறு வருகின்ற மனைவி.

அப்படி வரும்போ தெல்லாம் யாதாவது கொண்டுவருவாளா?

சில சமயங்களிற் கொண்டு வருவாள்.

கொண்டு வருவது யாது?

அரம்பைப் பலவந்தப் புணர்ச்சி

பலகார வகைகளும் பிறவும்.

அதைச் சாப்பிடுவோர் நீரா? அல்லது அவளா?

இருவரும்.

கோர்ட்டார் வினாவும், வாதி விடையும்

வாக்குமூலம் வாசிக்கக் கேட்டாயா?

கேட்டேன்.

சரிதானா?

ஆம்.

பிரதிவாதி பக்கம் 1-ம், சாக்ஷி நளகூபரன்
(கையெழுத்து)

»»»»»»»»»»

வாதி பக்கம் 2-ம், சாக்ஷி
காமினி சத்தியஞ்செய்து
தெரிவித்த வாக்குமூலம்

சர்வ வல்லமையுள்ள தெய்வஞ்சாக்ஷியாக
நான் சொல்வதெல்லாம் உண்மை.

வாதி வக்கீல் வினாவும், 2-ம், சாக்ஷி விடையும்

வாதி பிரதிவாதிகளைத் தெரியுமா?

தெரியும்.

நீ வாதிக்கு யார்?

தோழி.

இவ்விஷயம் நடந்த அன்றைய இரவில் இந்த வாதியோடு நீ போயிருந்தாயா?

போயிருந்தேன்.

எதுவரை?

பிரதிவாதி வாதியைப் பலவந்தப் புணர்ச்சிக் காகப் பிடித்த இடம்வரை.

அப்பால் எங்கே போனாய்?

பிரதிவாதியினது வேலைக்காரனான அக்கினிக்கண்ணன் என்னை ஒட்டிவிட்டான். அதனால் வீட்டிற்குப் போனேன்.

அன்று நீ நளகூபரரைக் கண்டாயா?

கண்டேன்.

கண்டது எப்போது?

அந்த இரவு பதினைந்து நாழிகையான போது.

எவ்விடத்தில்?

வாதியினது வீட்டில்.

அப்போது அவர் உன்னோடு யாதாவது கேட்டாரா?

கேட்டார்.

என்ன கேட்டார்?

எனது வீட்டிற்கு வருவதாகச் சொல்லியிருந்த இவள் ஏன் வரவில்லை? அதிக கோபத்தோடும் வியசனத்தோடு மிருப்பதற்குக் காரணம் யாது? என்றுங்கேட்டார்.

அதற்கு நீ என்னசொன்னாய்?

உமது வீட்டிற்கு வருகின்ற வழிநடுவில் இராவண ரென்பவர் இவளை வலுவந்தமாய்ப் பிடித்துப் பலவந்தப் புணர்ச்சிசெய்தார். அதனாற்றான் வரவில்லை. மேலும் வெட்கத்தோடும் வியசனத் தோடு மிருப்பதற்குக் காரணமு மதுதா னென்ற சொன்னேன்.

அப்பால் அவர்செய்தது யாது?

அவளிடத்தில் என்னென்னவோ? சொல்லி ஒருவாறு அவளைச் சமாதானப்படுத்திவிட்டுப் போய்விட்டார்.

பிரதிவாதி வக்கீல் கிறாசும், 2-ம், சாக்ஷி விடையும்

நீங்கள் நளகூபரரது வீட்டிற்குப் போகும்போது வாதியினது கையிலிருந்தது யாது?

பலகாரம்.

வேலைக்காரியாகிய நீ கூடப்போகும்போது அதை அவள் சுமந்துகொண்டுவந்த காரணம் யாது?

என்கையிற் களபக் கூட்டிருந்தது. அதுதான் காரணம்.

அக்கினிக் கண்ணன் உன்னை யாதாவது வேதனைசெய்தானா?

இல்லை.

வேதனை செய்யாமலிருந்ததற்குக் காரணம் யாது?

நான் ஓடிப்போய்விட்டது தான்.

கோர்ட்டார் வினாவும், வாதி விடையும்

வாக்குமூலம் வாசிக்கக் கேட்டாயா?

கேட்டேன்.

சரிதானா?

ஆம்.

வாதி பக்கம் 2-ம், சாக்ஷி காமினி
(கையெழுத்து)

››››››››››››

பிரதிவாதி விசாரணை

பிரதிவாதி

இராவணன் சத்தியஞ்செய்து

தெரிவித்த வாக்குமூலம்

சர்வ வல்லமையுள்ள தெய்வஞ்சாக்ஷியாக
நான் சொல்வதெல்லாம் உண்மை.

இந்த வாதியைத் தெரியுமா?

தெரியும்.

எதனால் தெரியும்.

ஆதியிற் கண்டு பழக்க மில்லா விட்டாலும், சிறிது தினங்களுக்கு முன் நான் அளகா புரிக்கு யுத்தத்திற்காகப் புறப்பட்டுப் போனேன். அப்போது நேரம் அகாலமாய் விட்டது. அதனால் எனது சைனியங்களை யெல்லாம் அங்கு ஒரு புறத்தில் நிறுத்திவிட்டு நான் மாத்திரந் தனியாக ஸ்ரீ கைலாச புரத்தின் தென்புறத்துள்ள ஒரு சிறிய வனத்தில் தங்கி யிருந்தேன். அந்தச் சமயத்தில் இந்த வாதி அங்கு வந்து என்னைத் தனக்கு நாயகனாக வேண்டு மென்று பலவாறு வேண்டினாள். அப்போது நான் அவள் சமாச்சாரங்களை யெல்லாங் கேட்டுத் தெரிந்தேன். அதனால் தெரியும்.

நீர் அவளுக்கு நாயகனானீரா?

இல்லை.

ஏன் ஆகவில்லை?

நான் ஓர் சுபமுகூர்த்தத்தில் யுத்தத்திற்காகப் புறப்பட்டுப் போவதினாலும், அவள் எனது புத்திரனாகிய நளகூபரனது மனைவி யானதினாலும் ஆகவில்லை.

அப்பால் இந்த வாதி என்னசெய்தாள்?

தனது ஆபரண முதலியவற்றையுங் கையிலிருந்த பலகாரத்தையுந் தூரத்தி லெறிந்துவிட்டு உம்மீது நான் வியாச்சியங் கொடுக்கின்றேன், பாருமென்று சொல்லிப்போய் விட்டாள்.

இவ்விஷயம் நிகழ்ந்த அன்று நளகூபரரை பார்த்தீரா?

பார்த்தேன்.

அவரோடு நீர் சொன்னது யாது?

ஒன்றுமில்லை.

வாதி வக்கீல் கிறாசும், பிரதிவாதி விடையும்

நீர் அளகாபுரிக்கு யுத்தத்திற்காகவா புறப்பட்டீர்?

ஆம்.

குபேரன் இயக்காதிப னல்லவா?

ஆம்.

அவனை வெல்வதற்கான வலிமை யும்மிடத்திலுண்டா?

இல்லாவிட்டாற் புறப்படுவேனா?

இதற்குமுன் வாலியென்னும் ஓர் வானரனோடு நீர் யுத்தஞ் செய்யவில்லையா?

செய்தேன்.

அந்தயுத்தத்தில் தோல்வியடைந்து அவன்வாலிற் கட்டுண்டு கிடந்தீரல்லவா?

இல்லை.

கார்த்தவீரியார்ச்சுனனென்பவன் உம்மைப் பிடித்துச் சிறையில்வைத்தது உண்மைதானே?

ஆம்.

அது எதற்காக?

அவன் மனைவிமாரோடு நான் பேசினதற்காக.

பார்க்கப்பட்ட பெண்களோடெல்லாம் உமக்கு இவ்வாறு பேசுவது வழக்கந்தானே?

அல்ல.

உமக்கு மனைவிமா ரெத்தனை பேர்?

ஒருத்திதான்.

அவளுக்கு எத்தனை முகம்?

சாதாரணப் பெண்களுக் குள்ளதுபோல ஒரேமுகந்தான்.

பத்துமுகமுள்ள நீர் ஒருமுகமுள்ள உமதுமனைவியோடு எவ்வாறு பேசுவீர்.

ஆர்டர்

யூடோண்டு ஆஸ்க்கதிஸ் கோஸ்ற்றியன் (இந்தக்கேள்வி நீர் கேட்பது நியாயமல்ல).

பட், இப், யூ, ஆஸ்க்கதென் ஐவில் பிராசிக்கியுஷன்.

ஆனால் நீர் கேட்பதாயிருந்தால் நான் உம்மைப் பிராசிக் சியூட்செய்வேன்.

கோ, ஆண், அனதர் கொஸ்ற்றியன். (வக்கீல்! வேறு கேள்விகளும்).

வக்கீல், எஸ், யூவர் ஆணர்.

இந்தவாதி உம்மைப் பார்த்தா மோகித்தாள்?

ஆம்.

அவ்வகைக்குச் சாக்ஷிக ளுண்டா?

உண்டு.

யார்? யார்?

எனது வேலைக்காரனாகிய அக்கினிக் கண்ணன்.

ஒரே சாக்ஷிதானா?

ஆம்.

வக்கிலீனது வேண்டுகோள்

ஒரே சாக்ஷி நம்பத் தக்க தல்லாததனால் வேறே சாக்ஷிகள் ஆஜராக்கும்படி ஏற்பாடு செய்வதற்கு உத்திரவு கொடுக்கவேண்டு மென்று கேட்டுக்கொள்ளு கின்றேன்.

கோர்ட்டார் வினாவும், பிரதிவாதி விடையும்

வேறே சாக்ஷிகளுண்டா?

இல்லை.

ஆர்டர்

வக்கீல்ஆஜர் சாக்ஷியினது வாக்கு மூலத்தை மாத்திரம் வாங்கிக் கொள்ளும்.

அரம்பைப் பலவந்தப் புணர்ச்சி

கோர்ட்டார் வினாவும், பிரதிவாதி விடையும்

வாக்குமூலம் வாசிக்கக் கேட்டாயா?

கேட்டேன்.

சரிதானா?

ஆம்.

பிரதிவாதி இராவணன்
(கையெழுத்து)

>>>>>>>>>>>

பிரதிவாதி சாக்ஷி விசாரணை

பிரதிவாதி பக்கம் 1-ம், சாக்ஷி
அக்கினிக் கண்ணன் சத்தியஞ்செய்து
தெரிவித்த வாக்குமூலம்

சர்வ வல்லமையுள்ள தெய்வஞ்சாக்ஷியாக
நான் சொல்வதெல்லாம் உண்மை.

பிரதிவாதி வக்கீல் வினாவும், 1-ம், சாக்ஷி விடையும்

வாதி பிரதிவாதிகளைத் தெரியுமா?

தெரியும்.

எதனால் தெரியும்?

பிரதிவாதி எனது மகாராஜாவானதினாலும், வாதி இவ்விஷயம் நிகழ்ந்த அன்றைய இரவில் மகாராஜாவினது சமுகத்தில் வந்து அவர்களைத் தனக்கு நாயகராக வேண்டுமென்று சொன்னதனாலுந் தெரியும்.

அந்தச் சமயத்தில் வாதியோடு இருந்தது யார்?

ஒருவரு மில்லை.

அவ்விரவு இருட்டா? நிலவா?

நிலவு.

வாதியோடிருந்த காமினி யென்னும் பெயருடைய தாதியை நீ துரத்த வில்லையா?

இல்லை.

பின் அவள் எவ்வாறு போனாள்?

அவள் அங்கு வரவுமில்லை. போகவுமில்லை.

வாதி வக்கீல்

கிறாசில்லை

குற்றப்பத்திரிகை

தேவலோகம் டிஸ்திரிக்ட்டு மாஜிஸ் திரேட்டுக் கோர்ட்டு மாஜிஸ்திரேட்டு அநந்தாசாரி யென்னும் பெயரினான நான் இக்கோர்ட்டில் இவ்வருடம் பயல் 3-ம் நம்பர் வியாச்சியத்தில் பிரதிவாதியாகிய இராவண ரென்னும் பெயருடைய உம்மீது அடியிற் கூறியவண்ணம் இதனால் குற்ற ஸ்தாபகஞ் செய்கின்றேன். அதாவது நீர் ஸ்ரீ கைலாசபுரத்தின் தென்புறத்துள்ள ஒரு சிறிய வனத்தில் வாதியாகிய அரம்பை யென்பவளைப் பலவந்தப் புணர்ச்சி செய்ததாக ருஜுவாயிருக்கின்றது. அது சிக்ஷாநியமம் 376-ம் வகுப்பின்படி தண்டிக்கத்தக்கதும் என் முன்னிலையில் விசாரிக்கத் தக்கதுமான குற்றமாயுள்ளது. ஆதலால் அக்குற்றத்திற்காக உம்மை எனதுமுன் விசாரிக்கும்படி இதனாலுத்திரவு செய்திருக்கின்றேன்.

டிஸ்திரிக்ட்டு மாஜிஸ்திரேட்டு
அநந்தாசாரி
(கையெழுத்து)

கோர்ட்டார் வினாவும், பிரதிவாதி விடையும்

நீர் இக்குற்றத்தைச் சம்மதிக்கின்றீரா?

இல்லை.

உமக்குச் சொல்லவேண்டிய எதிர் வாதம் யாதாவது உண்டா?

இல்லை.

வேறு சாக்ஷிக ளுண்டா?

இல்லை.

ஹீயறிங்

வாதி வக்கீல் எம்.ஆர்.பாஸ்கரபானு வினது விவாதம்

இந்த வியாச்சியத்தில் பிரதி வாதி பக்க முள்ள ஏக சாக்ஷியினது வாக்கு மூலத்தை ஒருகாலத்திலும் நம்புவதற்கு மார்க்க மில்லை. அதனோடு அவன் என்னென்னவோ? அசம்பா விதமான விஷயங்களை யெல்லாந் தானே வருவித்துச் சொல்லி யிருக்கின்றான். பிரதிவாதி நமக்கு வேறே சாக்ஷிகளில்லை யெனவும், தமது அதிரூபலாவண்ய சௌந்தரியத்தைக்கண்டு வாதி தன்னை மோகித்தா ளெனவுஞ் சொல்லுவது சுத்தப்பொய் யென்பதற்கு யாதொரு ஆட்சேபமு மில்லை, இயற்கையிலேயே பரமதுஷ்டரான இராவணர் மதோனமத்தரா யிருக்கின்ற காலத்தில் அங்கு நிகழும் விஷயத்தைக் கோர்ட்டார் யோசித்துப் பார்த்தாலே தெரியவரும். வாதியாகிய அரம்பை யென்பவளுக்குக் கந்தர்வ கின்னர யக்ஷர்களில் அனேக சுந்தர முள்ள புருஷர்களிருக்க, இந்த இராட்சதேசுவரரான இராவணர் மீதுமோக முண்டாவது அசாத்திய மானகாரியம். மேலும் பிரதிவாதியாகிய இராணவர் தமது வாக்கு மூலத்தால் தாம் வாலியினதுவாலிற் கட்டுண்டு கிடக்கவில்லை யென்றும், அவர் சாக்ஷி அக்கினிக் கண்ணனது வாக்கு மூலத்தாற் கட்டுண்டு கிடந்தாரென்றும், சொல்லுவதை யோசிக்குங்கால் அவர்களது வாக்குமூலங்கள் சுத்தப்பொய் யென்றும், அக்கிரம மானவை யென்றும் வெளிப்படுகின்றன. அன்றியும் அட்டதிக்காதி பதிகளிலொருவரான குபேரரது மகனாகிய நளகூபரர் மிகவும் உண்மையுள்ளவராயிருப்பதோடு அவரது வாக்குமூலமும் அதிக பலமுள்ள தாயிருக்கின்றது. ஆதலால் இக்காரணங்களைக் கொண்டு பிரதிவாதியைத் தக்கபடி தண்டிக்க வேண்டுமென்று மிகவுந் தாழ்மையாய்த் தெரிவித்துக் கொள்ளுகின்றேன்.

பிரதிவாதி வக்கீல் பி.நாரணனது விவாதம்

இவ்வியாச் சியத்தில் பிரதிவாதியாகிய இராவணர் உலோகாசிரிய ரான புலஸ்திப மகாமுனி வரது புத்திரரும், இயக்காதி பதியாகிய குபேர மகாராஜாவினது தம்பியும், இலங்கா புரியினது மன்னரும்,

வேத சாத்திர முதலியவைகளை ஐயந்திரிபறக் கற்றுத் தெளிந்த வருமாயிருக்கின்றார், அதனால் அவர் அநீதியான காரியங்களுக்கு உடன் படுவாரென்பது ஒருபோதும் நம்பத்தக்கதல்ல, மேலும் வாதியாகிய அரம்பையென்பவள் ஒவ்வொருநாளும் ஒவ்வொரு புருடருக் குடன்பட்டு அவர்களது மனம்போல் மனைவியாக இருந்துவருபவளாதலால் அன்றையதினமும் அப்படி மோகித் திருக்கலாம். அப்படி மோகித்த காலத்தில் அவ்விஷயத்திற்குப் பிரதிவாதி உடன்படாததனாலேயே தனது எண்ணம் நிறைவேற வில்லை யென்னுங் கோபத்தினாற் பிரதிவாதியின் மீது இவ்வித வியாச்சியங் கொண்டுவந் திருக்கின்றாள். அதனாற் பிரதிவாதிக்கு மிகவுஞ் சகிக்கக்கூடாத மானநஷ்டமுண்டாயிருக்கின்றது. ஆதலால் பிரதிவாதியை நிரபராதியாக விட்டு உபசாந்திக்காக வாதி மீது வியாச்சியங் கொடுக்கும்படி அதன் உத்திரவுதர வேண்டுமென்று மிகவும் வணக்கமாய் வேண்டிக் கொள்ளுகின்றேன்.

ஜட்ஜிமெண்ட்

இவ் வியாச்சியத்தில் வாதியினதும், வாதி சாக்ஷிகளினதும், பிரதிவாதியினதும், பிரதிவாதிபக்கம், சாக்ஷியினதும், வாக்குமூலங் களைக் கேட்கவும் இருபுறத்து வக்கீல்களினது விவாதங்களை நோட்டிடவும், வாதி பக்கத்தாரால் ஆஜராக்கப்பட்ட ரிக்கார்டுகளைப் பரிசோதிக்கவுஞ் செய்ததோடு, பிரதிவாதியினது சுபாவத்தை நிச்சயமாய் விசாரித் தறியவுஞ்செய்தேன். பிரதிவாதி எப்பொழுதும் ஸ்திரீ லோலரும், மதோன்மத்தரும், ஒவ்வொருநாளும் தேவ மாதர்களையும், ஏனைய ஸ்திரீகளையும் மிகவும் உபத்திரவித்து வருபவரும், ஒருகாலத்திற் கார்த்தவீரியார்ச்சுனனது மனைவிமார்களை மோகித்து சிறையி லடைபட்டுக் கிடந்தவருமாயிருக்கின்றார். ஆதலால் இனியாயினும் இந்தப் பிரதிவாதி இவ்வித விஷயங்களிற் பிரவேசித்துப் பிறரை வருத்தவும், அவமானப்படுத்தவுஞ் செய்யா திருக்கும்படி தக்க ஏற்பாடு செய்ய வேண்டியது இக்கோர்ட்டுக்கு முக்கிய தருமமா யிருக்கின்றது. ஆனால் அவர் தற்காலம் ஒரு பெரும் பட்டினமாகிய இலங்காபுரிக்கு அரசராயிருக்கின்றார். அதனால் அவருக்கு வேறுவிதமான கொடிய தண்டனைகள்

அரம்பைப் பலவந்தப் புணர்ச்சி

கொடுப்பதும் நியாயமல்லவென்று கோர்ட்டிற்குப் புலப்படுகின்றது. ஆதலால் அவர் இனி எப்போதாவது அன்னிய மாதர்களை அவர்களது சம்மதமின்றி அவர்கள் தேகத்தைத் தொடுவாரேயானால் அவர் சிரசு ஏழாகவெடிக்கும்படி சாபங்கொடுக்க வாதியாகிய அரம்பைக்கு உத்திரவு செய்திருக்கின்றேன்.

தேவலோகம் டிஸ்திரிக்ட்டு மாஜிஸ்திரேட்டுக் கோர்ட்டு,

மாஜிஸ்திரேட்டு அநந்தாசாரி
(கையெழுத்து)

அரம்பை பலவந்தப்புணர்ச்சி கிரிமினல் கேஸ்
முற்றிற்று!

கிரிமினல் கேஸ்

கோபிகாஸ்திரீகள் வஸ்திராபகரணம்

தேவலோகம் டிஸ்திரிக்ட்டு மாஜிஸ்திரேட்டுக் கோர்ட்டு, மாஜிஸ்திரேட்டு மிஸ்ற்றர். **அநந்தாசாரியவரவர்கள்** முன்னிலையில் நடந்த துவாபரயுகம், 3400-ம், வருடம் பங்குனிமாதம் 5-ந் தேதி பயல் 6190-ம், நம்பர் கிரிமினல் கேஸ்.

வாதிகள்	**பிரதிவாதி**
1 - அரங்கபாய் *2 - சக்குபாய்* *3 - பவானிப் பிரசாத்* *4 - சீதையம்மாள்*	*1 - கோபால கிருஷ்ணன்*
வாதி சாக்ஷிகள்	**பிரதிவாதி சாக்ஷிகள்**
1 - உருத்திராணி யம்மாள் *2 - மாருதன்* *3 - தாரித்திரி*	*1 - வேத வியாசன்* *2 - சித்திர குப்தன்*
வாதி வக்கீல்	**பிரதிவாதி வக்கீல்**
1 - மிஸ்ற்றர்.பிரபாகரபாஸ்	*1 - தேவராஜய்யன்*

வியாச்சியம்

இந்த வியாச்சியத்தில் வாதிகளாகிய நாங்கள் இந்த மாதம் 4-ந்தேதி காலை யமுனையாற்றில் ஸ்நாநஞ்செய்து கொண்டிருந்தோம். அப்போது இந்தப் பிரதிவாதியாகிய கோபால கிருஷ்ணர் எங்கள்

மரியாதைக்கு விரோதஞ்செய்ய வேண்டுமென்ற கெட்ட எண்ணத்தையும், வேறுபல இலாபத்தையுங் கருதி ஆற்றங்கரையில் நாங்கள விழ்த்து வைத்திருந்த ஆடைகளை எங்கள் அறிவுஞ் சம்மதமுமின்றி யபகரித்துக்கொண்டுபோய் ஒ ராலமரத்தின் மத்தியிற் கட்டிவைத்தார். அகதிகளாகிய நாங்கள் நீரில் முழுகி நிமிர்ந்து பார்த்தசமயத்தில் ஆடைகளைக் காணவில்லை. அதனால் நாங்க ளொவ்வொருவரும் மிகவும் நாணி அந் நீரிலேயே நின்று கொண்டிருந்தோம். அப்போது ஆலமரத்தின் மத்தியிலேறி யுட்கார்ந்து கொண்டிருந்த வாதி எங்களைப்பார்த்துச் சிரிக்கவும் அவமானிக்கவுஞ் செய்திருக்கின்றார். இது இந்தியன் பினல்கோடு *354, 379* ஆகிய இவ் வகுப்புகளின்படி தண்டிக்கத்தக்க குற்றமாயிருக்கின்றது. ஆதலாற் பிரதிவாதியையும், சாக்ஷிகளையும் வரவழைத்துக்கேட்டுத் தீர்மானப்படுத்தி யிரட்சிக்க வேண்டுமென்று மிகவும் தாழ்மையாய் வேண்டிக் கொள்ளுகின்றோம்.

வாதிகள்

1. **அரங்கபாய்** *(கையெழுத்து)*
2. **சக்குபாய்** *(கையெழுத்து)*
3. **பவானிப் பிரசாத்** *(கையெழுத்து)*
4. **சீதை யம்மாள்** *(கையெழுத்து)*

வாதி விசாரணை

1-ம், வாதி

அரங்கபாய் சத்தியஞ்செய்து

தெரிவித்த வாக்குமூலம்

சர்வ வல்லமையுள்ள தெய்வஞ்சாக்ஷியாக நான் சொல்வதெல்லாம் உண்மை.

வாதி வக்கீல் வினாவும், 1-ம், வாதி விடையும்

இதோநிற்கின்ற பிரதிவாதியைத் தெரியுமா?

தெரியும்.

உங்கள் வியாச்சியம் இவர் மீது தானா?

ஆம்.

இப்போது வாசித்துக் காட்டிய வியாச்சியத்தைக் கேட்டாயா?

கோபிகாஸ்திரீகள் வஸ்திராபகரணம்

கேட்டேன்.

அது நீங்கள் கொடுத்தது தானா?

ஆம்.

இந்தப் பிரதிவாதி உங்களை என்ன செய்தார்?

நானும் மற்றவாதிகளும் இந்தமாதம் 3-ந்தேதி காலை ஸ்நானஞ் செய்வதற்காக யமுனையாற்றிற்குப் போய் நாங்க ளுடுத்தி யிருந்த ஆடைகளை யவிழ்த்து ஆற்றங்கரையில் வைத்துவிட்டு நீரி லிறங்கி விளையாடிக் கொண்டு நின்றோம். அப்போது இவர் அங்குவந்து எங்கள் அறிவுஞ் சம்மதமு மின்றி எங்களாடைகளெல்லா வற்றையு மெடுத்துக் கொண்டுபோய் ஓராலமரத்தின் மத்தியிற் கட்டிவிட்டு எங்களை அவமானிக்கவும் எங்கள் மரியாதைக்கு விரோதம் வரும்படியாகவுஞ் செய்தார். இதுதான் அவர்செய்தது.

பிரதிவாதி வக்கீல் கிறாசும், 1-ம், வாதி விடையும்

நீயும் பிரதிவாதியும் ஒரே சாதி தானா?

ஆம்.

உனக்கு விவாகம் ஆய்விட்டதா?

இல்லை.

நீ இராக்காலங்களிற் பிரதிவாதியோடு பிருந்தாவனத்திற்கு விளையாடப் போவதுண்டா?

ஆர்டர்

வக்கீல்! வாதி வெட்கப் படுகின்றாள். கேள்வி அசம்பாவிதம். இதைக் கேட்பதற்கு உத்திரவு தரமாட்டோம்.

இதற்கு முன்னரும் பிரதிவாதிக்கு இவ்வாறு திருடுவது வழக்கந்தானா?

ஆம்.

அப்படித் திருடினது யாது?

வெண்ணெயும், பாலும்.

எங்கே?

எங்கள் வீட்டில்.

இதற்குமுன் உனக்கும் இப்பிரதி வாதிக்கும் சினேகமுண்டா?

உண்டு.

திருடின ஆடையை மறுபடியும் உங்களுக்குத் தந்தாரா?

இல்லை.

நீ கேட்டா யல்லவா?

ஆம்.

அதற்கு என்ன சொன்னார்?

கையை யுயர்த்திக் கும்பிட்டால் தருவே னென்று சொன்னார்?

அதன்படி கும்பிட்டாயா?

இல்லை.

ஏன்?

கையால் அரையை மறைத்திருந்ததனால்.

இருகைகளினாலுமா மறைத்திருந்தாய்?

ஆம்.

அரையை மறைப்பதற்குக் காரணம் யாது?

வெட்கம்.

வாதி வக்கீல்

றீக்கிறாசில்லை

கோர்ட்டார் வினாவும், 1–ம், வாதி விடையும்

வாக்குமூலம் வாசிக்கக் கேட்டாயா?

கேட்டேன்.

சரிதானா?

ஆம்.

1-ம், வாதி அரங்கபாய்

(கையெழுத்து)

கோபிகாஸ்திரீகள் வஸ்திராபகரணம்

2-ம், வாதி

சக்குபாய் சத்தியஞ்செய்து

தெரிவித்த வாக்குமூலம்

சர்வ வல்லமையுள்ள தெய்வஞ்சாக்ஷியாக நான் சொல்வதெல்லாம் உண்மை.

வாதி வக்கீல் வினாவும், 2–ம், வாதி விடையும்

இந்தப் பிரதிவாதியைத் தெரியுமா?

தெரியும்.

மற்ற வாதிகளோடு நீயுஞ் சேர்ந்து தானே இவ்வியாச்சியங் கொடுத்தாய்?

ஆம்.

இவ்வியாச்சியங் கொடுப்பதற்குக் காரணம் யாது?

நாங்கள் ஸ்நானஞ் செய்யும் பொருட்டு யமுனையாற்றிற்குப் போய் நீரிலிறங்கி விளையாடிக் கொண்டிருந்தோம். அப்போது இந்தப் பிரதிவாதி வந்து எங்களுக்குத் தெரியாதபடி எங்கள் வஸ்திரங்களைத் திருடிக் கொண்டுபோய் விட்டார். இதுதான் காரணம்.

திருடிக் கொண்டு போனது எவ்விடத்திற்கு?

ஓ ரால மரத்திற்கு.

அங்குப்போய் என்ன செய்தார்?

அம்மரத்தின் மத்தியிலிருந்த கிளைகளில் அதைக் கட்டி வைத்தார்.

நீங்கள் வஸ்திரத்தை வைத்திருந்த விடம் யாது?

ஆற்றங்கரை.

இது நடந்தது எப்போது?

இந்த மாதம் 4-ந் தேதி.

காலையிலா? மாலையிலா?

காலையில்.

இதைக் கண்டவர் யாவர்?

சாக்ஷிகள்.

பிரதிவாதி வக்கீல் கிறாசும், 2-ம், வாதி விடையும்

நீங்கள் ஆற்றை விட்டு வெளியில் வந்தபோது உங்களுக்கு வஸ்திர மிருந்ததா?

இல்லை.

நீ பிரதிவாதியிடத்தில் வஸ்திரத்தைக் கொடுக்கும் படி கேட்டாயா?

கேட்டேன்.

வாயினாலா? கையினாலா?

கையினால்.

இருகையினாலா? ஒருகையினாலா?

ஒருகையினால்.

ஒருகையினால் என்ன செய்துகொண்டிருந்தாய்?

அரையை மறைத்துக் கொண்டிருந்தேன்.

நீ கேட்ட வாறு கொடுத்தாரா?

இல்லை.

பின் என்ன சொன்னார்?

மரத்தின்மீது ஏறிவந்தால் தருவே னென்று சொன்னார்.

அவ்வாறு ஏறிப்போனாயா?

இல்லை.

ஏன்?

வெட்கமா யிருந்ததனால்.

பின் என்ன செய்தாய்.

நீரில் இறங்கி நின்று கொண்டிருந்தேன்.

இது நடந்த அன்று என்ன கிழமை?

ஞாபகமில்லை.

உனக்கு விவாகமாய் விட்டதா?

இல்லை.

பிரதிவாதி உனக்கு நாயகரல்லவா?

அல்ல.

நீ பிரதிவாதியோடு விளையாடப் போவது வழக்கந் தானே?

ஆம்.

வாதி வக்கீல்

றீக்கிறாசில்லை

கோர்ட்டார் வினாவும், 1–ம், வாதி விடையும்

வாக்குமூலம் வாசிக்கக் கேட்டாயா?

கேட்டேன்.

சரிதானா?

ஆம்.

2-ம், வாதி சக்குபாய்
(கையெழுத்து)

»»»»»»»»»

3-ம், வாதி

பவானி பிரசாத் சத்தியஞ்செய்து
தெரிவித்த வாக்குமூலம்

**சர்வ வல்லமையுள்ள தெய்வஞ்சாக்ஷியாக
நான் சொல்வதெல்லாம் உண்மை.**

வாதி வக்கீல் வினாவும், 3–ம், வாதி விடையும்

இந்தப் பிரதிவாதியையும், மற்ற வாதிகளையுந் தெரியுமா?

தெரியும்.

கோபிகாஸ்திரீகள் வஸ்திராபகரணம்

இவ்வியாச்சியம் நீ சேர்ந்து கொடுத்தது தானா?

ஆம்.

எதற்காக?

எங்கள் வஸ்திரத்தை திருடினதற்காக.

திருடினது எவ்விடத்தில்?

யமுனையாற்றங் கரையில்.

உங்கள் வஸ்திரம் அங்குப்போவதற்குக் காரணம் யாது?

ஸ்நானஞ் செய்வதற்காகப் போனநாங்கள் அவ்வாற்றங்கரையில் அவிழ்த்து வைத்திருந்தோம்.

அவர் திருடுஞ்சமயத்தில் நீங்கள் கண்டீர்களா?

இல்லை.

பின் அவர் திருடினா ரென்று எப்படித் தெரியும்?

ஸ்நானஞ்செய்து விட்டுக் கரையிலேறி வஸ்திரத்தைப் பார்த்தோம். காணவில்லை. அப்பால் அதை எடுத்தவர் யாரென்று அங்குமிங்கும் பார்த்தோம். அப்போது இந்தப் பிரதிவாதி ஒருபெரிய ஆலமரத்தினது மத்தியிலேறி அங்குள்ள கிளைகளில் அவைகளைக் கட்டித் தொங்கும்படி விட்டு விட்டு எங்களைப் பார்த்துச் சிரித்துப் பரிகாசித்துக் கொண்டிருந்தார். அதனால் தெரியும்.

அதன்பின் வஸ்திரத்தை நீ கேட்டாயா?

கேட்டேன்.

கொடுத்தாரா?

இல்லை.

பின் என்ன சொன்னார்?

நீ இருகையாலுங் கும்பிடவேண்டும், அல்லது மரத்தின் மேலேறி வரவேண்டும். அப்போதுதான் தருவே னென்று சொன்னார்.

அப்படிச் செய்தாயா?

இல்லை.

ஏன்?

அரையை மறைத்திருந்த கையை எடுப்பதற்கு வெட்க மாயிருந்ததனால்.

அப்பால் அப்பொழுதே வீட்டிற்குப் போய்விட்டாயா?

இல்லை.

ஏன் போகவில்லை.

அரையிற் கட்டிக்கொண்டு போவதற்கு ஆடையில்லாததனால்.

பின் எவ்விடத்திற்குப்போனாய்?

ஓரிடத்திற்கும் போகவில்லை. அங்குத்தானே நின்று கொண்டிருந்தேன்.

இது நடந்தது எப்போது?

இந்த மாதம் 3-ந்தேதி.

காலையிலா? மாலையிலா?

காலையில்.

பிரதிவாதி வக்கீல் கிறாசும், 3–ம், வாதி விடையும்

ஸ்நானத்திற்குப் போனது நீங்க ளெத்தனைபேர்?

சுமார் ஏழெட்டுப் பேர்.

அவர் திருடினது எல்லாருடைய வஸ்திரங்களையுமா? அல்லது சிலருடைய வஸ்திரங்களை மாத்திரமா?

எல்லாருடைய வஸ்திரங்களையும்.

அவர் சொன்னபடி உன்னோடு சேர்ந்தவர்களில் யாராவது ஆலமரத்தி லேறவாவது கும்பிடவாவது செய்தார்களா?

சிலர் கும்பிட்டார்கள்.

அவர்களுக்கு வஸ்திரங்களைத் திரும்பக் கொடுத்தாரா?

கொடுத்தார்.

அப்படி நீ யேன் கும்பிட வில்லை?

வெட்க மாயிருந்ததனால்.

இப்பிரதிவாதி உன்னை இதற்கு முன் எப்போதாவது வழிகளில் சந்தித்துக் கட்டிப்பிடித்து முத்த மிட்டதுண்டா?

உண்டு.

உனக்கு விவாக மாய்விட்டதா?

இல்லை.

இப்பிரதிவாதியும் நீயும் இராக்காலங்களிற் பிருந்தா வனத்திற்கு விளையாடப் போவது வழக்கந்தானே?

அல்ல.

நீ இந்தப் பிரதிவாதியின் மீது மோக முற்று அவரை உன்னோடு விளையாடக் கூப்பிடுவா யல்லவா?

ஆர்டர்

இக்கேள்வி ஆட்சேபகர மானதினாற் கேட்கக் கூடாதென்று கோர்ட்டி லிருந்து மறுத்திருக் கின்றோம்.

வாதி வக்கீல் றீக்கிறாசும், 3-ம், வாதி விடையும்

இந்தப் பிரதிவாதி யார்?

எங்கள் கோகுல நாதரது புத்திரர்.

கோர்ட்டார் வினாவும், 3-ம், சாக்ஷி விடையும்

வாக்குமூலம் வாசிக்கக் கேட்டாயா?

கேட்டேன்.

சரிதானா?

ஆம்.

3-ம், வாதி பவானி பிரசாத்
(கையெழுத்து)

›››››››››››

4-ம், வாதி

சீதையம்மாள் சத்தியஞ்செய்து

தெரிவித்த வாக்குமூலம்

சர்வ வல்லமையுள்ள தெய்வஞ்சாக்ஷியாக நான் சொல்வதெல்லாம் உண்மை.

வாதி வக்கீல் வினாவும், 4–ம், வாதி விடையும்

இதோ நிற்கின்ற மூன்று வாதிகளையும் இந்தப்பிரதி வாதியையுந் தெரியுமா?

தெரியும்.

பிரதிவாதி யாருடைய புத்திரர்?

எங்கட் கதிபதியான கோகுல நாதரது புத்திரர்.

வாதிகளோ?

எனது தோழிகள்.

இந்தப் பிரதிவாதி என்னசெய்தார்?

எங்கள் வஸ்திரங்களைத் திருடி எங்களை அவமானித்து எங்கள் மரியாதைக்கு விரோத முண்டாக்கினார்.

அதற்காக நீங்கள் வியாச்சியங் கொடுத்ீர்களா?

கொடுத்தோம்.

அது இப்போது வாசித்துக்காட்டியது தானே?

ஆம்.

இதோ கோர்ட்டின் முன்னிருப்பது உங்கள் வஸ்திரந்தானா?

ஆம்.

இது நடந்தது எப்போது?

இந்த மாதம் 3-ந் தேதி.

காலையிலா? மாலையிலா?

காலையில்.

கோபிகாஸ்திரீகள் வஸ்திராபகரணம்

அந்தச் சமயத்தில் நீங்கள் எங்கே யிருந்தீர்கள்?

யமுனை யாற்றில் விளையாடிக் கொண்டிருந்தோம்.

வஸ்திரங்களிருந்தது எவ்விடத்தில்?

ஆற்றங்கரையில்.

வஸ்திர மில்லாமலா வீட்டிற்குப் போனீர்கள்?

ஆம்.

அப்போது பிரதிவாதி என்ன செய்தார்?

எங்களைப் பார்த்துச் சிரித்துப் பரிகாசித்தார்.

பிரதிவாதி வக்கீல் கிறாசும், 4-ம், வாதி விடையும்

உனக்கு விவாக மாய்விட்டதா?

இல்லை.

எப்போதும் இப்பிரதிவாதி உன்னோடு பரிகாசமான வார்த்தைகளைச் சொல்லி அதற்காக உன்னை அழைப்பது வழக்கந்தானே?

ஆம்.

ஒரு போதாவது நீ அதற்கு உடன் பட்டதுண்டா?

இல்லை.

ஒருநாள் இப்பிரதிவாதி உன்னை வழியிற்கண்டு கட்டி மார்போடணைத்து முத்தமிட வில்லையா?

இட்டார்.

அதை நீ யாரிடத்திலாவது சொன்னாயா?

இல்லை.

ஏன்?

வெட்கமா யிருந்ததனால்.

நீ எப்போதாவது இந்தப் பிரதிவாதியைக் கட்டித் தழுவின துண்டா?

இல்லை.

ஆர்டர்

கோர்ட்டாரால் இவ்விதக் கேள்விகள் அநாவசிய மானவை யென்றும், இனிமேலும் இவ்விதக் கேள்விகள் கேட்பதாயிருந்தால் தக்கபடி கவனிக்கப்படுமென்றுந் தெரியப் படுத்தப் பட்டது.

வாதி வக்கீல்

றீக்கிறாசில்லை

கோர்ட்டார் வினாவும், 4-ம், வாதி விடையும்

வாக்குமூலம் வாசிக்கக் கேட்டாயா?

கேட்டேன்.

சரிதானா?

ஆம்.

4-ம், வாதி சீதையம்மாள்
(கையெழுத்து)

››››››››››››

வாதி சாக்ஷி விசாரணை

வாதிபக்கம் 1-ம், சாக்ஷி

உருத்திராணி யம்மாள் சத்தியஞ்செய்து

தெரிவித்த வாக்குமூலம்

சர்வ வல்லமையுள்ள தெய்வஞ்சாக்ஷியாக நான் சொல்வதெல்லாம் உண்மை.

வாதி வக்கீல் வினாவும், 1-ம், சாக்ஷி விடையும்

வாதி பிரதிவாதிகளைத் தெரியுமா?

தெரியும்.

இந்த வியாச்சியத்தைப் பற்றி யாதாவது தெரியுமா?

தெரியும்.

என்ன தெரியும்?

கோபிகாஸ்திரீகள் வஸ்திராபகரணம்

நானும் இந்தவாதிகளும் யமுனையாற்றிற்கு ஸ்நானஞ் செய்வதற்காகப் போயிருந்தோம். அப்போது இந்தப்பிரதிவாதி வந்து அங்கிருந்த ஆடைகளனைத்தையுந் திருடிக் கொண்டு போய் விட்டார். இதுதான் தெரியும்.

அவர் திருடும்போது நீங்கள் என்ன செய்து கொண்டிருந்தீர்கள்?

நீரில் முழுகி விளையாடிக் கொண்டிருந்தோம்.

வஸ்திர மிருந்தது எவ்விடத்தில்?

ஆற்றங் கரையில்.

அவர் திருடினதை நீங்கள் கண்டீர்களா?

இல்லை.

பின் அவர்தாம் திருடினாரென்று உங்களுக்கு எப்படித் தெரிந்தது?

நாங்கள் ஸ்நானஞ் செய்துவிட்டுக் கரையில் வந்து வஸ்திரங்களைப் பார்த்தோம். காணவில்லை. பிறகு அங்கு மிங்குத் தேடினோம். அப்போது இந்தப் பிரதிவாதி வஸ்திரங்களை யெல்லாம் ஒரு ஆலமரத்தின் நடுவிலுள்ள கிளைகளிற் கட்டி விட்டு வாதிகளைப் பார்த்துச் சிரித்துப் பரிகாசித்துக் கொண்டிருந்தார். அதனால் தெரிந்தது.

இது நடந்தது எப்போது?

இந்த மாதம் 3-ந் தேதி.

காலையிலா? மாலையிலா?

காலையில்.

அன்று என்னகிழமை?

ஞாபகமில்லை.

பிரதிவாதியிடத்தில் வாதிகள் தங்கள் வஸ்திரங்களைக் கேட்டார்களா?

கேட்டார்கள்.

அதன்படி கொடுத்தாரா?

இல்லை.

பின் என்னசொன்னார்?

நீங்கள் ஆலமரத்தின் மீதேறிவந்து இரண்டுகைகளையு மெடுத்துக் கும்பிட்டால் தருவேனென்று சொன்னார்.

அப்படி அவர்கள் கும்பிட்டார்களா?

இல்லை.

ஏன்?

இரு கைகளினாலும் அரையை மறைத்துக்கொண்டு இருந்ததனால்.

கைகளால் அரையை மறைப்பதற்குக் காரணம் யாது?

வெட்கமே.

பிரதிவாதி வக்கீல் கிறாசும், 1-ம், சாக்ஷி விடையும்

உனக்கு விவாகமாய் விட்டதா?

இல்லை.

இந்த வாதிகளும் நீயுந் தோழீமார்க ளல்லவா?

ஆம்.

பிரதிவாதி உனது வஸ்திரத்தையும் கூடத்தானே திருடிக் கொண்டு போனார்.

ஆம்.

அதற்காக நீ செய்தது யாது?

சிறிது நேரம் வெட்கத்தினால் குனிந்துகொண்டு நின்று விட்டுப் பிறகு வீட்டிற்குப் போகவேண்டுமென்ற அவசரத்தால் அவர் சொன்னபடி ஆலமரத்தின்மீ தேறிக் கும்பிட்டேன்.

உடனே தந்துவிட்டாரா?

ஆம்.

நீ ஆலமரத்தின்மீ தேறினது நிருவாணத்தோடுதானே?

ஆம்.

உனக்கு இதற்குமுன்னு மரங்களி லேறுகின்றவழக்க முண்டா?

ஆர்டர்

கோர்ட்டாரால் இக்கேள்வி உபயோகமில்லாத தென்று தடுக்கப்பட்டது.

நீயும் பிரதிவாதியுஞ் சினேகர்களல்லவா?

ஆம்.

நீ பிரதிவாதியோடு இராக்காலங்களிற் பிருந்தாவனத்திற்கு விளையாடப் போவது வழக்கந்தானே?

ஆம்.

வாதி வக்கீல்

றீக்கிறாசில்லை

கோர்ட்டார் வினாவும், 1ம், சாக்ஷி விடையும்

வாக்குமூலம் வாசிக்கக் கேட்டாயா?

கேட்டேன்.

சரிதானா?

ஆம்.

வாதிபக்கம் 1-ம், சாக்ஷி உருத்திராணியம்மாள்

(கையெழுத்து)

››››››››››››

வாதிபக்கம் 2-ம், சாக்ஷி

மாருதன் சத்தியஞ்செய்து

தெரிவித்த வாக்குமூலம்

சர்வ வல்லமையுள்ள தெய்வஞ்சாக்ஷியாக நான் சொல்வதெல்லாம் உண்மை.

வாதி வக்கீல் வினாவும், 2-ம், சாக்ஷி விடையும்

வாதி பிரதிவாதிகளைத் தெரியுமா?

தெரியும்.

இவர்களில் நடந்த விஷயந்தெரியுமா?

தெரியும்.

என்னதெரியும்?

இந்த வாதிகள் ஒன்றாய் வந்து யமுனையாற்றில் ஸ்நாநஞ்செய்து கொண்டு நின்றார்கள். அப்போது இப் பிரதிவாதி அவர்களினது ஆடைகளைத் திருடிக்கொண்டு போனார். இதுதான் தெரியும்.

திருடும்போது வாதிகள் பார்த்தார்களா?

இல்லை.

ஏன் பார்க்கவில்லை.

அவர்கள் நீரில் முழுகி உற்சாகத்தோடு விளையாடிக் கொண்டிருந்ததனால்.

வஸ்திரமிருந்தது எவ்விடத்தில்?

ஆற்றங்கரையில்.

பிரதிவாதி திருடிக்கொண்டுபோய் அவைகளை என்ன செய்தார்?

ஒரு பெரிய ஆலமரத்தின் மத்தியிலேறி அங்குள்ள கிளைகளில் ஒவ்வொன்றாகக் கட்டிவைத்துவிட்டு அவ்விடத்தில் உட்கார்ந் திருந்தார்.

இதுதானா அவர்செய்தது?

அல்ல.

வேறென்ன செய்தார்?

வாதிகளைப்பார்த்துக் கையைத்தட்டிச் சிரித்தார்.

வாதிகள் அவரிடத்தில் தங்கள் வஸ்திரங்களைக் கேட்டார்களா?

கேட்டார்கள்.

அதன்படி கொடுத்தாரா?

இல்லை.

பின் என்னசொன்னார்?

கோபிகாஸ்திரீகள் வஸ்திராபகரணம்

நீங்கள் ஆற்றைவிட்டுக் கரையில்வந்தால் தருவேனென்று சொன்னார்.

அப்படி வந்தார்களா?

வந்தார்கள்.

வந்தது எவ்வாறு?

இரு கைகளினாலும் அரையை மறைத்துக்கொண்டு உடனே கொடுத்தாரா?

இல்லை.

பின்னென்ன சொன்னார்?

கையைத் தூக்கிக் கும்பிட்டால் தருவேனென்று சொன்னார்.

அப்படிக் கும்பிட்டார்களா?

இல்லை.

ஏன் கும்பிடவில்லை?

வெட்கத்தினால்.

அப்பால் பிரதிவாதி கொடுத்தாரா?

இல்லை.

இவ் விஷயமெல்லாம் நிகழ்ந்தது எப்போது?

இந்தமாதம் 3-ந் தேதி.

காலையிலா? மாலையிலா?

காலையில்.

அன்று என்னகிழமை?

அது ஞாபகமில்லை.

பிரதிவாதி வக்கீல் கிறாசும், 2-ம், சாக்ஷி விடையும்

உமது தொழில் யாது?

எப்போதும் எவ்விடத்துஞ் சஞ்சரித்துக் கொண்டிருப்பது.

பிரதிவாதி திருடிக்கொண்டுபோன வஸ்திரங்களின் நிறமென்ன?

சிவப்பு.

நீர் இதற்குமுன் எந்த ஸ்திரீயினுடைய வஸ்திரத்தை யாவது திருடினதுண்டா?

ஆர்டர்

இக் கேள்வி சாக்ஷியை அவமானப் படுத்தக்கூடிய தாதலால் விடைசொல்ல வேண்டாமென்று கோர்ட்டாரால் தடுக்கப்பட்டது.

சாணல்லிய நதியில் ஸ்நானஞ் செய்து கொண்டிருந்த நவ கன்னிகைகள் அந்நதிக் கரையில் வைத்திருந்த அவர்களது வஸ்திரங் களைத் திருடி நீர் அவர்களை அவமானப் படுத்த வில்லையா?

ஆர்டர்

ஆதியிலேயே கேட்கக் கூடாதென்று மறுத்த கேள்வியையே மறுபடியுங் கோர்ட்டலட்சியமாகவும் சாக்ஷிக்கு அவமான முண்டாகவும் கேட்ட பிரதிவாதி வக்கீலுக்கு ஐந்து ரூபா அபராத மென்று கோர்ட்டாரால் உத்திரவு செய்யப்பட்டது.

வாதி வக்கீல்

றீக்கிறாசில்லை

கோர்ட்டார் வினாவும், 2-ம், சாக்ஷி விடையும்

வாக்குமூலம் வாசிக்கக் கேட்டீரா?

கேட்டேன்.

சரிதானா?

ஆம்.

வாதிபக்கம் 2-ம், சாக்ஷி மாருதன்
(கையெழுத்து)

»»»»»»

கோபிகாஸ்திரீகள் வஸ்திராபகரணம்

வாதிபக்கம் 3-ம், சாக்ஷி
தாரித்திரி சத்தியஞ்செய்து
தெரிவித்த வாக்குமூலம்

**சர்வ வல்லமையுள்ள தெய்வஞ்சாக்ஷியாக
நான் சொல்வதெல்லாம் உண்மை.**

வாதி வக்கீல் வினாவும், 3—ம், சாக்ஷி விடையும்

இந்த வாதிகளையும் பிரதிவாதியையுந் தெரியுமா?

தெரியும்.

இவர்களில் நடந்த இவ்வியாச்சியத்தைப் பற்றி யாதாவது தெரியுமா?

தெரியும்.

என்ன தெரியும்?

இந்த வாதிகளினது வஸ்திரங்களைப் பிரதிவாதி திருடிக் கொண்டுபோனார். அதுதெரியும்.

திருடிக் கொண்டு போனது எவ்விடத்திற்கு?

ஒரு பெரிய ஆலமரத்திற்கு.

அங்குப்போய் என்ன செய்தார்?

அம்மரத்தி னுச்சியிலேறி அங்குள்ள கிளைகளில் அவற்றை ஒவ்வொன்றாகக் கட்டித் தொங்கவிட்டார்.

அதை நீர் கண்ணாற் பார்த்தீரா?

பார்த்தேன்.

இது நடந்தது எப்போது?

இந்தமாதம் முதலில்.

தேதி என்ன?

ஞாபகமில்லை.

கிழமையோ?

கோபிகாஸ்திரீகள் வஸ்திராபகரணம்

அதுவுந் தெரியாது.

காலையிலா? மாலையிலா?

காலையில்.

அப்போது வாதிகள் என்ன செய்து கொண்டிருந்தார்கள்?

யமுனை யாற்றில் ஸ்நானஞ் செய்து விளையாடிக் கொண்டிருந்தார்கள்.

வஸ்திரங்களை வைத்திருந்த இடம் யாது?

ஆற்றங்கரை.

பிரதிவாதி திருடும்போது அதை வாதிகளில் யாராவது கண்டார்களா?

இல்லை.

பின் பிரதிவாதிதாம் திருடினாரென்று வாதிகளுக்குத் தெரிந்தது எதனால்?

ஆலமரத்தின் மீது கட்டித் தொங்க விட்டிருந்ததனால்.

வாதிகள் பிரதியாதி யிடத்தில் வஸ்திரங்களைக் கொடுக்கும்படி கேட்டார்களா?

கேட்டார்கள்.

அதன்படி கொடுத்தாரா?

இல்லை.

பின் என்ன சொன்னார்?

நீங்கள் கரையில் வந்து இரண்டு கைகளையு முயர்த்தி கும்பிட்டால் தருவேனென்றுசொன்னார்.

அவ்வாறு கும்பிட்டார்களா?

இல்லை.

ஏன்?

வெட்கித்து இருகைகளினாலும் அரையை மூடிக் கொண்டிருந்ததனால்.

அதன்பின் வஸ்திரத்தைக் கொடுக்கவே யில்லையா?

இல்லை.

பிரதிவாதி வக்கீல் கிறாசும், 3-ம், சாக்ஷி விடையும்

வாதிகள் ஸ்நானஞ்செய்தது நிருவாணத்தோடுதானே?

ஆம்.

யமுனைத்தீர்த்தம் பரிசுத்த முடையதல்லவா?

ஆம்.

அதிற் பெண்கள் ஆடையில்லாமல் நின்று ஸ்நானஞ் செய்கின்ற வழக்கமுண்டா?

இல்லை.

வாதிகளுடுத்தியிருந்த வஸ்திரங்களின் நிறம் யாது?

சிவப்பு.

வாதி வக்கீல்
நீக்கிறாசில்லை

கோர்ட்டார் வினாவும், 3-ம், சாக்ஷி விடையும்

வாக்குமூலம் வாசிக்கக் கேட்டாயா?

கேட்டேன்.

சரிதானா?

ஆம்.

வாதிபக்கம் 3-ம், சாக்ஷி தாரித்திரி
(கையெழுத்து)

››››››››››››

குற்றப்பத்திரிகை

பிரமலோகம் டிஸ்ரிக்ட்டுக் கோர்ட்டு மாஜிஸ்திரேட்டு மிஸ்ற்றர். அநந்தாசாரியென்னும் பெயரினான நான் இக்கோர்ட்டில்

இவ்வருடம் பயல், 6190-ம், நம்பர் வியாச்சியத்தில் பிரதிவாதி யாகிய கோபாலாகிருஷ்ணனென்னும் பெயருடைய உம்மீது அடியிற் கூறியபடி இதனாற் குற்றஸ்தாபகஞ் செய்கின்றேன். அதாவது, இவ்வியாச்சியத்தில் ஒன்றுமுதல் நான்குவரை வாதிகளும், கோபிகாஸ்திரிகளும், யௌவனாரம்ப முடையவர்களுமான இக்கன்னிகைகள் இம்மாதம் 3-ந்தேதி காலை யமுனையாற்றில் நீராடிக்கொண்டு நிற்கின்ற சமயத்தில், நீர் அவர்களது மரியாதையைக் கெடுத்து அவமான முண்டாக்குவதற்காகவும், உமது காமலாபத்திற் காகவும் வேண்டி அவர்கள் கரையில் வைத்திருந்த வஸ்திரங்களைத் திருடிக் கொண்டு போனதாக நல்ல ருஜுவாயிருக்கின்றது. அது சிக்ஷாநியமம் 354, 379 ஆகிய இவ்வகுப்புகளின்படி தண்டிக்கத்தக்கதும் என்முன்னிலையில் விசாரிக்கத்தக்கதுமான குற்றமாயுள்ளது. ஆதலால் அக்குற்றத்திற்காக உம்மை என்முன் விசாரணைசெய்ய வேண்டுமென்று இதனால் நான் உத்திரவுசெய்திருக்கின்றேன்.

டிஸ்திரிக்ட்டு மாஜிஸ்திரேட்டு
அநந்தாசாரி
(கையெழுத்து)

›››››››››››

பிரதிவாதி விசாரணை

கோர்ட்டார் வினாவும், பிரதிவாதி விடையும்

உம்மீது சித்தப்படுத்தின குற்றப்பத்திரிகை வாசிக்கக் கேட்டீரல்லவா?

ஆம்.

அதன்படி நீர் குற்றஞ்செய்ததுண்டா?

குற்றப்பத்திரிகையிற் சொல்லியபடி நான் குற்றஞ் செய்ய வில்லை.

பின்னே நீர் செய்தது யாது?

பரிசுத்தமாயிருக்கின்ற யமுனையாற்றிற் சிறிதும் நாணமின்றி நிருவாணத்தோடு நின்று நீராடின இந்த வாதிகளுக்குத் தக்க புத்திவருத்துவது புண்ணிய பரிபாலனத்திற் கடுத்ததெனவும்,

அவர்களது தீயொழுக்கத்தைக் கண்டித்து அதன்பின் கொடுப்பதே நியாயமெனவுங் கருதி அவர்களது ஆடைகளை எடுத்தேன். இதுதான் நான் செய்தது.

உமக்கு அப்படிச்செய்ய நேர்ந்த காரணம் யாது?

வாதிகள் எனது மனைவிமாரும் எனது தந்தை கோகுலத்திற்கு அதிபதியுமா யிருப்பதுதான்.

இவ்விஷயத்திற்கு சாக்ஷிகளுண்டா?

உண்டு.

யார்? யார்?

பாரத ரிக்கார்டும், அதை ஆக்கியோரான வேத வியாசரும், ஜனனமரண விருத்தாந்த ரிக்கார்டும், அதை ஆக்கியோரான சித்திரபுத்திரரும்.

அவர்களை யழைத்து விசாரிக்க வேண்டுமா?

ஆம்.

வாக்குமூலம் வாசிக்கக் கேட்டீரா?

கேட்டேன்.

சரிதானா?

ஆம்.

பிரதிவாதி கோபாலகிருஷ்ணன்
(கையெழுத்து)

››››››››››››

பிரதிவாதி சாக்ஷி விசாரணை

பிரதிவாதி பக்கம் 1-ம், சாக்ஷி

வேதவியாசன் சத்தியஞ்செய்து

தெரிவித்த வாக்குமூலம்

சர்வ வல்லமையுள்ள தெய்வஞ்சாக்ஷியாக நான் சொல்வதெல்லாம் உண்மை.

கோபிகாஸ்திரீகள் வஸ்திராபகரணம்

பிரதிவாதி வக்கீல் வினாவும், 1-ம், சாக்ஷி விடையும்

இந்த பிரதிவாதியைத் தெரியுமா?

தெரியும்.

நீர் யார்?

பாரதஞ்செய்த வேதவியாசன்.

இந்த வாதிகளைத் தெரியுமா?

தெரியும்.

அவர்கள் யார்?

பிரதிவாதியினது மனைவிமாராக இவ் வுலகத்தில் அவதரித்துவந்த தேவ மாதர்கள்.

நீர் செய்த பாரதத்தைக் கோர்ட்டில் ஆஜராக்கலாமா?

ஆக்கலாம்.

வாதி வக்கீல் கிறாசும், 1-ம், சாக்ஷி விடையும்

வாதிகள் பிரதிவாதியினது மனைவிமாராகத்தான் பிறந்தார்களென்பதற்கு யாதாவது ரிக்கார்டுக ளுண்டா?

உண்டு.

அவை யாவை?

வேதம், சாஸ்திரம், பாரதம், எமலோக லிகித முதலியன?

காளிந்திநதி யமுனையைப்போல் பரிசுத்தமுள்ளது தானே?

ஆம்.

அதில் ஸ்திரீபோகஞ் செய்யலாமா?

செய்யக் கூடாது.

உமது ஜனனம் எவ்வாறு?

கோபிகாஸ்திரீகள் வஸ்திராபகரணம்

ஆர்டர்

இக் கேள்வி அனாவசிய மானதினாற் கேட்கக் கூடாதென்று தடுத்திருக்கின்றோம்.

பிரதிவாதி வக்கீல்

நீக்கிறாசில்லை

கோர்ட்டார் வினாவும், 1–ம், சாக்ஷி விடையும்

வாக்குமூலம் வாசிக்கக் கேட்டீரா?

கேட்டேன்.

சரிதானா?

ஆம்.

பிரதிவாதிபக்கம் 1-ம், சாக்ஷி வேதவியாசன்
(கையெழுத்து)

››››››››››››

பிரதிவாதி பக்கம் 2-ம், சாக்ஷி
சித்திரபுத்திரன் சத்தியஞ்செய்து
தெரிவித்த வாக்குமூலம்

**சர்வ வல்லமையுள்ள தெய்வஞ்சாக்ஷியாக
நான் சொல்வதெல்லாம் உண்மை.**

பிரதிவாதி வக்கீல் வினாவும், 2–ம், சாக்ஷி விடையும்

சமனிற் சொல்லிய ரிக்கார்டுகள் கொண்டுவந்தீரா?

ஆம்.

அது யாரால் எழுதப்பட்டது?

என்னால்.

எதைக்குறித்து.

எமதருமராஜாவினது கணக்கைக்குறித்து.

அது யாரிடத்திலிருக்கப் பட்டது?

என்னிடத்தில்.

ஜனனமரணங்களைப் பற்றி அன்றாடமெழுதுவீரா? அல்லது மொத்தத்தி லெழுது வீரா?

அன்றாடம்.

இந்தப் பிரதிவாதியைத் தெரியுமா?

தெரியும்.

வாதிகளையோ?

அவர்களையுந் தெரியும்.

வாதிகள் யார்?

பிரதிவாதியினது மனைவிமாராக உலகத்திலவதரித்தவர்.

இது இந்தக் கணக்கிலுண்டா?

உண்டு.

காட்டுவீரா?

காட்டுவேன்.

புத்தகம் யாது?

துவாபரயுகத்து 11-வது புத்தகம்.

பக்க விலக்கமெனன்?

81-வது பக்கம்.

கோர்ட்டில் நின்றும் அப்பக்கத்தில் முத்திரையிடப் பட்டது.

பிரதிவாதி வக்கீல் கிறாசும், 2-ம், சாக்ஷி விடையும்

அதில் எழுதப்பட்டிருப்பது யாது?

தேவ மாதர்களாகிய வாதிகள் பிரதிவாதியினது மனைவிமாராக இருக்க வேண்டுமென்று ஆதியிற் கேட்டுக்கொண்டபடி வைவஸ்வத மனுவினது 28-வது சதுர் யுகத்திலுள்ள துவாபரயுகத்தில் பிரதிவாதி கிருஷ்ணனாகவும், வாதிகள் கோபிகாஸ்திரீகளாகவும் அவதரித்துத் தம்மிற் சேர்ந்து கொள்ள வேண்டுமென்று எழுதப்பட்டிருக்கின்றது.

கோர்ட்டார் வினாவும், வாதி விடையும்

வாக்குமூலம் வாசிக்கக் கேட்டீரா?

கேட்டேன்.

சரிதானா?

ஆம்.

பிரதிவாதிபக்கம் 2-ம், சாக்ஷி சித்திரபுத்திரன்
(கையெழுத்து)

››››››››››››

ஹீயறிங்

வாதிவக்கீல் பிரபாகரப் பாசினது விவாதம்

இவ் வியாச்சியத்திற்காக வியாச்சியக் காரிகளான ஒன்று முதல் நான்கு வரையுள்ள வாதிகளும் வாதிபக்கம் சாக்ஷிகளும், சத்தியஞ்செய்து தெரிவித்த வாக்குமூலங்களால் வாதிகள் நீராடிக் கொண்டு நிற்கின்ற சமயத்தில், ஆற்றங்கரையில் வைத்திருந்த ஆடைகளைப் பிரதிவாதி திருடிக் கொண்டுபோய் ஆலமரத்தின்மீது கட்டி வைத்தா ரெனவும், வாதிகளை அவமானித்தாரெனவும், அதனால் வாதிகளுக்கு மரியாதைக் கேடும், மானவீனமும், வஸ்திர நஷ்டமு முண்டாயின வெனவும், யாதொரு ஆட்சேபமுமின்றி ருஜுவாயிருக்கின்றது. அதனோடு வஸ்திரங்களை எடுத்துக்கொண்டு போன விஷயத்தைப்பற்றி பிரதிவாதி சம்மதிப்பதுந் தவிர, தமது மனைவி மார்களானதனால் அவர்களுக்குப் புத்தி வரும்படி இவ்வாறு செய்தேனென்றும் சொல்லுகின்றார். வாதிகள் தங்களுக்கு இன்னும் விவாகமாக வில்லையென்று சொல்லுகின்றார்கள். அன்றியும் அவ் விஷயத்திற்காகப் பிரதிவாதிபக்கம் யாதொரு ருஜுவு மிருப்பதாகத் தெரியவில்லை. மேலும் வாதிகள் பிரதிவாதியினது மனைவிமாராக விருந்தால் யாவருஞ் சஞ்சரிக்கத்தக்க பொதுவான விடத்தில் வாதிகளைப் பிரதிவாதி இவ்வாறு செய்யத்தகுமா? வென்றும், அவர்களிடத்தில் இவ் விஷயத்தைச்சொல்லி விலக்கினாற் போதாதா? வென்றும், அவ்வாறு செய்யாமல் இப்படிச்செய்த பிரதிவாதியினது செய்கைகளாற் பருவப்பெண்களாகிய அவ் வாதிகளுக்கு எவ்வளவு துன்பமும் வியசனமும் நேர்ந்திருக்கக் கூடுமென்றும்,

கோபிகாஸ்திரீகள் வஸ்திராபகரணம்

இனி அவர்களை விவாகஞ்செய்துகொள்ள யாராவது உடன் படுவார்களா? வென்றுங் கோட்டில்நின்றே ஆலோசிக்க வேண்டியதா யிருக்கின்றது. மேலும் பிரதிவாதி பக்கமுள்ள இரண்டுசாக்ஷிகளினது வாக்குமூலங் களையும், ரிக்கார்டுகளையும் பரிசோதித்ததில், சாக்ஷி களினது வாக்குமூலங்கள் நம்பத்தகாதவைகளும் 1-ம், இலக்க ரிக்கார்டு வேறொரு விஷயமாகவும், அது 1-ம், சாக்ஷியா லுண்டாக்கப் பட்டதாகவு மிருக்கின்றது. அதனால் அதை இவ் வியாச்சியத்தினது ருஜுவிற்கு உபயோகப்படுத்த மார்க்கமில்லை. அதனோடு 2-ம், இலக்க ரிக்கார்டிற் சொல்லியபடிதான் இச்செய்கை நடந்த தென் பதற்கும் யாதொரு நியாயத்தையுங் காணவில்லை. ஆதலால் அவைகள் இக் குற்றத்தில்நின்றும் பிரதிவாதி தப்பிக் கொள்ளுவதற்காகச் செய்துகொண்ட கட்டுக் கதைகளென்று களங்கமற விளங்குகின்றன. ஆனதினால் வியாச்சியப்படியுள்ள குற்றத்திற்காகப் பிரதிவாதியைத் தக்கபடி தண்டிக்கவேண்டுமென்று மிகவுந் தாழ்மையாய் வேண்டிக் கொள்ளுகின்றேன்.

பிரதிவாதி வக்கீல் தேவராஜய்யர் விவாதம்

நாம் இவ் வியாச்சியத்தில் முக்கியமாய்க் கவனிக்க வேண்டியவை, வியாச்சியப்படியுள்ள குற்றம் பிரதிவாதியின்மீது ஸ்தாபகமாயிற்றா? வாதிகள்செய்த செய்கை நியாயமானது தானா? பிரதிவாதி இச்செய்கை செய்வதற்குக் காரணம் யாது? என்பவைகள் தாம். இவற்றிற்காக வாதிகளும் வாதிபக்கம் சாக்ஷிகளுஞ் சத்தியஞ் செய்து தெரிவித்த வாக்குமூலங்களால் யாதொருஜுவு முண்டாயிருப் பதாகத் தெரியவில்லை. மரியாதைக்கு விக்கினம் வருத்த வேண்டு மானால் அடிபிடி கலகம்வேண்டும். அது 354-ம் வகுப்பின்படியுள்ள குற்றமாகின்றது. இதில் அப்படி அடிபிடி கலகமில்லாததினால் அவ்வகுப்பையுஞ் சம்மதிப்பதற்கு மார்க்கமில்லை. ஆனதால் அது 24-ம், வகுப்பிற்சொல்லிய மோசக் கருத்தாகின்றது. 379-ம், வகுப்பிற்குவேண்டிய பிரதான விஷயம் இவ் வியாச்சியத்தி லில்லாததினால் அவ்வகுப்பின்படியுள்ள குற்றமென்று சொல்லு வதற்கும் யாதொரு காரணத்தையுங் காணவில்லை. மகாபாரதமும், எமபுரிக்கணக்கும், வேத சாஸ்திரங்களும் விசுவாசயோக்கியமுள்ளன வல்லவென்று சொல்லும் எதிர்ப் பக்கத்தாரின் ஆட்சேபம் எவ்வளவுங் கவனிக்கத்தக்கதல்ல. அதனோடு பிரதிவாதிபக்க சாக்ஷிகள் மிகவும் யோக்கியமுடைய வர்களாகவும், உண்மை

சொல்லப்பட்ட வர்களாகவு மிருக்கின்றார்கள். அவர்களது வாக்கு மூலத்தை யுண்மை யல்லவென்று தள்ளுவதற்கு ஒரு முகாந்தரத்தையும் காணவில்லை. ஆதலால் இவ் வியாச்சியஞ் சற்றாயினுஞ் சத்தில்லாததும், கிரிமினல் விவகாரத்திற்குட் படாதது மாயிருக் கின்றது. ஆதலால் வியாச்சியத்தைப் பயலில்நின்றுந் தள்ளிப் பிரதி வாதியை நிரபராதியாக விடவேண்டுமென்று மிகவும் வணக்கமாய் வேண்டிக்கொள்ளு கின்றேன்.

நோட்டு

இவ்விஷயத்திற்காக வியாச்சியங் கொண்டு வரப்பட்டு வாதி பிரதி வாதிகளிடத்திலும், வாதிபக்கம் மூன்று சாக்ஷிகளிடத்திலும், குற்றப் பத்திரிகையின் மேல் பிரதிவாதியிடத்திலும், பிரதிவாதி பக்கம் இரண்டு சாக்ஷிக ளிடத்திலும், விசாரணை செய்யவும், பிரதி வாதி பக்க சாக்ஷிகளால் ஆஜராக்கப் பட்ட இரண்டு ரிக்கார்டுகளையும் பரிசோதிக்கவும், இருபுறத்து வக்கீல் களினது விவாதங்களைக் கேட்கவுஞ் செய்தேன்.

ஜட்ஜிமெண்ட்

இவ்வியாச் சியத்தின் சாரமானது வாதிகள் ஒன்று கூடி யமுனையாற்றில் நீராடிக்கொண்டு நிற்கின்ற சமயத்தில் ஆற்றங் கரையில் வைத்திருந்த அவர்களது ஆடையைப் பிரதிவாதி அவர்களது அறிவுஞ் சம்மதமு மின்றித்திருடிக்கொண்டு போய் ஓ ராலமரத்திற் கட்டித் தொங்கவிட, அதனால் அவர்களுக்குமான வீனமும் மரியாதைக் கேடும் வந்தன வென்பதுதான். அதற் கனுகூலமாக வாதிகளும் வாதி பக்கம் மூன்று சாக்ஷிகளுஞ் சத்தியஞ் செய்து தெரிவிக்கின்றார்கள். ஆனாற் பிரதிவாதி அவ்விஷயத்தைச் சம்மதிக்காமல் தாம் வாதிகளினது கணவரென்றும், அவர்களினது குலத்திற் கெல்லாம் அதிபதியென்றும், அதனால் அவர்களுக்குப் புத்திவருத்தும்படி அவர்ளது ஆடைகளை யெடுத்து ஆலமரத்திற் கட்டி வைத்தேனென்றுஞ் சொல்லுகின்றார். ஆனால் நாம் இதில் முக்கியமாய்த் தெரிந்துகொள்ளவேண்டிய விஷயங்கள் மூன்றிருக்கின்றன. அவையாவன,

1. பிரதிவாதி வாதிகளினது வஸ்திரங்களை எடுத்தது கெட்ட எண்ணத்தோடா அல்லது தாம்சொல்லியபடி அவர்களுக்குப் புத்திவருத்திக் கொடுக்கவா?

2. அதனால் வாதிகளுக்கு மானவீனமும் மரியாதைக் கேடு முண்டாயினவா?

3. பிரதிவாதி வாதிகளுக்கு நாயகரா? அல்லவா? என்பவைகளே.

1-ம், வாதியினதும், வாதிபக்கம் சாக்ஷிகளினதும் வாக்கு மூலங்களாற் பிரதிவாதி வஸ்திரங்களைத் திருடிக்கொண்டு போனா ரெனவும், வாதிகளை அவமானித்தாரெனவும் தெரிகின்றனவேதவிர, பிரதிவாதிக்குக் கெட்டஎண்ணமிருந்ததாக எள்ளளவுந் தெரியவில்லை. அதனோடு பிரதிவாதி திருடினவுடன் ஓடிப்போகாமற் பக்கத்தில் நின்றமரத்தின் மீதேறியிருக்கவும், மற்றசாக்ஷிகளினது வஸ்திரங்களைக் கொடுக்கவும், கையெடுத்துக்கும்பிட்டால் தருவேனென்று வாதி களிடத்திற் சொல்லவுஞ் செய்ததாகத் தெரிகின்றது. ஆனதாற் பிரதி வாதிக்குக் கெட்ட எண்ணம் இல்லவேயில்லையென்று நிச்சயமாய் நாம் அபிப்பிராயப் படுகின்றோம். அதனால் 379-ம், வகுப்பின் படியுள்ள குற்றத்தைப் பிரதிவாதியின் மீது ஸ்தாபிப் பதற்கு யாதொரு நியாயமுந் தோற்றவில்லை. ஆதலால் முதலாவது பாய்ண்ட்டைப் பிரதிவாதிக்கு அநுகூலமாகத் தீர்மானித் திருக்கின்றேன்.

2, பொதுவான விடத்தில் நிருவாணத் தோடுநின்று நீராடவும், விளையாடவுஞ் செய்ததாக வாதிகளே சம்மதிக்கின்றார்கள். அதனால் வாதிகளினது மரியாதை இவ்வித மென்று உள்ளங்கை நெல்லிக்கனி போல் விளங்குகின்றது. இவ்விஷயத்தில் அடிபிடிகலகம் யாதொன்றும் நடக்காததனாற் பிரதிவாதியின்மீது 354-ம், வகுப்பின்படியுள்ள குற்றத்தை ஸ்தாபகப் படுத்துவதற்கு யாதொரு நியாயத்தையுங் காண வில்லை. மேலும் வாதிகள் பிரதிவாதியைத் தங்கள் கோகுலநாதரது புத்திர ரென்று சம்மதித்துச் சொல்லுவதாற் பிரதிவாதி சொல்லியது போல் வாதிகளுக்குப் புத்தி வருத்தவே இவ்விதச் செய்கைகள் செய்தா ரென்பது நிச்சயமாய்த் தெரிகின்றது. ஆதலால் இரண்டாவது பாய்ண்டையும் பிரதிவாதிக் கனுகூலமாகவே தீர்மானிக்கின்றேன்.

3, இனி இந்த விஷயத்தைப் பற்றி நாம் ஆலோ சித்துத்தான் தீரவேண்டு மென்பதில்லை. ஆயினும் இராக்காலங்களிற் பிரதிவாதி யோடும் மற்ற பெண்களோடும் வாதிகள் பிருந்தா வனத்திற் போய் விளையாடுவது வழக்கந்தானென்று வாதி பக்கத்திலெல்லாருஞ் சம்மதிக்கின்றார்கள். அதனால் 1-ம், 2-ம், இலக்க ரிக்கார்டுகளினாலும்

கோபிகாஸ்திரீகள் வஞ்சிராபகரணம்

வாதிகளினது நாயகர்களுக்குச் சமமாகப் பிரதிவாதியை நிச்சயப்படுத்து வதில் எனக்குக் கொஞ்சமுஞ் சந்தேகந் தோற்றவில்லை. ஆதலால் மூன்றாவது பாய்ண்டையும் பிரதிவாதிக் குதவியாகவே தீர்மானிக் கின்றேன்.

இனிவாதிகள் தங்களை ஒருவரும் விவாகஞ்செய்ய மாட்டார் களென்று சொன்னசமா சாரத்திற்காகப் பிரதிவாதி தம்மை அவர்களது நாயகரென்று வாதிக்கவும், நாம் தீர்மானிக்கவுஞ் செய்தவிஷயத் திற்காகமீண்டு மீண்டுஞ் சொல்லவேண்டுவதாவசியமில்லை. ஆதலால் இக்காரணங்களைக் கொண்டு பிரதிவாதியை யாதொரு குற்றமுஞ் செய்தறியாத நிரபராதியாகவிட்டு வியாச்சியத்தைப் பயலில்நின்றுந் தள்ளும் படி தீர்மானித்திருக்கின்றேன்.

பிரமலோகம் டிஸ்ட்ரிக்ட் மாஜிஸ்திரேட் கோர்ட்,

வி.அநந்தாசாரி
(கையெழுத்து)

அரம்பை பலவந்தப்புணர்ச்சி கிரிமினல் கேஸ்
முற்றிற்று!

கிரிமினல் கேஸ்

துரோபதை வஸ்திராபகரணம்

தேவலோகம் 2-ம், கிளாஸ் டிஸ்திரிக்ட்டு மாஜிஸ்திரேட்டு மிஸ்ற்றர். **தேவேந்திர ஐயவரவர்கள்,** *முன்னர் நடந்த துவாபரயுகம், 3488-ம், வருடம் ஆடிமாதம் 14-ந் தேதி பயல் 125-ம், நம்பர் கிரிமினல் கேஸ்.*

வாதிகள்	**பிரதிவாதிகள்**
1 - துரோபதை 2 - தருமன் 3 - வீமன் 4 - அருச்சுனன் 5 - நகுலன் 6 - சகாதேவன்	1 - சகுனி 2 - துரியோதனன் 3 - துர்ச்சாதனன் 4 - கன்னன்
வாதி சாக்ஷிகள்	**பிரதிவாதி சாக்ஷிகள்**
1 - கோபாலாகிருஷ்ணன் 2 - சூரியன் 3 - திருதராஷ்டிரன் 4 - விதுரன்	1 - விகர்ணன் 2 - கிருதமன் 3 - பிருங்கதன்
வாதி வக்கீல்	**பிரதிவாதி வக்கீல்**
1 - டி.சி.எம்.இராகவையர்	1 - வி.பி.டி.சுந்தரராகவாசாரியர்

வியாச்சியம்

இந்திரப்பிரஸ்தத்தில் தங்கியிருந்த வாதிகளாகிய எங்களை 1-ம், பிரதிவாதியினது துர்ப்போதனையால் 2-ம், பிரதிவாதி ஒரு-மண்டபமுண்டாக்கி அவ்விடத்திற்குக் கடித மனுப்பி வரவழைத்தாள். அப்பால் 1-ம், பிரதிவாதியாகிய சகுனி எங்களோடு கள்ளச்சூதாடி அச்சூதில் எங்களைத் தோற்பித்து எங்கள் இராச்சியமுதலிய சகல சொத்துக்களையும் பிரதிவாதிகளினது கைவசமாக்கிக் கொடுத்ததோடு எங்களையும் அவர்களுக்கு அடிமைகளாகச்செய்தான். அதன்பின் 2-ம் பிரதிவாதியினது உத்திரவின்படி 3-ம், பிரதிவாதியாகிய துர்ச்சாதனன் நியாய விரோதமாகச் சூதகமாய்க் காந்தாரியினது வீட்டில் தங்கியிருந்த துரோபதையை அவளது தலைமயிரைக் கையாற் பற்றிப் பிடித்திழுத்து மகாஜனங்கள் கூடியிருந்த இராஜசபையிற் கொண்டுவந்து பல தேகோபத்திரவங்களும், வஸ்திராபகரணமுஞ் செய்தான். மேலும் 2-ம், பிரதிவாதி அவளைத் தனது தொடையிலிருத்த வேண்டு மென்று 3-ம், பிரதிவாதியிடத்திற் சொன்னான். அம்மூன்றாம் பிரதிவாதிவேசி யென்றுந் தாசியென்றும் பலவாறு பேசினான். கண்ணன் முதலாயினோர் எங்களது ஆயுதங்களை யெல்லாம் அங்கு வைக்கும்படி செய்தார்கள். நாங்கள் நந்தகோபால கிருஷ்ணரது கிருபையால் ஒருவாறு அவ்விடத்தைவிட்டு நீங்கினோம். ஆதலால் முற்கூறிய விஷயங்க ளனைத்துங் குற்றகரமானபடியால் வாதிகளையும் சாக்ஷிகளையும் வரவழைத்து நியாயமாய் விசாரணைசெய்து தீர்மானப் படுத்தித் தரவேண்டு மென்று வேண்டிக்கொள்ளுகின்றோம்.

வாதிகள்,

1. **துரோபதை** (கையெழுத்து)
2. **தருமன்** (கையெழுத்து)
3. **வீமன்** (கையெழுத்து)
4. **அருச்சுனன்** (கையெழுத்து)
5. **நகுலன்** (கையெழுத்து)
6. **சகாதேவன்** (கையெழுத்து)

துரோபதை வஸ்திராபகரணம்

பிரதிவாதிகள் சத்தியஞ்செய்து
தெரிவித்த வாக்குமூலம்

**சர்வ வல்லமையுள்ள தெய்வஞ்சாக்ஷியாக
நான் சொல்வதெல்லாம் உண்மை.**

இவ்வியாச்சியஞ் சுத்தப்பொய். இதன்படி சூது விளையாடவோ, வாதிகளது சொத்துக்களைக் கைவசப் படுத்தவோ, அவர்களை அடிமை களாக்கவோ, அவர்களது ஆயுதங்களை வைப்பிக்கவோ செய்ய வில்லை. மேலும் துரோபதையை எங்களி லொருவராவது தொடவோ, அவள் ஆடைகளை யுரியவோ செய்தறியார். எங்கள் இராஜவம்மிசத்திற் சூதகமாயிருக்கப்பட்ட பெண்களை ஒருக்காலுந் தீண்டுவது வழக்க மில்லை. வியாச்சியத்திற் சொல்லிய தேதியன்று குருக்ஷேத்திரத்தின் சமீபத்திற் கட்டிய எங்கள் அரக்கு மாளிகையைப் பார்க்கும்படி நாங்கள் போயிருந்தோம். அதற்குத்தக்க ரிக்கார்டுகளுஞ் சாக்ஷிகளு முண்டு. அன்றையத்தினம் எங்களி லொருவராவது இராஜதானியி லிருக்கவில்லை. பாண்டவர்கள் துவாபரயுகம் 345-ம், வருடம் பங்குனிமாதம் 11-ந்தேதி நடத்திய யாகத்தில் 1-ம், சாக்ஷியாகிய கிருஷ்ணன் முதலாவது பூசை செய்யவேண்டு மென்று ஆரம்பித்த சமயத்தில் நாங்கள் அவன் ஆதியிற் செய்யக் கூடாதென்று விரோதித்த காரணத்தினால் அவ்வொன்றாஞ் சாக்ஷியினது துர்ப்போதனைக் கிணங்கிப் பொய்யாகிய இவ் வியாச்சியத்தை வாதிகள் இவ்வாறு கொண்டு வந்திருக்கின்றார்கள். இஃதல்லாமல் நாங்கள் யாதொரு குற்றமுஞ்செய்யவில்லை. ஆனதால் வியாச்சியத்தைப் பயலில் நின்றுங் குறைத்து எங்களை நிரபராதிகளாக விடவேண்டு மென்று வேண்டிக் கொள்ளுகின்றோம்.

பிரதிவாதிகள்,

1. சகுனி   (கையெழுத்து)
2. துரியோதனன்   (கையெழுத்து)
3. துர்ச்சாதனன்   (கையெழுத்து)
4. கன்னன்   (கையெழுத்து)

》》》》》》》》》》》》

வாதி சாக்ஷி விசாரணை

வாதி பக்கம் 1-ம், சாக்ஷி

கோபால கிருஷ்ணன் சத்தியஞ்செய்து

தெரிவித்த வாக்குமூலம்

சர்வ வல்லமையுள்ள தெய்வஞ்சாக்ஷியாக நான் சொல்வதெல்லாம் உண்மை.

வாதி வக்கீல் வினாவும், 1–ம், சாக்ஷி விடையும்

உமக்கு வயதென்ன?

பதினைந்து.

பேர் யாது?

கோபால கிருஷ்ணன்.

இந்த வாதி பிரதிவாதிகளைத் தெரியுமா?

தெரியும்.

அவர்களது வாசஸ்தானந் தெரியுமா?

தெரியும்.

இந்த வாதிகளை 1-ம், பிரதிவாதியாகிய சகுனி கள்ளச் சூதாடி தோற்கச் செய்தது உண்மைதானா?

ஆம்.

அதன்பின் அவர்களை மற்ற பிரதிவாதிகளுக்கு அடிமை யாக்கினானா?

ஆம்.

அப்பால் பிரதிவாதிகள் என்ன செய்தார்கள்?

காந்தாரியினது வீட்டிற் சூதகத்தோடிருந்த பாஞ்சாலியை 3-ம், பிரதிவாதியாகிய துர்ச்சாதனன் போயடுத்து அவளது தலை மயிரைக் கையாற் சுற்றிப்பிடித்திழுத்து மகாஜனங்கள் கூடியிருந்த இராஜ சபையிற் கொண்டுவந்து வேசி தாசியெனப் பலவாறு ஏசவும், அவளுடுத்தி யிருந்த ஆடைகளை யுரியவும், உபத்திரவிக்கவுஞ்

துரோபதை வஸ்திராபகரணம்

செய்தான். 2-ம், பிரதிவாதியாகிய துரியோதனன் அவளைத் தனது துடையின் மீது இருத்தும்படி சொன்னான். 4-ம், பிரதிவாதியாகிய கன்னன் முதலியோர் மற்ற வாதிகளினது ஆயுதங்களை அங்கு வைப்பித்து அவர்களை நிராயுதபாணி யாக்கினார்கள். இதுதான் அவர்கள் செய்தது.

பிரதிவாதி வக்கீல் கிறாசும், 1-ம், சாக்ஷி விடையும்

பாண்டவர்கள் உமக்கு யார்?

மைத்துனர்கள்.

எந்த முறையில்?

நான்காம் வாதியாகிய அருச்சுனன் எனதுசகோதரி சுபத்திரையை விவாகஞ்செய்தமுறையில்?

உமது சகோதரியை விவாகஞ்செய்கின்ற காலத்தில் உமது தமையனாரான பலபத்திரர் அங்கிருந்தாரா?

இல்லை.

பின் எங்குப் போயிருந்தார்?

சமுத்திரத்தின் மத்தியிலுள்ள ஓர் தீவிற்கு.

அருச்சுனன் உமது சகோதரியை விவாகஞ்செய்தது சன்னியாசியாகவந்து ஒருவருக்குந் தெரியாமற்றானே?

இல்லை.

உமது புத்திரியாகிய சுந்தரியை 2-ம், பிரதிவாதியான துரியோதனனது புதல்வனுக்கு விவாகஞ்செய்து தருகின்றேனென்று சொல்லி அவனிடத்திலிருந்து நீர் இரத்தினங்கள் வாங்கினீரல்லவா?

இல்லை.

சூது விளையாடினது எப்போது?

தேதி ஞாபகமில்லை.

மூன்றாம் பிரதிவாதியாகிய துர்ச்சாதனன் உரிந்தது ஒரு வஸ்திரந்தானே?

அல்ல.

பின் எத்தனை?

உத்தேசம் நூறு.

பெண்கள் சாதாரணமாய்க் கட்டுவது எத்தனைவஸ்திரம்?

ஒரேவஸ்திரந்தான்.

அவ்வாறிருக்க பாஞ்சாலிக்கு நூறு வஸ்திரம் வந்தது எவ்வாறு?

அவன் உரியுந்தோறும் அவள் நிருவாணமாகா திருக்கும்படி நான் ஒவ்வொன்றாக அவள் அரையிலுண்டாக்கிக் கொடுத்துக் கொண்டிருந்தேன்.

நீர் அந்த மகாஜனங்கள் கூடியிருந்த இராஜசபையில் போகும் போது எத்தனைவஸ்திரம் கையிற் கொண்டுபோயிருந்தீர்?

ஒன்றுங் கொண்டுபோகவில்லை.

பின் நூறுவஸ்திரங்கள் உண்டாக்கிக் கொடுத்தது எப்படி?

எனது தெய்வீகசக்தியினால்.

அந்தத் துரோபதை விரும்புகின்ற யாவுங்கொடுப்பவர் நீர்தாமோ?

அல்ல.

பின்யார்?

பாண்டவர்கள்.

நீர் ஜாதியில் யாவர்?

ஆயர்.

இதற்குமுன்நீர் எவ்விடத்திலாவது திருடினதுண்டா?

இல்லை.

யமுனையாற்றிற்கு நீராடப்போன சத்தகன்னிகைகளினது வஸ்திரங்களைத் திருடிக்கொண்டு பக்கத்தில்நின்ற ஓராலமரத்தின் மீது ஏறியிருக்க வில்லையா?

இல்லை.

துரோபதை வஸ்திராபகரணம்

கோபிகாஸ்திரீகளினது வீட்டில் பால், வெண்ணெய், தயிர் முதலியன திருடினது யார்?

கேட்டுச் சொல்லுகின்றேன்.

உமக்கு முலைப்பால் கொடுத்த ஒருபெண்ணை நீர்கொலை செய்தீரல்லவா?

என்னைக் கொல்லக்கருதி வந்த இராட்சஸ்திரீயானதினால் அவளைக் கொன்றேன்.

நீர் விவாகஞ்செய்த பெண்கள் எத்தனை பேர்?

ஆர்டர்

வக்கீல்! அநாவசியமான கேள்விகளைக்கேட்பதிற் பிரயோசன மில்லை. காலத்தை வீணாகப்போக்குவது கோர்ட்டாருக்குத் திருப்தி யில்லை. விரைவில் ஆகட்டும்.

பிரதிவாதி வக்கீலால் 1-ம், சாக்ஷி சத்தியஞ்செய்து தெரிவித்த வாக்குமூல முழுவதுஞ் சுத்தப் பொய்யென்று அதற்கு நம்பிக்கையான இரண்டு ரிக்கார்டுகள் ஆஜராக்கப்பட்டன. அவை:

1. சுந்தரி சுயம்வரம்
2. கோபிகாஸ்திரீகள் வஸ்திராபகரணம் கிரிமினல் கேஸ்

வாதி வக்கீலால் உண்மைதானென்று இரண்டு ரிக்கார்டுகள் ஆஜராக்கப்பட்டன. அவை:

1. பாரதம்
2. பாண்டவ விஜயம்

இவ்விரண்டிற்குங் கோர்ட்டிலிருந்து ஏ, பி இலக்கங் கொடுக்கப்பட்டது.

வாதி வக்கீல்
நீக்கிறாசில்லை

கோர்ட்டார் வினாவும், 1-ம், சாக்ஷி விடையும்

வாக்குமூலம் வாசிக்கக் கேட்டீரா?

கேட்டேன்.

சரிதானா?

ஆம்.

வாதிபக்கம் *1*-ம், சாக்ஷி கோபாலகிருஷ்ணன்
(கையெழுத்து)

››››››››››››

வாதி பக்கம் 2-ம், சாக்ஷி

சூரியன் சத்தியஞ்செய்து

தெரிவித்த வாக்குமூலம்

சர்வ வல்லமையுள்ள தெய்வஞ்சாக்ஷியாக
நான் சொல்வதெல்லாம் உண்மை.

வாதி வக்கீல் வினாவும், 2–ம், சாக்ஷி விடையும்

உமக்கு வயதெத்தனை?

இருபத்திரண்டு.

பேர் யாது?

சூரியன்.

இந்த வாதி பிரதிவாதிகளைத் தெரியுமா?

தெரியும்.

இவர்களில் நடந்த விஷயந் தெரியுமா?

தெரியும்.

என்ன தெரியும்?

பிரதிவாதிகளினது இராஜதானியில் வாதிகளை வரவழைத்து 1-ம், பிரதிவாதியாகிய சகுனி கள்ளச்சூதாடி அவர்களைத் தோற்கும் படி செய்ததோடு அவர்களது சொத்துக்களையுங் கைவசமாக்கி அவர்களையும் மற்ற பிரதிவாதிகளுக்கு அடிமைகளாகும்படி செய்தான். 3-ம், பிரதிவாதியாகிய துர்ச்சாதனன் 2-ம், பிரதிவாதி துரியோதனனது ஆஞ்ஞைப்படி புஷ்பிணியாய்க் காந்தாரியினது வீட்டிலிருந்த பாஞ்சாலியை அவள் தலைமயிரைப்பற்றிப் பிடித் திழுத்து மகாஜனங்கள் கூடியிருந்த இராஜசபையிற் கொண்டுவந்து

துரோபதை வஸ்திராபகரணம்

அவளது வஸ்திரங்களை யுரியவும், வேசிதாசியென ஏசவும், பலவாறு உபத்திரவிக்கவும் செய்தான். 2-ம், பிரதிவாதி அவளைத் தனது துடையி லிருத்தும்படி சொன்னான். 4-ம், பிரதிவாதியாகிய கன்னன் முதலியோர் மற்ற வாதிகளினது ஆயுதங்களையெல்லாம் வைக்கும்படிசெய்து அவர்களை நிராயுதபாணிகளாக்கினார்கள். இதுதான் எனக்குத் தெரியும்.

பிரதிவாதி வக்கீல் வினாவும், 2-ம், சாக்ஷி விடையும்

வஸ்திரத்தை யுரிந்தது இதோ நிற்கின்ற 3-ம், பிரதிவாதியா?

ஆம்.

உரிந்த வஸ்திரம் சுமார் எத்தனை?

உத்தேசம் நூறு.

அவைகளின் நிறமென்ன?

வெள்ளையுஞ் சிவப்பும்.

உரிந்தது எப்போது?

இந்தமாதம் 14-ந் தேதி.

அன்று என்ன கிழமை?

அது ஞாபக மில்லை.

4-ம், பிரதிவாதியாகிய கன்னன் யார்?

எனது மகன்.

அவனுக்கும் உமக்கும் யாதாவது விரோத முண்டா?

ஒரு விரோதமு மில்லை.

இவ்விஷயத்தில் அவன் என்ன செய்தான்?

இவைகளை யெல்லாம் நடத்தும்படி உற்சாகப் படுத்தினான்.

நீர் வாதிகளுக்கு யாதாவது உபகாரஞ் செய்ததுண்டா?

இல்லை.

ஒரு அக்ஷய பாத்திரங் கொடுக்க வில்லையா?

ஆம். அது அப்பால் கொடுத்தேன்.

நீர் பொய் சொல்வ தில்லையா?

இல்லை.

ஏன்?

யாவற்றிற்குங் கரும சாக்ஷியா யிருப்பதனால்.

வாதி வக்கீல்

றீக்கிறாசில்லை

கோர்ட்டார் வினாவும், 2–ம், சாக்ஷி விடையும்

வாக்குமூலம் வாசிக்கக் கேட்டீரா?

கேட்டேன்.

சரிதானா?

ஆம்.

வாதிபக்கம் 2-ம், சாக்ஷி சூரியன்
(கையெழுத்து)

››››››››››››

வாதி பக்கம் 3-ம், சாக்ஷி

திருதராஷ்டிரன் சத்தியஞ்செய்து

தெரிவித்த வாக்குமூலம்

சர்வ வல்லமையுள்ள தெய்வஞ்சாக்ஷியாக நான் சொல்வதெல்லாம் உண்மை.

வாதி வக்கீல் வினாவும், 3–ம், சாக்ஷி விடையும்

உமக்கு வயதெத்தனை?

தொண்ணூற்றைந்து.

பெயர் யாது?

திருதராஷ்டிரன்.

இந்த வாதி பிரதிவாதிகளைத் தெரியுமா?

தெரியும்.

வாதிகள் யார்?

எனது அண்ணனது புத்திரர்கள்.

பிரதிவாதிகளோ?

எனது புத்திரர்கள்.

இந்த வியாச்சிய சம்பந்தமாகப் பிரதிவாதிகள் செய்தது யாது?

ஒன்றாம் பிரதிவாதியாகிய சகுனியும் இரண்டாம் பிரதிவாதி யாகிய துரியோதனனுங் கூடி ஒருமண்டபங் கட்டுவித்து அதைப் பார்ப்பதற்காக வாதிகளான பாண்டவர்களை வரவழைக்க வேண்டு மென்று என்னிடத்திற் சொன்னார்கள். நான் எனது தம்பியாகிய விதுரனிடத்திலொரு கடிதத்தைக் கொடுத்து அவர்களைக் கூட்டிக் கொண்டு வரச்செய்தேன். அப்பால் வாதி பிரதிவாதிகளாகிய அவர் களெல்லாரும் அம்மண்டபத்தைப் பார்க்கும்படி போனார்கள். அங்கு 1-ம், பிரதிவாதியாகிய சகுனி கள்ளச் சூதாடி அவர்களது சொத்துக் களை யெல்லாங் கைவசப் படுத்தி அவர்களையும் மற்றப் பிரதிவாதி களுக்கு அடிமைகளாக்கினா னெனவும் 3-ம், பிரதிவாதியாகிய துர்ச்சாதனன் சூதகமாய்க் காந்தாரியினது வீட்டில் தங்கியிருந்த துரோபதையை மயிரைப் பிடித்திழுத்து இராஜசபையிற் கொண்டு வந்து மிகவு முபத்திரவித்தானெனவும், பலவாறு ஏசினானெனவும், அவளது வஸ்திரங்களை யுரிந்தானெனவும், விதுரன் வந்து என்னிடத்திற் சொல்ல, உடனே நானும் அவனுமாக அங்குப்போய் நீங்கள் இவ்வாறு செய்வது நியாயமல்லவென்று தடுத்துச்சொன்னோம். அதற்கு அவர்கள் எங்களைப் பார்த்து நாங்கள் செய்யுந் தீர்மானத்திற்கு மேலுமொரு தீர்மானமுண்டா என்று எனது தம்பி விதுரனை உதாசீனமாய்ப் பேசி என்னை உனக்கு மானம் வேண்டுமானால் வாயை மூடிக்கொண்டிருவென்று சொன்னார்கள். இதுதான் அவர்கள் செய்தது.

வஸ்திரங்களை யுரியும்போது அவள் பயத்துடனிட்ட கூச்சலை நீர் காதாற் கேட்டீரல்லவா?

கேட்டேன்.

பிரதிவாதி வக்கீல் கிறாசும், 3–ம், சாக்ஷி விடையும்

இது நிகழ்ந்தது எப்போது?

இந்த மாதம் 14-ந் தேதி.

அன்று என்ன கிழமை?

ஞாபகமில்லை.

பகலா? இரவா?

பகலாகத்தா னிருக்கலாம்.

அவளுடுத்தியிருந்த வஸ்திரங்களி னிறம் யாது?

தெரியாது.

சுமார் உரிந்தது எத்தனை வஸ்திரம்?

நிச்சயமில்லை.

வாதி வக்கீல்

ரீக்கிறாசில்லை

கோர்ட்டார் வினாவும், 3–ம் சாக்ஷி விடையும்

வாக்குமூலம் வாசிக்கக் கேட்டீரா?

கேட்டேன்.

சரிதானா?

ஆம்.

வாதிபக்கம் 3-ம், சாக்ஷி திருதராஷ்டிரன்
(கையெழுத்து)

››››››››››››

வாதி பக்கம் 4-ம், சாக்ஷி

விதுரன் சத்தியஞ்செய்து

தெரிவித்த வாக்குமூலம்

**சர்வ வல்லமையுள்ள தெய்வஞ்சாக்ஷியாக
நான் சொல்வதெல்லாம் உண்மை.**

துரோபதை வஸ்திராபகரணம்

வாதி வக்கீல் வினாவும், 4-ம், சாக்ஷி விடையும்

உமக்கு வயது எத்தனை?

ஐம்பது.

பெயர் யாது?

விதுரன்.

இந்தவாதி பிரதிவாதிகளைத் தெரியுமா?

தெரியும்.

அவர்கள் யார்?

எனது சகோதரர்களினது புத்திரர்கள்.

பிரதிவாதிகள் வாதிகளை என்ன செய்தார்கள்?

கள்ளச் சூதாடி அவர்களைத் தோற்பித்து அவர்கள் சொத்துக் களையுங் கவர்ந்து அவர்களை அடிமை யாக்கினதோடு மிகவும் சாதுவாகிய பாஞ்சாலியினது தலைமயிரைக் கையினாற்சுற்றிப் பிடித்திழுத்துக் கொண்டுவந்து மகாஜனங்கள் கூடியிருந்த இராஜ சபையில் நிறுத்தி மிகவும் உபத்திரவிக்கவும், பலவிதமாய் ஏசவும் வஸ்திரங்களை யுரியவுஞ் செய்தார்கள்.

அப்போது நீராவது மற்றவர்களாவது அப்படிச் செய்யக் கூடாதென்று தடுத்தீர்களா?

தடுத்தோம்.

தடுத்தது யார்?

நானும் எனது தமையனார் முதலாயினோரும்.

நீர் யிருப்பது யாரோடு?

பிரதிவாதிகளோடு.

உமக்கும் பிதிவாதிகளுக்கும் விரோத முண்டா?

இல்லை.

அந்தச் சமயத்தில் வாதிகளினது கைகளில் ஆயுதமிருந்ததா?

இல்லை.

அவர்கள் ஆயுதங்களை என்ன செய்தார்கள்?

4-ம், பிரதிவாதியாகிய கன்னன் முதலாயினோர் தங்கள் சமுகத்தில் வைத்துவிடவேண்டு மென்று வற்புறுத்தினதனால் வைத்துவிட்டார்கள்.

பிரதிவாதி வக்கீல் கிறாசும், 4–ம், சாக்ஷி விடையும்

சூது விளையாடினது யார்?

1-ம், பிரதிவாதியாகிய சகுனி.

பாஞ்சாலியினது வஸ்திரத்தை யுரிந்தவன் யாவன்?

3-ம், பிரதிவாதியாகிய துர்ச்சாதனன்.

உரிந்தது வஸ்திரம் எத்தனை?

உத்தேசம் நூறு.

இந்த வஸ்திரங்களை யெல்லாம் அந்தப் பாஞ்சாலி தான் கொண்டு வந்தாளா? அல்லது வேறு யாராவது சுமந்து கொண்டு வந்தார்களா?

யாருஞ் சுமந்து கொண்டு வரவில்லை.

பின் நூறு வஸ்திரம் வரை வந்தது எவ்வாறு?

கிருஷ்ணசுவாமியினது கிருபையினால்.

கிருஷ்ணசுவாமி ஒவ்வொன்றாகக் கொண்டுவந்து கொடுத்தாரா?

அல்ல.

பின் எவ்வாறு வந்தது?

ஒவ்வொன்றை யுரியும்போது அதனதனக மெவ்வொன்றாக இருந்து வந்தது.

கிருஷ்ணசுவாமி யென்பவர் யார்?

விஷ்ணுவினது அம்சத்தா லவதரித்தவர்.

இது நிகழ்ந்தது எப்போது?

இந்த மாதம் 14-ந் தேதி.

அன்று என்ன கிழமை?

ஞாபக மில்லை.

பகலிலா? இரவிலா?

பகலில்.

அவளுடுத்தி யிருந்த வஸ்திரத்தின் நிறம் யாது?

வெள்ளையுஞ் சிவப்பும்.

வாதி வக்கீல்

ரீக்கிறாசில்லை

கோர்ட்டார் வினாவும், 4–ம், சாக்ஷி விடையும்

வாக்குமூலம் வாசிக்கக் கேட்டீரா?

கேட்டேன்.

சரிதானா?

ஆம்.

வாதிபக்கம் 4-ம், சாக்ஷி விதுரன்
(கையெழுத்து)

››››››››››››

பிரதிவாதி சாக்ஷி விசாரணை

பிரதிவாதி பக்கம் 1-ம், சாக்ஷி
விகர்ணன் சத்தியஞ்செய்து
தெரிவித்த வாக்குமூலம்

சர்வ வல்லமையுள்ள தெய்வஞ்சாக்ஷியாக
நான் சொல்வதெல்லாம் உண்மை.

பிரதிவாதி வக்கீல் வினாவும், 1–ம், சாக்ஷி விடையும்

உமக்கு வயதென்ன?

பதினாறு.

துரோபதை வஸ்திராபகரணம்

பெயர் யாது?

விகர்ணன்.

இந்த வாதி பிரதிவாதிகளைத் தெரியுமா?

தெரியும்.

வாதிகள் கொடுத்த வியாச்சியத்திற் சொல்லிய விஷயமெல்லாம் நடந்தது உண்மைதானா?

உண்மையாகவு மிருக்கலாம்.

பிரதிவாதிவக்கீல்

இந்தச் சாக்ஷி வாதிகள்பக்கஞ் சேர்ந்திருப்பதாகத் தெரிவதனால் இவர் வாக்குமூலத்தை இம்மட்டில் நிறுத்தி 2-ம், சாக்ஷியை விசாரணை செய்யும்படி வேண்டுகின்றேன்.

>>>>>>>>>>

பிரதிவாதி பக்கம் 2-ம், சாக்ஷி
கிருதமன் சத்தியஞ்செய்து
தெரிவித்த வாக்குமூலம்

*சர்வ வல்லமையுள்ள தெய்வஞ்சாக்ஷியாக
நான் சொல்வதெல்லாம் உண்மை.*

பிரதிவாதி வக்கீல் வினாவும், 2-ம், சாக்ஷி விடையும்

உமக்கு வயதென்ன?

இருபது.

பெயர் யாது?

கிருதமன்.

இந்த வாதி பிரதிவாதிகளைத் தெரியுமா?

தெரியும்.

பிரதிவாதிகள் வாதிகளோடு சூது விளையாடி அவர்களைத் தோற்பிக்கவும், அவர்களது சொத்துக்களைக் கைவசப்படுத்தவும்,

அவர்களை அடிமைகளாக்கவும், பாஞ்சாலியை அடிக்கவும், ஏசவும், அவள் வஸ்திரத்தை யுரியவும் வாதிகளினது ஆயுதங்களை வைப்பிக்கவுஞ் செய்தது மெய்தானா?

இல்லை.

இந்த வியாச்சியத்திற் சொல்லிய தேதி யன்று நீ இருந்த இடம் யாது?

குருக்ஷேத்திரத்தின் பக்கத்திலுள்ள அரக்கு மாளிகை.

உம்மோடு வேறு யாராவது அங்கிருந்தார்களா?

இருந்தார்கள்.

யார்? யார்?

பிரதிவாதிகள் நான்குபேரும்.

நீங்கள் அங்கே போயிருந்தது எதற்காக?

அவ்வரக்கு மாளிகையைப் பார்ப்பதற்காக.

வாதி வக்கீல் கிறாசும், 2–ம், சாக்ஷி விடையும்

அரக்கு மாளிகையைப் பார்ப்பதற்காகப் போயிருந்த சமயத் திற்றானே கரன் முதலாயினோர் விதுரனை ஆட்சேபித்தார்கள்?

ஆம், அது வேறு விஷயத்திற்காக.

பிரதிவாதி வக்கீல்

றீக்கிறாசில்லை

கோர்ட்டார் வினாவும், 2–ம், சாக்ஷி விடையும்

வாக்குமூலம் வாசிக்கக் கேட்டீரா?

கேட்டேன்.

சரிதானா?

ஆம்.

பிரதிவாதி பக்கம் 2-ம், சாக்ஷி கிருதமன்
(கையெழுத்து)

ஆர்டர்

பிரதிவாதி வக்கீல் கோர்ட்டாரைப் பார்த்து 1-ம், வாதியாகிய பாஞ்சாலியை ஒரு சாக்ஷியாய் விசாரணை செய்ய வேண்டு மென்று கேட்டுக்கொள்ள, அப்படியே கோர்ட்டாரால் உத்திரவு கொடுக்கப்பட்டது.

1-ம், பிரதிவாதி

துரோபதை சத்தியஞ்செய்து

தெரிவித்த வாக்குமூலம்

சர்வ வல்லமையுள்ள தெய்வஞ்சாக்ஷியாக
நான் சொல்வதெல்லாம் உண்மை.

பிரதிவாதி வக்கீல் வினாவும், 1–ம், சாக்ஷி விடையும்

உமக்கு வயது எத்தனை?

பதினேழு.

பேர் யாது?

துரோபதை.

வாதிகளையும் பிரதிவாதிகளையும் தெரியுமா?

தெரியும்.

வாதிகள் யார்?

எனது நாயகர்கள்.

இந்திரப்பிரஸ்தத்தில் தங்கியிருந்த நீங்கள் அஸ்தினாபுரத்திற்குப் போகக் காரணம் யாது?

விதுரரென்பவர் ஒரு கடிதத்தைக் கொண்டுவந்து எனது மூத்த நாயகரது கையிற் கொடுத்தார். அவர் அதைப் பிரித்து வாசித்துப் பார்க்கும்போது பிரதிவாதிகள் ஒரு மண்டபங்கட்டி யிருப்பதாகவும் அதைப் பார்ப்பதற்கு நாங்கள் வரவேண்டு மென்பதாகவு மெழுதி யிருந்தது. அதனால் நாங்கள் அங்குப் போனோம்.

மண்டபத்தைப் பார்த்தீர்களா?

பார்த்தோம்.

அந்தச் சமயத்திற் சூது விளையாடினவர் யாவர்?

நான் பார்க்கவில்லை.

நீ மண்டபத்திற் றானே தங்கியிருந்தாய்?

அல்ல.

பின் எங்கே?

காந்தாரியினது வீட்டில்.

நீங்கள் கொடுத்த வியாச்சியத்திலுள்ள பிரதிவாதிகள் யார்?

இதோ நிற்கின்ற நான்கு பேரும்.

இவர்கள் பெயர் யாவை?

சகுனி, துரியோதனன், துர்ச்சாதனன், கண்ணன் .

நீங்கள் இந்தப் பிரதிவாதிகள்மீது வியாச்சியங் கொடுப்பதற்குக் காரணம் யாது?

கள்ளச் சூதாடி எனது கணவர்களைத் தோற்பித்து அவர்களது சொத்துக்களை யெல்லாங் கைவசப் படுத்திக்கொண்டு அவர்களை அடிமை களாக்கினதும், காந்தாரியினது வீட்டிற் சூதகத்தோடிருந்த என்னை எனது தலைமயிரைப் பிடித்திழுத்து மகா ஜனங்கள் கூடியிருந்த இராஜசபையிற் கொண்டுவந்து அடித்துக்குத்தி யுபத்திரவப் படுத்தினதும், வேசி, தாசியெனப் பலவாறு உதாசனமாய்ப் பேசினதும் எனது வஸ்திரங்களை யுரிந்ததும், என்னைத் தனது தொடையின் மீதிருத்தச் சொன்னதும், எனது கணவர்களது ஆயுதங்களை வைக்கச்சொல்லி வைப்பித்ததுந்தான் காரணம்.

கள்ளச் சூதாடினது யார்?

1-ம், பிரதிவாதியாகிய சகுனி.

உனது துணியை யுரிந்தது யார்?

3-ம் பிரதிவாதியாகிய துர்ச்சாதனன்.

மயிரைப் பிடித்திழுத்து அடித்துப் பேசினது எந்தப் பிரதிவாதி?

அம் மூன்றாம் பிரதிவாதிதான்.

உரிந்த வஸ்திரம் சுமார் எத்தனை?

உத்தேசம் நூறு.

அந்த வஸ்திரங்களைச் சுமந்துகொண்டு வந்தது நீயா? அல்லது மற்றவர்களா?

ஒருவருஞ் சுமந்துகொண்டு வரவில்லை.

நீ ஆதியிலுடுத்தியிருந்த வஸ்திர மெத்தனை?

ஒன்று.

நீ வஸ்திரங் கட்டுவது அரையில் மாத்திரமா? தேகத்திலுங் கூடவா?

நான் க்ஷத்திரிய ஜாதியானதினால் 18-முழ நீளமுள்ள ஒரே வஸ்திரத்தை அரையிற்கட்டி மற்ற பாகத்தைத் தேகத்தின்மீதும் போடுகின்ற வழக்கமுண்டு.

மூன்றாம் பிரதிவாதி முதலாவது பிடித்துரிந்த வஸ்திரம் எந்தப் பக்கத்திலுள்ளது?

தோளின்மீ துள்ளது.

ஒரு வஸ்திர முரிந்து தீர்ந்தபிறகு நீ யுடுத்ததுமற்றொரு வஸ்திரந்தானே?

அல்ல.

பின் எப்படி நூறு வஸ்திரம்வரை யுடுத்தியிருந்தாய்?

அப்படி நானுடுத்தி யிருக்கவில்லை. ஆயினும் ஸ்ரீமத் கோபாலகிருஷ்ணரது கிருபையினால் ஒவ்வொரு வஸ்திரத்தை யுரியுந்தோறும் அவ்வொவ்வொரு வஸ்திரத்தினடியில் ஒவ்வொரு வஸ்திரமாக இருந்துகொண்டே வந்தது.

3-ம், பிரதிவாதி வஸ்திரத்தை யுரியும்போது நீயும் உனது கணவர்களும் பார்த்துக்கொண்டுதானே இருந்தீர்கள்?

நான் பார்த்துக்கொண்டிருக்கவில்லை.

பின்னே என்ன செய்துகொண்டிருந்தாய்?

ஸ்ரீமத் கிருஷ்ணனைத் தியானித்துக்கொண்டிருந்தேன்.

உனது கணவர்களோ?

அவர்கள் சத்தியத்தைப் பரிபாலிப்பதற்காகப் பார்த்துக் கொண்டேதா னிருந்தார்கள்.

அங்கிருந்தவரி லொருவராவது ஒன்றுஞ் சொல்லவில்லையா?

சொன்னார்கள்.

சொன்னது யாது?

இவ்விதஞ் செய்வது நியாய மல்லவென்று.

அப்படிச் சொன்னவர் யார்? யார்?

விதுரன் முதலாயினோர்.

அதை அவர்கள் கேட்டார்களா?

இல்லை.

இது நிகழ்ந்தது எப்போது?

இந்த மாதம் 14-ந் தேதி.

அன்று என்ன கிழமை?

ஞாபக மில்லை.

பகலிலா? இரவிலா?

பகலில்.

வஸ்திரங்களை யுரிந்தபோது அவர்கள் பார்த்தது யாது?

ஆர்டர்

இந்தக்கேள்வி அநாவசியமானதினால் விடைசொல்ல வேண்டாமென்று தடுத்திருக்கின்றோம்.

துரோபதை வஸ்திராபகரணம்

வாதி வக்கீல்

நீக்கிறாசில்லை

கோர்ட்டார் வினாவும், 1–ம், வாதி விடையும்

வாக்குமூலம் வாசிக்கக் கேட்டாயா?

கேட்டேன்.

சரிதானா?

ஆம்.

1-ம், வாதி துரோபதை
(கையெழுத்து)

››››››››››››

ஹீயறிங்

வாதிவக்கீல் டி.சி.எம்.இராகவையரது விவாதம்

இவ்வியாச்சியத்திற் பிரதிவாதிகள் பக்கம் 3-ம், சாக்ஷியாகிய வாதி துரோபதை யென்பவள் இதற்கு முன் ஒரு காலத்திலும் கோர்ட்டுகளிற் போய் ஒரு வாக்குமூலமேனுங் கொடுத்தறியாதவளா யிருக்கின்றாள். அவளது வார்த்தையினாலேயே இவ்விஷயம் நிகழ்ந்தது உண்மைதா னென்று கோர்ட்டார் ஒப்புக்கொள்ள வேண்டியதாயிருக்கின்றது. வாதி பக்கம் 3-ம், சாக்ஷியாகிய திருதராஷ்டிரர் பிரதிவாதிகளினது தந்தை. 1-ம், சாக்ஷியாகிய கிருஷ்ணரோ, விஷ்ணுவினது அம்சத்தினா லிவ்வுலகத்தி லவதரித்தவர். ஆதலால் அவர்களினது வாக்குமூலங்களும் ஒப்புக் கொள்ளத் தக்கவைகளாகவே யிருக்கின்றன. பிரதிவாதி பக்கம் 1-ம், சாக்ஷியாகிய விகர்ணன் பிரதிவாதிகளினது தம்பி. அவன் இவ்விஷயம் நடந்ததைச் சம்மதித்தே வாக்குமூலங் கொடுத்திருக் கின்றான். ஆதலால் இவ் வாக்குமூலங்களை முற்றிலும் ஆலோசிக்கும் போது பிரதிவாதிகள் நிச்சயமாகக் குற்றஞ் செய்தவர்கள்தா மென்று தெரிகின்றது. ஆனதால் அவர்களைத் தக்கபடி தண்டிக்க வேண்டுமென்று மிகவுந் தாழ்மையாய் வேண்டிக்கொள்ளுகின்றேன்

பிரதிவாதி வக்கீல் பி.பி.டி.சுந்தரராகவாசாரியரது விவாதம்

இவ் வியாச்சியத்தில் வாதிபக்கம் 1-ம், சாக்ஷியாகிய கிருஷ்ணர் பிரதிவாதிகளுக்குப் பரமசத்துருவும், திருடரும், கோபிகா ஸ்திரீகளினது வஸ்திரங்களைத் திருடி அவர்களால் தேவலோகம் டிஸ்டிறிக்கட்டு மாஜிஸ்திரேட்டுக் கோர்ட்டில் வியாச்சியங் கொடுக்கப்பட்ட வருமாயிருக்கின்றார். மேலும் ஒவ்வொரு நாளுந் திருடுவதே அவருக்கு வேலை. ஆதலால் அவரது வாக்கு மூலத்தை ஒரணுப்போலும் நம்புவதற் கிடமில்லை. 2-ம், சாக்ஷியாகிய சூரியன் வாதிகளுக்காகப் பொய்யாகச் சொன்ன வாக்குமூலத்தை ஒருபோதும் விசுவாசிக்கக் கூடாது. 3-ம், சாக்ஷியாகிய திருதராஷ்டிரர் குருடரும் விருத்தருமா யிருப்பதால் அவர் புத்தி ஸ்திர மற்றுச் சொல்லும் வார்த்தையை யார்தாம் ஒப்புக்கொள்ளுவார்கள். பிரதிவாதிகள் பக்கம் 3-ம், சாக்ஷி பிருங்கதனையும் விசாரணை செய்ய வேண்டியதாக யிருக்கின்றது. அப்படி விசாரணை செய்யில் பிரதிவாதிகள் யாதொரு குற்றவாளி களுமல்ல வென்பது கோர்ட்டாருக்குக் களங்கமற விளங்காமற் போகாது. ஆனால் இக்காரணங்களைக் கொண்டு பிரதிவாதிகளை நிரபராதிகளாக விட்டு வியாச்சியத்தை பயலில் நின்றுங் குறைக்கும் படி மிகவும் வணக்கமாய் வேண்டிக்கொள்ளுகின்றேன்.

ஜட்ஜிமெண்ட்

வாதி பிரதிவாதிகள் நம்மிலொருவருக் கொருவர் உறவினரா யிருக்கின்றமையால் வாதிகளுக்கு இவ்வாறு ஒரு வியாச்சியங் கொண்டுவர வேண்டுமென்ற அவசியம் வரவே வராது. மேலும் வாதிகளில் தருமரென்பவர் மிகவுஞ் சத்திய வந்தரும் அதிகப் பொறுமைசாலியுமாயிருப்பதால் அவருட்பட இவ்வியாச்சியத்தைப் பெய்யென்று நான் ஒருபோதும் ஒப்புக்கொள்ள மாட்டேன். வாதி பக்கம் 1-ம், சாக்ஷி கிருஷ்ணரென்பவர் விஷ்ணுவினது அம்சமா யிருப்பதால் அவரும் பொய்சொல்லுவா ரென்பதற்கு மார்க்கமில்லை. மேலும் பிரதிவாதிகள் பக்கம் 3-ம், சாக்ஷியாகிய பிருங்கதனை விசாரணை செய்ய வேண்டுமென்பது அநாவசியமாகத் தோற்றுகின்றது. ஆதலால் இவ் வியாச்சியத்திற் சொல்லியபடி பிரதிவாதிகள் குற்றஞ்செய்தது உண்மைதானென்று கோர்ட்டாருக்கு நிச்சயமாய்த் தெரிகின்றது. ஆதலால் சிக்ஷாநியமம் 1522, 1329, 1310 ஆகிய இவ்வகுப்புகளின்படியுள்ள தண்டனைகளுக்குப் பிரதிவாதிகளை ஆளாக்குகின்றேன். அதாவது வீமன் சாதுவாகிய துரோபதையை

அவமானப்படுத்திய துர்ச்சாதனனது நெஞ்சைப் பிளந்து அவனைக் கொல்லுவதற்கும், 2-ம், பிரதிவாதியாகிய துரியோதனன் இவ்விஷயம் நடப்பதற்குக் காரண பூதனாயிருந்ததோடு அத்துரோபதையைத் தனது தொடையிலிருத்த வேண்டுமென்று சொன்னதனால் அவனை அத்தொடையிலேயே தண்டாயுதத்தினாலடித்துக் கொல்லுவதற்கும், 1-ம், வாதியாகிய துரோபதை 2-ம், பிரதிவாதியினது இரத்தத்தைத் தொட்டு நெற்றியிற் பொட்டிட்டு அதன்பின் தனது கூந்தலைக் கட்டுவதற்கும், சகாதேவன் கள்ளச்சூதாடின சகுனியைக் கொல்லு வதற்கும், 4-ம், வாதியாகிய அருச்சுனன் 4-ம், பிரதிவாதி கன்னனைக் கொல்வதற்குஞ் சபதமிடும்படி உத்திரவு கொடுத்திருக்கின்றேன். அதனோடுதருமர் சூதாடிப் பட்டின முதலியவற்றைத் தோற்றேனென்று தமது வாயினாலேயே சம்மதிப்பதனால் சத்தியத்திற்கு விரோத மின்றிப் பன்னிரண்டுவருடம் வனவாசமும் ஒருவருடம் அஞ்ஞாத வாசமுஞ் செய்து அப்பால் இராச்சியத்திற் பங்கு வாங்கிக்கொள்ளு வதற்குந் தீர்மானித்திருக்கின்றேன்.

தேவலோகம் 2-ம், கிளாஸ் டிஸ்திரிக்ட்டு மாஜிஸ்திரேட்டு,

தேவேந்திர ஐயர்

(கையெழுத்து)

துரோபதை வஸ்திராபகரணம் கிரிமினல் கேஸ்

முற்றிற்று!

கிரிமினல் கேஸ்

துரோபதை வஸ்திராபகரணம்

தேவலோகம் 2-ம், கிளாஸ் மாஜிஸ்திரேட்டுக் கோர்ட்டில் நின்று முண்டான தீர்மானததின்மேல் பிரமலோகம் டிஸ்டிரிக்ட்டுக் கோர்ட்டு மாஜிஸ்திரேட்டு மிஸ்ற்றர். **வி.அநந்தாசாரிய ரவர்கள்** முன்னிலையில் துவாபரயுகம், 3488-ம், வருடம் ஆடிமாதம் 29-ந் தேதி அசல் பிரதிவாதிகளான துரியோதனன் முதலாயினோர் தெரிவித்த அப்பீல் கிரிமினல் கேஸ்.

அப்பீல் வாதிகள்	**அப்பீல் பிரதிவாதிகள்**
1 - துரியோதனன்	1 - துரோபதை
2 - துர்ச்சாதனன்	2 - தருமன்
3 - சகுனி	3 - வீமன்
4 - கன்னன்	4 - அருச்சுனன்
	5 - நகுலன்
	6 - சகாதேவன்
அப்பீல் வாதி வக்கீல்	**அப்பீல் பிரதிவாதி வக்கீல்**
1 - சுக்கிரன்	1 - வேத வியாசன்

மெமோறாண்டம்

1. தண்டனை நியாயத்திற்கும், சட்டத்திற்கும் முற்றும் விரோதமாக விருக்கின்றது.
2. கீழ்க்கோர்ட்டார் அசல்வாதி களனைவருடைய வாக்கு-மூலங்களையும் வாங்கவில்லை.

3. அசல் பிரதிவாதிகள் பக்கம் ரிக்கார்டுகள் ஆஜராக்குவிக்கவோ, அவைகளைப் பரிசோதிக்கவோ, செய்யவில்லை.

4. பிரதிவாதிகள் நான்குபேரையும் ஒன்றுபோல் தண்டித்தது சட்டத்திற்கு முற்றும் விரோதம்.

இக்காரணங்களினால் அப்பீல் யங்கீகரித்து கீழ்க் கோர்ட்டுத் தீர்மானத்தை மாற்றிப் பிரதிவாதிகளாகிய எங்களை நிரபராதிகளாக விடவேண்டு மென்று மிகவும் வேண்டிக் கொள்ளுகின்றோம்.

1. **துரியோதனன்** (கையெழுத்து)
2. **துர்ச்சாதனன்** (கையெழுத்து)
3. **சகுனி** (கையெழுத்து)
4. **கன்னன்** (கையெழுத்து)

கோர்ட்டாரால் அப்பீலை யங்கீகரித்துப் பிரதிவாதிகளுக்கும் இருபக்கத்து வக்கீல்களுக்கும் நோட்டீஸ் அனுப்பினதோடு ஹீயரிங்கை ஆவணி மாதம் 1-ந் தேதி மாற்றி வைக்கப்பட்டது. அதன்படி 1-ந் தேதி பகல் 10-மணிக்குக் கோர்ட்டு முன்னர் வாதி பிரதிவாதிகளும் இருபுறத்து வக்கீல்களும் ஆஜறானார்கள்.

ஹீயறிங்

அப்பீல் வாதிவக்கீல் சுக்கிரனது விவாதம்

ஒன்றுமுதல் நான்கு வரையுள்ள பிரதிவாதிகளான அப்பீல் வாதிகளே எனது பக்கத்தார். அவர்கள் யாதொரு குற்றமுஞ் செய்தறியார்கள். அப்படிச் செய்கின்றவர்களுமல்லர். அசல் வாதிகளாகிய பாண்டவர்களினது மனைவியான பாஞ்சாலி யென்பவளை அசல் பிரதிவாதிகளினது பக்கத்திற்கு 3-ம், சாக்ஷியாய்க் கீழ்க்கோர்ட்டார் விசாரணை செய்திருக்கின்றார். வாதி, பிரதிவாதிகளுக்கு அனுகூலமாய் வாக்குமூலங் கொடுப்ப தாயிருந்தால் இப்படி வியாச்சியங் கொண்டுவருவதற்கு யாதொரு காரணமும் நேரிடாது. அசல் பிரதிவாதி பக்கம் 2-ம், சாக்ஷி கிருதம ரென்பவர் அவ்வியாச்சியப்படி ஒரு செய்கையாவது நடக்கக் கண்டதாய்ச் சொல்லவில்லை. இந்த ஒரு சாக்ஷிகளினது வாக்குமூலங் களாற்றான் கீழ்க்கோர்ட்டார் அசல் பிரதிவாதிகளினது பக்கம்

மற்றுமுள்ள சாக்ஷிகளை விசாரணைசெய்ய ஆவசிய மில்லை யென்று உத்திரவு செய்ததோடு ரிக்கார்டுகளைப் பரிசோதிக் காமலும் ஆஜறாக்காமலுந் தள்ளியிருக்கின்றார். கீழ்க்கோர்ட்டார் இப்படி இவ்விரு சாக்ஷிகளினது வாக்குமூலங்களையும் நம்பி மற்ற சாக்ஷிகளை விசாரிக்காமல் நிராகரிப்பதற்கும், ரிக்கார்டுகளை ஆஜறாக்காம லொழிப்பதற்கும் நியாயமில்லை. ஆனதால் எங்கள் பக்கமுள்ள ரிக்கார்டுகளைப் பரிசோதிப்பதற்கும் மற்ற சாக்ஷிகளை விசாரணை செய்வதற்கும் உத்திரவு கொடுக்கவேண்டும். அன்றியும், கீழ்க்கோர்ட்டார் சங்கடமுள்ள கக்ஷிக்காரர்களினது சங்கட முழுவதையுங் கேளாமல் வியாச்சியத்திற்குத் தீர்மானஞ்சொன்னது சட்டத்திற்கு முற்றும் விரோதமாயிருக்கின்றது. ஆதலால் அப்பீல் வாதிகளினது பக்கமுள்ள சாக்ஷிகளை விசாரணைசெய்தும், ரிக்கார்டு களை பரிசோதித்தும் வியாச்சியத்திற்குத் தக்க தீர்மானஞ்செய்ய வேண்டுமென்று மிகவுந் தாழ்மையாய் வேண்டிக்கொள்ளுகிறேன்

அப்பீல் பிரதிவாதி வக்கீல் வேத வியாசரது விவாதம்

அப்பீல் வாதிகளினது வேண்டுகோளாலேயே கீழ்க் கோர்ட்டார் துரோபதையையும், கிருதமரையும் அவர்களது பக்கத்துச் சாக்ஷிகளாய் விசாரணை செய்திருக்கின்றார். இந்த இரு சாக்ஷிகளினது வாக்கு மூலங்களினாலேயே அசல்வாதிகளினது பக்கத்து வியாச்சியம் பூரணமாய் ருஜுவாயிருக்கின்றது. அப்பீல்வாதிகள் கீழ்க்கோர்ட்டில் யாதொரு ரிக்கார்டும் ஆஜறாக்கவுமில்லை. இரண்டு முதல் ஆறு வரையுள்ள அசல் வாதிகளை விசாரணை செய்ய வேண்டுமென்று வேண்டிக்கொள்ளவுமில்லை. ஆதலால் இனிரிக்கார்டுகள் பரிசோதிப் பதற்கும், மற்ற சாக்ஷிகளை விசாரணை செய்வதற்கும், கீழ்க்கோர்ட்டார் தீர்மானத்தை நிராகரிப்பதற்கு மிடமில்லை யென்று மிகவும் வணக்கமாய்த் தெரிவித்துக் கொள்ளுகின்றேன்.

ஜட்ஜிமெண்ட்

இருபக்க வக்கீல்களினது விவாதங்களைக் கேட்கவும், ரிக்கார்டுகளைப் பரிசோதிக்கவுஞ் செய்ததிற் கீழ்க்கோர்ட்டார் தாம் நடத்தவேண்டிய விஷயங்க ளெல்லாவற்றையும் பூரணமாய் நடத்தினதாகத் தெரியவில்லை. அதனால் கீழ்க்கோர்ட்டுக்கு றிமைண்டு அனுப்புகின்றேன். இரண்டுமுதல் ஆறு வரையுள்ள அசல் வாதி களையும், முன்னர் நிராகரித்த சாக்ஷிகளையும் விசாரணைசெய்து

அப்பீல் வாதிகளுக்கு அதிகருஜு யாதேனு முண்டாயிருக்கில் அவைகளையும் சேகரித்து ஆஜறாக்க வேண்டிய ரிக்கார்டுகளையும் ஆஜறாக்குவித்து வியாச்சியத்தைத் தக்கபடி பரிசோதித்துக் கீழ்க் கோர்ட்டாரே இவ்வியாச்சியத்திற்குத் தீர்மானஞ் செய்யவேண்டியது.

பிரமலோகம், டிஸ்திரிக்ட்டு மாஜிஸ்திரேட்டு,

வி.அநந்தாசாரி
(கையெழுத்து)

றிமைண்டு

துவாபரயுகம் 3488-ம், வருடம் ஆவணிமாதம் 1-ந் தேதி பிரமலோகம் டிஸ்திரிக்ட்டு மாஜிஸ்திரேட்டுக் கோர்ட்டிலிருந் தனுப்பப்பட்ட றிமைண்டு வந்து சேர்ந்தது. அதன்படி வாதி பிரதி வாதிகளுக்கும் இருபுறத்து வக்கீல்களுக்கு நோட்டீஸ் அனுப்பப் பட்டு எல்லாரும் ஆஜறானார்கள். இரண்டு முதல் ஆறுவரையுள்ள அசல் வாதிகளையும், விசாரணை செய்யாமல் விடப்பட்ட சாக்ஷி களையும், மறுபடியும் கிருதமரையும் விசாரணை செய்ய வேண்டு மென்று அசல் பிரதிவாதிகளினது வக்கீல் வேண்டிக் கொண்டமையால் அதற்குடன்பட்டுச் சாக்ஷிகளுக்குச் சமன்ஸ் அனுப்பி 15-ந்தேதி விசாரணை வைக்கப்பட்டது. அதன்படியே 15-ந்தேதி பகல் 10-மணிக்குக் கோர்ட்டார் முன்னிலையில் இருபுறத்து வக்கீல்களும், வாதி பிரதிவாதிகளும் சாக்ஷிகளும் ஆஜரானார்கள்.

அசல் வாதி வக்கீல்

கிருதமரை மறுபடியும் விசாரணை செய்ய வேண்டுமென்று அசல் பிரதிவாதி வக்கீல் ஆவசியப் படுகின்றார்.

அக்கிருதமர் ஒருதடவை விசாரணை செய்த சாக்ஷியானதினால் மறுதடவையும் விசாரணை செய்வதற்குக் கோர்ட்டார் உத்திரவு கொடுப்பது நியாயமல்ல வென்று தெரிவித்துக் கொள்ளுகின்றேன்.

அசல் பிரதிவாதி வக்கீல்

முதலாவது கிருதமரை விசாரணை செய்த சமயத்தில் அவரிடத்திற் கேட்கவேண்டிய கேள்விகள் முற்றுங்கேளாததனால் திரும்பவுங் கேட்கும்படி கோர்ட்டார் உத்திரவு கொடுக்க வேண்டு மென்று வேண்டிக் கொள்ளுகின்றேன்.

துரோபதை வஸ்திராபகரணம்

ஆர்டர்

அப்படியே உத்திரவு தந்திருக்கின்றோம்.

அசல் பிரதிவாதி வக்கீல்

சேவகா! கிருதம ரிடத்திற் கேள்வி கேட்கவேண்டியதா யிருப்பதால் அவரைக் கூண்டிலேறி நிற்கச்செய்.

சேவகனுக்கும், கிருதமனுக்கும் நடந்த சம்பாஷணை

நீர் கூண்டிலேறி நில்லும்.

கூண்டி லேறுவதற்கு நான் பறவையா?

நான் சொன்னது பறவைக்கூண்டி லேறுவதற் கல்லவே.

பின் எந்தக்கூண்டில்? புலிக்கூண்டிலா?

அஃதொன்றுமில்லை. சாக்ஷிகளை யேற்றி நிறுத்தி விசாரணை செய்வதற்காகக் கோர்ட்டு முன்னிலையிற் செய்து வைத்திருக்கின்ற கூண்டில்.

சரி, அப்படியா? இப்போதல்லவா தெரிந்தது. முதலாவது நான் காரணமில்லாமல் மிகவும் பயந்துவிட்டேன்.

ஆகட்டும். இனியாயினும் விரைவி லேறிநில்லும்.

நான் கூண்டிலேறி நின்று வாக்குமூலங் கொடுக்கப்பட்ட வனல்லவே.

பின் எங்குநின்று கொடுப்பீர்?

வேண்டுமானால் வெளியில் நின்று கொடுக்கின்றேன்.

ஆர்டர்

அவர் பிராமண ஞானியானதினாற் கூண்டி லேறவேண்டாம். வெளியில் நின்றே வாக்குமூலங் கொடுக்கட்டுமென்று கோர்ட்டாரா லுத்திரவு கொடுக்கப்பட்டது.

அப்பீல் வாதிவக்கீல் வினாவும், கிருதமர் விடையும்

உமக்கு வயது யாது?

சாதகத்தைப் பார்க்கவேண்டும்.

சாதக மிருக்கின்றதா?

இருக்கின்றது.

யாரிடத்தில்?

சோதிட னிடத்தில்.

வாங்கி ஆஜறாக்கலாமா?

கிடைத்தால் ஆஜறாக்கலாம்.

நீர் இதற்கு முன்னர் இந்த வியாச்சியில் வாக்குமூலங் கொடுத்த துண்டா?

வியாச்சியத்திற் கொடுக்கவில்லை.

பின் எங்கே கொடுத்தீர்?

கோர்ட்டிற் கொடுத்தேன்.

அன்று கொடுத்தது இன்று ஞாபகந்தானா?

ஞாபகந்தான்.

இப்போது கொடுப்பீரா?

கூடக்கொண்டு வரவில்லை.

இந்த வியாச்சியத்தி லுள்ள வாதி பிரதிவாதிகளைத் தெரியுமா?

சொன்னாற் தெரியும்.

வாதிக ளின்னாரென்றும், பிரதிவாதிக ளின்னாரென்றுந் தனித்தனியாகத் தெரியுமா?

வியாச்சியத்தை நான் பார்க்கவில்லை.

அதைப் பார்த்து ஆவதென்ன?

அதைப் பார்த்தாற்றான் அவர்களை இன்னார் வாதி யென்றும், இன்னார் பிரதிவாதி யென்றுந் தெரியக்கூடும்.

துரோபதை வஸ்திராபகரணம்

அசல் வாதிகளான பாண்டவர்களுக்கும், உமக்கும், யாதாவது சம்பந்த முண்டா?

உண்டு.

என்ன சம்பந்தம்?

நாங்க ளினியாவரும் பிரமசிருஷ்டிக ளென்ற சம்பந்தம்.

உமது ஜாதி யாது?

நானும் எனது தந்தையும் ஒரே ஜாதிதான்.

அவர் என்ன ஜாதி.

அது அவரிடத்தில் கேட்கவேண்டும்.

ஆயினும் நீர் அறிந்தமட்டிற் சொல்லும்?

ஆண் சாதி.

உமக்குத் தொழி லென்ன?

பலதொழிலு முண்டு.

துரோபதையினது வஸ்திராபகரணத்தைப் பற்றி யாதாவது கேள்விப்பட்டீரா?

கேள்விப்பட்டேன்.

வஸ்திராபகரணஞ் செய்தது யார்?

பாண்டவர்கள்.

அஃதென்ன? அவ்வாறு சொல்லுகின்றீர்?

அல்லாமல் வேறொருவருஞ் செய்யார்கள்.

தற்போது நீர் பிருங்கதரது வீட்டுக்குப் போயிருந்தீரா?

போயிருப்பவர் போயிருப்பார்கள்.

நீரோ?

நான் போகவில்லை.

பிருங்கதரது வீட்டில் தற்போது யாதாவது விசேடமுண்டா யிருந்ததாகக் கேள்விப்பட்டீரா?

கேள்விப் பட்டேன்.

எவ்வாறு கேள்விப்பட்டீர்?

ஒரு விருந்து விசேடமுண்டா யிருந்ததாக.

அது தற்போது இருந்ததாகத்தானே?

அல்ல.

பின் எப்போது?

கிரேதாயுகத்தில்.

அன்று நீர் அங்குப்போயிருந்தீரா?

நானும் போயிருந்தேன்.

வேறு யாரெல்லாம் வந்திருந்தார்கள்?

அனேகர் வந்திருந்தார்கள்.

பாண்டவர்களோ? அல்லது துரியோதனன் முதலாயினோரோ? வந்தார்களா?

அதை நான் ஞாபகப் படுத்தவில்லை.

அன்று ஒன்றாய் நீரும் துரியோதனனு மல்லவா? போனது?

நான் துரியோதனனையும் பார்க்கவில்லை. துர்ச்சாதனனையும் பார்க்கவில்லை.

வாலியினது வாலில் இராவணன் கட்டுண்டு கிடந்ததற்குக் காரண மின்னதென்று உமக்குத் தெரியுமா?

ஓ கோ! அதையா! கேட்கின்றீர்? சொல்லுகின்றேன். இராவணன் தன்னோடு யுத்தஞ்செய்து ஜெயிப்பதற்கு வல்லவ ருலகத்தி லொவருவரு மில்லையென்று மிகவு மிருமாந்திருப்பதாக எனக்குத் தெரிந்தது. உடனே நான் அவனது இறுமாப்பை ஒருவாறு அடக்க வேண்டுமென்று கருதி அங்குப்போனேன். ஏன் பன்னிப்பன்னிப் பேச வேண்டும். வாலியை நீர் காட்டித் தருவீரானால் இப்பொழுதே நான் அவனைப்பிடித்துக் கட்டிக்கொண்டு வருகின்றேனென்று சொல்லி அந்த மகாவீர சூரப் பராக்கிரமன் என்னோ டொன்றாய்ப் புறப்பட்டான். நான் வெகு தூரத்திற்போய் நின்றுகொண்டு கையால் அவ்வாலியைச் சுட்டிக் காட்டினேன். அதை இந்த மகா

வீரன் மிகவுஞ் சந்தேகங்கொண்டு அந்த மலையினது அப்புறத்திலா, அவ னிருக்கின்றானென்று கேட்டான். உடனே என்னை யறியாதே எனக்குச் சிரிப்புவந்துவிட்டது. சற்றுச் சிரிக்கவுஞ்செய்தேன். அப்பால் அது மலையல்ல, அவன்றான் வாலியென்று மறுபடியுஞ் சுட்டிக் காட்டினேன். உடனே அத் தைரியவான் பக்கத்திற்போய்க் கட்ட ஆரம்பித்தவுடன் அவன் தனது வாலினது வலியால் இவனைப் பற்றிப்பிடித்து ஒருவாறு சுற்றிச்சுழற்றி இங்கேயே கிட, பன்னிரண்டு வருடமென்று சொன்னான். நான் அம்மட்டிற் சிரித்துக் கொண்டு அவ்விடத்தைவிட்டுப் போய்விட்டேன். இதுதான் காரணம்.

அப்பீல் பிரதிவாதி வக்கீல்

கிறாசில்லை

கோர்ட்டார் வினாவும், கிருதமர் விடையும்

வாக்குமூலம் வாசிக்கக் கேட்டாயா?

கேட்டேன்.

சரிதானா?

ஆம்.

அசல் பிரதிவாதி பக்கம் 2-ம், சாக்ஷி கிருதமர்
(கையெழுத்து)

››››››››››››

அசல் பிரதிவாதி பக்கம் 3-ம், சாக்ஷி

பிருங்கதன் சத்தியஞ்செய்து

தெரிவித்த வாக்குமூலம்

சர்வ வல்லமையுள்ள தெய்வஞ்சாக்ஷியாக நான் சொல்வதெல்லாம் உண்மை.

அசல் பிரதிவாதி வக்கீல் வினாவும், 3–ம், சாக்ஷி விடையும்

உமக்கு வயதெத்தனை?

நாற்பத்திரண்டு.

பெயர் யாது?

துரோபதை வஸ்திராபகரணம்

பிருங்கதன்.

இந்த வாதி பிரதிவாதிகளைத் தெரியுமா?

தெரியும்.

இவர்களது இருப்பிடந் தெரியுமா?

தெரியும்.

நீர் தற்போது உமது வீட்டில் யாதாவது விசேட விஷயங்கள் நடத்தின துண்டா?

உண்டு.

அது யாது?

ஒரு விருந்து.

அன்று துரியோதனன் முதலாயினோர் அங்கு வந்திருந்தார்களா?

வந்திருந்தார்கள்.

வேறு வந்தவர்கள் யார்?

அனேகர்.

துரியோதனன் முதலாயினோர் அன்று முழுவதும் அங்குத் தானே தங்கியிருந்தார்கள்.

ஆம்.

அன்று அவர்களது அரண்மனைக்குப் போகவே யில்லையா?

இல்லை.

பின் எப்போது போனார்கள்?

மறு நாள்.

அவர்கள் போகும்போது கூடப்போனது யார்?

நான்.

அசல்வாதி வக்கீல் கிறாசும், 3-ம், சாக்ஷி விடையும்

நீர் நடத்திய விருந்து விசேடம் எப்போது?

தேதி ஞாபகமில்லை.

நீர் அந்தக் கிரியையை நடத்தினது எதற்காக?

எனது பிறந்த நாளிற்காக.

அன்று அதற்காக அங்கு வந்திருந்த யாவருந் தங்கி யிருந்தது அவ்விடத்திற்றானோ?

அல்ல.

அவ்வாறிருக்க, துரியோதனன் முதலாயினோர் அன்று அங்குத் தங்யிருப்பதற்குக் காரணம் யாது?

எனக்கு அவர்களது இராஜதானியிற் சில காரியங்கள் நடத்தவேண்டியதா யிருந்ததனால் மறுநாள் நானுங்கூடவருகின்றேன் ''ஒன்றாய்ப் போகலாம்'' நில்லுங்களென்று சொல்லி நானே நிறுத்தியிருந்தேன்.

உமக்கும் அவர்களுக்கும் யாதாவது பந்துத்துவ முண்டா?

இல்லை.

அசல்வாதி வக்கீல்

நீக்கிறாசில்லை

கோர்ட்டார் வினாவும், 3–ம், சாக்ஷி விடையும்

வாக்குமூலம் வாசிக்கக் கேட்டீரா?

கேட்டேன்.

சரிதானா?

ஆம்.

அசல் பிரதிவாதி பக்கம் 3-ம், சாக்ஷி பிருங்கதன்
(கையெழுத்து)

›››››››››››

துரோபதை வஸ்திராபகரணம்

அசல் பிரதிவாதி பக்கம் 1-ம், சாக்ஷி

விகர்ணன் சத்தியஞ்செய்து

தெரிவித்த வாக்குமூலம்

சர்வ வல்லமையுள்ள தெய்வஞ்சாக்ஷியாக நான் சொல்வதெல்லாம் உண்மை.

அசல் பிரதிவாதி வக்கீல் வினாவும், 1–ம், சாக்ஷி விடையும்

உமக்கு வயதென்ன?

பதினாறு.

பெயர் யாது?

விகர்ணன்.

இந்த வாதி பிரதிவாதிகளைத் தெரியுமா?

தெரியும்.

இவர்கள் வாசஞ்செய்கின்ற தானந் தெரியுமா?

தெரியும்.

தற்போது பிருங்கதனது வீட்டில் யாதாவது விசேடம் நடந்ததா?

நடந்தது.

அது யாது?

விருந்து.

அதற்காக நீர் அங்குப் போயிருந்தீரா?

ஆம்.

உம்மை யல்லாமல் வேறு யாராவது அங்கு வந்திருந் தார்களா?

அனேகர் வந்திருந்தார்கள்.

நீர் அங்குப் போனது தனியாகவா? அல்லது மற்றவர்களோடு கூடியா?

துரியோதனன் முதலாயினோரோடு கூடி.

நீங்க ளியாவரும் அன்று தங்கி யிருந்தது அங்குத் தானே?

ஆம்.

அப்பால் நீங்கள் அங்கிருந்து புறப்பட்டது எப்போது?

மறுநா ளுதயத்தில்.

அசல் வாதிவக்கீல் கிறாசும், 1–ம், சாக்ஷி விடையும்

நீரும் அசல் பிரதிவாதிகளான துரியோதனன் முதலாயினோரு மிருப்பது ஒரு வீட்டிலா?

அல்ல.

பின் எத்தனை வீட்டில்?

இரண்டு வீட்டில்.

அப்படியானால் பிருங்கதரது வீட்டிற்கு நீரும் அசல் பிரதிவாதிகளும் ஒன்றாய்ப் போனது எவ்வாறு?

நான் துரியோதனரது வீட்டிற்குப் போய் அவர்களைக் கூட்டிக் கொண்டு போனேன்.

பிருங்கதரது வீட்டில் விருந்திற்காக வந்த யாவரும் அன்று தங்கியிருந்தது அங்குத்தானே?

ஆம்.

ஒருவ ராவது திரும்பி அன்று தங்கள் வீட்டிற்குப் போக வில்லையே?

இல்லை.

நீங்கள் அங்கிருந்து மறுநாள் புறப்பட்டது எப்போது?

சாயங்காலம்.

துரோபதை வஸ்திராபகரணம்

அசல் பிரதிவாதி வக்கீல்

றீக்கிறாசில்லை

கோர்ட்டார் வினாவும், 1–ம், சாக்ஷி விடையும்

வாக்குமூலம் வாசிக்கக் கேட்டீரா?

கேட்டேன்.

சரிதானா?

ஆம்.

அசல் பிரதிவாதி பக்கம் 1-ம், சாக்ஷி விகர்ணன்

(கையெழுத்து)

››››››››››››

அசல் 2-ம், வாதி

தருமர் சத்தியஞ்செய்து

தெரிவித்த வாக்குமூலம்

சர்வ வல்லமையுள்ள தெய்வஞ்சாக்ஷியாக
நான் சொல்வதெல்லாம் உண்மை.

அசல் பிரதிவாதி வக்கீல் வினாவும், அசல்வாதி விடையும்

உமக்கு வயது யாது?

முப்பத் தொன்பது

பெய ரென்ன?

தருமன்.

நீர் இந்த வியாச்சியத்தில் வாதி யல்லவா?

ஆம்.

நீர் பிரதிவாதிகள்மீது வியாச்சியங் கொடுத்தது எதற்காக?

அவர்கள் என்னைக் கள்ளச்சூதில் தோற்பித்து எனது இராச்சிய முழுவதையுங் கைவசப்படுத்தவும், எனது மனைவியாகிய அசல் 1-ம், வாதி துரோபதையைத் தலைமயிரைப் பிடித்திழுத்து மகாஜனங்கள்

துரோபதை வஸ்திராபகரணம்

கூடியிருந்த இராஜசபையிற் கொண்டுவந்து பலவிதமாய் நிந்தித்துப் பேசி அவளது வஸ்திரங்களையுரியவும், எங்கள் ஆயுதங்களை வைப்பிக்கவுஞ் செய்ததற்காக.

இவைகளெல்லாம் நிகழ்ந்தது எப்போது?

சென்ற ஆடிமாதம் 14-ந்தேதி.

அன்று என்ன கிழமை.

அது ஞாபகமில்லை.

பகலிலா? இரவிலா?

பகலில்.

அப்போது சூரியனுதித்து எத்தனை நாழிகை?

அதையும் நான் நன்றாகக் கவனிக்கவில்லை.

கவனித்தமட்டில்?

ஞாபகமில்லை.

உமக்கும் பிரதிவாதிகளுக்கும் ஆதியிலேயே விரோத முண்டல்லவா?

எனக்குப் பிரதிவாதிகளிடத்தில் யாதொரு விரோதமு மில்லை.

உம்மைக் கள்ளச்சூதிற் றோற்கச்செய்தவர் யார்?

அசல் 1-ம், பிரதிவாதியாகிய சகுனி.

அசல் 1-ம், வாதியாகிய துரோபதையினது தலைமயிரைப் பிடித்திழுத்தது பிரதிவாதிக ளெல்லாரும் ஒன்று கூடியா?

அல்ல.

பின்னே இழுத்தவர் யார்?

துர்ச்சாதனன்.

வஸ்திரங்களை யுரிந்ததோ?

அதுவும் அவன்றான்.

துரோபதையென்பவள் யாருடைய மனைவி?

துரோபதை வஸ்திராபகரணம்

எங்களுடைய மனைவி.

எங்களென்றால் யார்? யார்?

நானும் எனது தம்பிமார்களும்.

நீர் அந்தத் துரோபதை யென்பவளைக் கூப்பிடுவது ஒரு நாள் மனைவியென்றும் மற்றொரு நாள் மைத்துனி யென்றுமா?

ஆம். சமயோசிதம்போல்.

உமக்குத் தம்பிமார் எத்தனைபேர்?

நான்கு பேர்.

நீங்கள் ஐந்துபேர்களும் ஒரே தாய் தந்தையர்களது புத்திரர்களா?

அல்ல.

பின் எத்தனைபேர்களது புத்திரர்கள்?

ஆர்டர்

கோர்ட்டாரால் இக்கேள்வி அநாவசிய மாதலால் விடை சொல்ல வேண்டாமென்று மறுக்கப்பட்டது.

துரோபதையினது வஸ்திரங்களை யுரியும்போது நீர் பார்த்துக் கொண்டுதானே இருந்தீர்?

ஆம்.

அவள் சாதாரணமாகக் கட்டுவது எத்தனை வஸ்திரங்கள்?

ஒரேவஸ்திரந்தான்.

துர்ச்சாதனன் வஸ்திரங்களை யுரிந்தது சுமார் எவ்வளவு நேரம்?

உத்தேசம் ஒருமணி நேரம்.

ஒரு வஸ்திர முரிவதற்கு ஒருமணி நேரம் வேண்டுமா?

வேண்டாம்.

பின்னே ஒருமணி நேரமென்றது எதனால்?

உரிந்த வஸ்திர மொன்றல்லாததனால்.

பின் எத்தனை?

உத்தேசம் நூறு.

நூறுவஸ்திரங்கள் அவளுக்கு அந்தச்சமயத்தில் அங்குக் கிடைத்தது எவ்வாறு?

கிருட்டின மூர்த்தியினது கிருபாகடாக்ஷத்தால்.

கிருட்டி மூர்த்தியென்பவர் யார்?

எனது தம்பியுடைய மனைவியினது சகோதரர்?

அசல்வாதி வக்கீல்

ரீக்கிறாசில்லை

கோர்ட்டார் வினாவும், வாதி விடையும்

வாக்குமூலம் வாசிக்கக் கேட்டாயா?

கேட்டேன்.

சரிதானா?

ஆம்.

அசல், 2-ம், வாதி தருமன்
(கையெழுத்து)

››››››››››››

அப்பீல் வாதி வக்கீல்

எங்கள் பக்கத்திற்காக இனி இருக்கின்ற சாக்ஷிகளையும், அசல்வாதிகளில் மற்றவர்களையும் விசாரணை செய்ய வேண்டு மென்பது ஆவசியகமில்லை. நாங்களே அவ்வாறு விசாரணை செய்யவேண்டாமென்று வேண்டிக் கொள்ளுகின்றோம். மேலும் இவ்வியாச்சிய சம்பந்தமாய் ஸ்ரீகிருஷ்ணசரித்திரமென்னும் ரிக்கார்டை ஆஜராக்கியிருக்கின்றோம்.

அப்பீல் பிரதிவாதி வக்கீல்

அப்பீல் வாதிவக்கீல் கேட்டுக்கொண்டபடி விசாரணையை நிறுத்துவதற்கு நாங்களும் வேண்டிக்கொள்ளுகின்றோம். எங்கள்பக்க ருஜுவிற்காகப் பாரத மகா புராணமும் பாண்டவ விஜயமும் ஆஜராக்கி யிருக்கின்றோம்.

ஆர்டர்

கோர்ட்டாரால் விசாரணையை நிறுத்தி அப்பீல் வாதிகள் ஆஜராக்கிய ரிக்கார்டிற்கு ஏ, இலக்கமும், அப்பீல் பிரதிவாதிகள் ஆஜராக்கிய ரிக்கார்டுகளுக்கு ஏ-பி, இலக்கங்களும் கொடுத்து ரிக்கார்டிற் சேர்க்கப்பட்டது.

ஹீயறிங்

அப்பீல் வாதி வக்கீல் சுக்கிரனது விவாதம்

கிருதமரை விசாரணை செய்ததில் அவர் இந்த வியாச்சிய சம்பந்தமான விஷயங்களில் யாதொன்றையுங் காணவில்லையென்பது அவரது வாக்குமூலத்தாற்றானே நன்கு புலப்படுகின்றது. மேலும் அவர் பிருங்கதரது வீட்டில் அன்று விருந்து விசேடமுண்டா யிருந்ததாகவு மொப்புக்கொள்கின்றார். அதனோடு துரியோதனன் முதலாயினோரை நான் அங்குப் பார்க்கவில்லையென்று சொல்லு கின்றார். ஆனால் அளவற்ற ஆள்களொன்று கூடியிருந்த அந்த மகாகூட்டத்தில் அவர்களை அவர் காணாமலிருந்ததும் ஒரு விசேஷமாகாது. ஏனெனில், இப்பேர்ப்பட்ட பெரிய ஒரு கூட்டத்தில் இவன் யார்? இவன் யார்? என்று வந்திருந்த ஒவ்வொருவரையும் ஒருவன் தெரிந்துகொள்ள வேண்டுமானால் அது அவனுக்கு அசாத்தியமான காரியமாய் முடியும். இதைத்தவிர ஒருவேளை அவர் கண்ணாற் பார்த்திருந்தாலும் அவர் ஒருபோது முண்மை சொல்லாதவரானதினால் இந்த விஷயத்திலும் அவ்வாறே சொல்லி யிருப்பாரென்று கருதி அவர் வாக்குமூலத்தை விசுவாச யோக்கிய மாகாதென்று நிராகரிக்க வேண்டியதாயிருக்கின்றது. பிருங்கத ரென்பவர் சத்தியவந்தரும் நீதிமானும் ஒரு இராஜாவுமாயிருக்கின்றார். அவர் துரியோதனன் முதலாயினோர் அன்றையத் தினம் தமது வீட்டில் நடந்த விருந்து விசேடத்திற்கு வந்திருந்ததாகவும் தம்மோடு அங்குத்தானே ஒன்றாய்த் தங்கியிருந்ததாகவுஞ் சொல்லுகின்றார்.

அவர் சொல்லுவது உண்மையாகவே யிருக்கலாம். மேலுந் தாமும் துரியோதனன் முதலாயினோரும் மறுநாள் அத்துரியோதனனது இராஜதானிக்கு ஒன்றாகப் போனதாகவுஞ் சொல்லுகின்றார். அதனால் வியாச்சியத்திற் சொல்லிய தேதியில் அப்பீல் வாதிகள் வியாச்சியப்படி குற்றஞ் செய்தார்களென்று கூறு மிடத்திற்குக்கூடப் போகவில்லை யென்பது நிச்சயமாக விளங்குகின்றது. ஸ்ரீ கிருஷ்ண சரித்திரமென்ற ஏ, இலக்கப் பிரமாணத்தினாலேயே அக்கிருஷ்ணர் மிகவும் பொய்ய ரென்று வெளியாகின்றது. ஆதலால் இக்காரணங்க ளெல்லாவற்றாலும் அப்பீல் வாதிகள் வியாச்சியத்திற் சொல்லிய யாதொரு குற்றமுஞ் செய்வதவர்களல்ல ரென்பது நிச்சயமாய் ருஜுவாயிருக்கின்றது. அதனால் முன் தீர்மானத்தை நிராகரித்து அசல் பிரதிவாதிகளை நிரபராதிகளாக விடவேண்டுமென்று மிகவும் வணக்கமாய் வேண்டிக்கொள்ளுகின்றேன்.

அப்பீல் பிரதிவாதி வக்கீல் வேத வியாசரது விவாதம்

எங்கள் பக்கமுள்ள ஏ, பி இலக்கப் பிரமாணங்களினாலேயே அப்பீல் வாதிகள் வியாச்சியத்திற் சொல்லிய எல்லாக் குற்றங்களுஞ் செய்தார்க ளென்பது நிச்சயமாய்த் தெரிகின்றது. பிருங்கதரும் விகர்ணருங் கொடுத்த வாக்கு மூலங்கள் ஒன்றிற் கொன்று தம்மில் முழு வித்தியாசமாயிருக்கின்றன. அவரில் ஒருவர் பிருங்கதரது வீட்டில் நின்றும் புறப்பட்டது மறுநாட்காலையென்றும் மற்றவர் சாயங்காலமென்றுஞ் சொல்லுகின்றார்கள். மேலும் ஒருவர் விருந்திற்காக அங்குவந்தவர்க ளியாவரும் அன்று அங்குத்தான் தங்கியிருந்தார்க ளெனவும், மற்றவர் துரியோதனன் முதலாயினோர் மாத்திரந் தங்கி யிருந்தார்க ளெனவுஞ் சொல்லுகின்றார்கள். இதைத் தவிர அவர்கள் சொன்ன வாக்குமூலங்களும் முன்னுக்குப் பின் முரணாகவேயிருக்கின்றன. ஆதலால் அவர்களது வாக்குமூலங்களை நம்பி ஒருபோதும் அசல் பிரதிவாதிகளை நிரபராதிகளாக விடுவதற்கும், முன் தீர்மானத்தை மாற்றுவதற்கும் மார்க்கமில்லை யென்பதை மனப்பூரணமாய்த் தெரிவித்துக் கொள்ளுகின்றேன்.

ஜட்ஜிமெண்ட்

இருபக்கத்தார்களாலும் ஆஜராக்கப்பட்ட ரிக்கார்டுகளைப் பரிசோதிக்கவும், அதிகமாய் விசாரணை செய்த சாக்ஷிகளினது வாக்கு மூலங்களையும், வாதிபிரதிவாதிகள் புறத்துள்ள வக்கீல்களினது

விவாதங்களையும் கேட்கவுஞ் செய்தேன். அதிகமாக விசாரணை செய்த இரண்டு சாக்ஷிகளினது வாக்குமூலங்களும் ஒன்றிற்கொன்று தம்மில் முழுவித்தியாசமாகவேயிருக்கின்றன. அதனால் அந்த இரண்டு சாக்ஷிகளினது வாக்குமூலங்களையும் நான் அணுவேனும் நம்பவில்லை. அப்பீல் வாதி பக்கத்தாரால் ஆஜராக்கப்பட்ட ஏ, இலக்க ரிக்கார்டாற் கிருஷ்ணர் பொய் சொல்லப் பட்டவர்தாமென்று ஏற்பட்டாலும் இந்த வியாச்சிய சம்பந்தமாக அவர் கொடுத்த வாக்குமூலம் பொய்யென்று ஒருபோதும் எண்ணுவதற் கிடமில்லை. இதுமாத்திரமல்ல, முன்னுள்ள ருஜுவைப்பார்க்கிலு மதிகமாக அப்பீல்வாதிகள் தங்கள் பக்கத்திற்கு இப்போது யாதொரு ருஜுவுங் காட்ட வில்லை. ஆதலால் முன்னுள்ள தீர்மானத்தையே இப்போதும் உறுதிப்படுத்தியிருக்கின்றேன். அதாவது, அசல் 3-ம், வாதியாகிய வீமன் அசல் 1-ம், வாதியாகிய துரோபதையைத் தொடையி லிருத்த வேண்டுமென்று சொன்ன அசல் 2-ம், பிரதிவாதி துரியோதனனது அத்தொடையிலேயே தனது தண்டாயுதத்தினாலடித்தும், அவளைத் தலைமயிரைப் பிடித்திழுத்து மகாஜனங்கள் கூடியிருந்த இராஜ சபையில் விட்டு ஏசியும், பேசியும் பலவாறு உபத்திரவித்து அவளது வஸ்திரங்களை யுரிந்த அசல் 3-ம், பிரதிவாதி துர்ச்சாதனனை நெஞ்சைப் பிளந்தும், அசல் 6-ம் வாதியாகிய சகாதேவன் கெட்ட எண்ணத்தோடு கள்ளச் சூதாடி இராச்சிய முதலியவற்றைத் தோற்பித்து அசல் வாதிகளை அடிமைகளாகச் செய்த சகுனியையும், அசல் 4-ம், வாதியாகிய அர்ச்சுனன் யாதொரு காரணமு மின்றித் தங்கள் ஆயுதங்களை வைக்கும்படி செய்த அசல் 4-ம், பிரதி வாதியாகிய கன்னனையும், யுத்தத்தில் போரிற் கொல்ல வேண்டு மென்று தீர்மானித்திருக்கின்றேன்.

தேவலோகம் 2-ம், கிளாஸ் டிஸ்திரிக்கட்டு மாஜிஸ்திரேட்டு,

தேவேந்திரையர்
(கையெழுத்து)

2–வது அப்பீல்

பிரமலோகம் டிஸ்ட்ரிக்ட் மாஜிஸ்ட்ரேட் கோர்ட் மாஜிஸ்ட்ரேட் மிஸ்ற்றர். அநந்தாசாரிய ரவர்கள் முன்னிலையில் தேவலோகம்

2-ம், கிளாஸ் மாஜிஸ்ட்ரேட் கோர்ட் மாஜிஸ்ட்ரேட் மிஸ்ற்றர். தேவேந்திரையரவர்களால் 3488-ம், வருடம் ஆவணிமாதம் 10-ந் தேதி 325-ம் நம்பர் பயல் கிரிமினல் வியாச்சிய அப்பீலுக்குக் கிடைத்த தீர்மானத்தின்மேலும் அசல் பிரதிவாதிகள் தெரிவித்த 2-வது அப்பீல் கிரிமினல் கேஸ்.

ஜட்ஜிமெண்ட்

இருபுறத்து வக்கீல்களினது விவாதங்களைக் கேட்கவும், ரிக்கார்டுகளைப் பரிசோதிக்கவுஞ் செய்தேன். அதில் அப்பீல்வாதி களைத் தண்டிக்காம லிருப்பதற்கும் கீழ்க்கோர்ட்டுத் தீர்மானத்தை மாற்றுவதற்கும் யாதொரு நியாயத்தையுங் காணவில்லை. அப்பீல் வாதிகள் செய்த குற்றத்திற்கு இந்தத் தண்டனையே போதுமென்று நான் நினைக்கவில்லை. ஆனாலும் எங்களுக்கு இது சங்கடமென்று அவர்கள் சொல்லுவதனால் அதிக தண்டனை நியமிக்காமற் கீழ்க்கோர்ட்டுத் தீர்மானத்தையே யுறுதிப்படுத்தி யிருக்கின்றேன்.

பிரமலோகம், டிஸ்ட்ரிக்ட் மாஜிஸ்ட்ரேட்,

அநந்தாசாரி
(கையெழுத்து)

துரோபதை வஸ்திராபகரணம் அப்பீல் கிரிமினல் கேஸ்
முற்றிற்று!

கிரிமினல் கேஸ்

கீசகன் பலவந்தம்

தேவலோகம் டிஸ்ட்ரிக்ட் மாஜிஸ்ட்ரேட் கோர்ட், மாஜிஸ்ட்ரேட் மிஸ்ற்றர். **தேவேந்திரையவர்கள்** முன்னிலையில் நடந்த துவாபரயுகம் 3500-ம், வருடம் ஆவணி மாதம் 6-ந்தேதி பயல் 375-ம், நம்பர் கிரிமினல் கேஸ்.

வாதி	**பிரதிவாதி**
1 - துரோபதை	1 - கீசகன்
வாதி சாக்ஷிகள்	**பிரதிவாதி சாக்ஷிகள்**
1 - சூரியன்	1 - விராடராஜன்
2 - கிங்கரன்	2 - கன்னன்
3 - உத்தியான பாலகன்	3 - ஜயத்திரதன்
4 - சுதர்க்கணை	4 - சகுனி
வாதி வக்கீல்	**பிரதிவாதி வக்கீல்**
1 - மிஸ்ற்றர். பாராச்சாரியர்	1 - ஜீ.கௌசி.ஏ.என்.

வியாச்சியம்

இந்த வியாச்சியத்தில் வாதியாகிய நானும், எனது நாயகன்மாரும் அஞ்ஞாத வாசத்திற்காக மறு நாம மாறுவேடர்களாகி விராடரது இராஜதானியிற் றங்கியிருந்தோம். அப்போது இந்தப் பிரதிவாதியாகிய கீசகன் என்னைக் கண்டு மோகித்துக் காமாந்தகனாய்ச் சில துஷ்டவார்த்தைகளை என்னிடத்திற் சொன்னான். நான் அது தருமத்திற்கும் நீதிக்கும் அடுத்ததல்ல வென்று அதற்குடன்படாது மறுத்தேன். அதனால் அவன் என்னைப் பலவிடத்திலுஞ்சந்தித்துச்

சில உபத்திரவங்கள் செய்யப் பிரயத்தினப்பட்டான். அன்றியும் தனது காமவிருப்பத்தை நிறைவேற்றிக் கொள்வதற்காக என்னை நியாயவிரோதமாய்ப் பலவந்தஞ் செய்யவேண்டுமென்ற கெட்ட எண்ணத்தோடு 4-வது சாக்ஷி சுதர்க்கணையின் கட்டளைப்படி தேன் முதலியனகொண்டு இந்தப் பிரதிவாதியினது வீட்டிற்குச் சென்ற காலத்தில் தனது வல்லமையினால் என்னைத் தாண்டிப்பிடிக்கவும், அங்கத்தின் மீதிருந்த ஆடையைப் பறித்தெடுக்கவும், அதரபானஞ் செய்வதற் காரம்பிக்கவும், சரீர முழுவதையும் கட்டிப்பிடிக்கவு முயன்றான். அதனால் நான் அடக்கமுடியாத அளவற்ற விசனத்தோடு என்னைமறந்து பெருங் கூச்சலிட்டுக்கொண்டு வந்தவழியே திரும்பி யோடினேன். அதைக் கண்ட 2-ம், சாக்ஷி ஓடிவந்து என்னைப் பிடிக்கும்படி நீட்டிய பிரதிவாதியினது கையைப் பிடித்திழுத்து அவனை அப்புறப்படுத்தினான். இது இந்தியன் பினல்கோடு 375-511 ஆகிய இவ் வகுப்புகளின்படி தண்டிக்கத்தக்க குற்றமாயிருக்கின்றது. ஆதலால் பிரதிவாதியையும் சாக்ஷிகளையும் வரவழைத்து விசாரித்துத் தீர்மானப்படுத்தி என்னை யிரட்சிக்க வேண்டுமென்று மிகவுந் தாழ்மையாய் வேண்டிக் கொள்ளுகின்றேன்.

வாதி துரோபதை
(கையெழுத்து)

வாதி விசாரணை

வாதி துரோபதை சத்தியஞ்செய்து
தெரிவித்த வாக்குமூலம்

சர்வ வல்லமையுள்ள தெய்வஞ்சாக்ஷியாக
நான் சொல்வதெல்லாம் உண்மை.

வாதி வக்கீல் வினாவும், வாதி விடையும்

இதோ நிற்கின்ற பிரதிவாதியைத் தெரியுமா?

தெரியும்.

நீ கொடுத்த வியாச்சியம் இவன்மீது தானா?

ஆம்.

இந்தப் பிரதிவாதி உன்னிடத்திற் என்ன சொன்னான்.

நியாயரகிதமாகத் தன்னோடு புணர்ச்சிக்கு உடன் படவேண்டு மென்று சொன்னான்.

நீ அவ்வாறு உடன்பட்டாயா?

இல்லை.

அப்பால் அவன் செய்தது யாது?

பலவிடத்தும் என்னைச் சந்தித்து உபத்திரவிக்க ஆரம்பித்தான்.

அவ்வுபத்திரவத்தில் நின்றும் நீ தவறிப்போனது எவ்வாறு?

சாக்ஷிகளினது இரட்சிப்பால்.

அப்பால் நடந்ததென்ன?

தேன் முதலியன கொண்டு போகும்படி 4-ம், சாக்ஷியாகிய சுதர்க்கணை கட்டளையிட்டாள். அக்கட்டளையின்படி அப்பொருள் களைக் கொண்டு நான் பிரதி வாதியினது வீட்டிற்குப் போனேன். அந்தச் சமயத்திற் பிரதிவாதி என்னைக் கட்டிப் பிடிக்கவும், எனது சரீரத்தின் மீதிருந்த வஸ்திரத்தைப் பறித்தெடுக்கவும், பூமியில் தள்ளிக் கிடத்தவும் பிரயத்தனப்பட்டான். அதனால் நான் அடக்க முடியாத வியசனத்தோடு பெருங் கூச்சலிட்டுக் கொண்டு ஓடினேன். உடனே 1-ம், சாக்ஷியினது உத்திரவால் 2-ம், சாக்ஷி ஓடிவந்து பிரதிவாதியைப் பிடித்து விலக்கினார். நான் அழுதுகொண்டு அவ்விடத்தைவிட்டு நீங்கிச் சென்றேன். இதுதான் அங்கு நடந்தது.

இது நடந்தது எப்போது?

இந்த மாதம் 3-ந் தேதி.

பகலிலா? இரவிலா?

பகலில்.

அன்று என்ன கிழமை?

அது ஞாபகமில்லை.

பிரதிவாதி வக்கீல் கிறாசும், வாதி விடையும்

உனது தந்தையின் பெயர் யாது?

பாஞ்சாலர்.

நீர் பாஞ்சால ரென்பவருக்குப் பிறந்த புத்திரியா?

ஆர்டர்

இவ்வினா வியாச்சியத்திற்கு ஆவசிய மில்லாததனால் விடை சொல்லவேண்டா மென்று கோர்ட்டாரால் உத்திரவு கொடுக்கப்பட்டது.

உனக்கு நாயகன்மார் எத்தனை பேர்?

ஐந்து பேர்.

உன்னை இதற்கு முன்னர் யாராவது வஸ்திராபகரணஞ் செய்தார்களா?

நோட்டு

இவ்வினாவிற்கு வாதி விடைசொல்ல வெட்கித்து மூன்று நிமிஷ நேரம் ஒன்றுஞ் சொல்லாது நின்றாள்.

எனது நாயகன் மாருடைய சகோதரர் என்னை ஒரு காலத்தில் வஸ்திராபகரணஞ் செய்தார்.

வாதிவக்கீல் றீக்கிறாசும், வாதி விடையும்

வஸ்திராபரணஞ் செய்த காலத்தில் அவ் வஸ்திரம் உனது அரையில் நின்றும் வேறுபட்டதா?

இல்லை.

கோர்ட்டார் வினாவும், வாதி விடையும்

வாக்குமூலம் வாசிக்கக் கேட்டாயா?

கேட்டேன்.

சரிதானா?

ஆம்.

வாதி துரோபதை
(கையெழுத்து)

››››››››››››

வாதி சாக்ஷி விசாரணை

வாதிபக்கம் 1-ம், சாக்ஷி

சூரியன் சத்தியஞ்செய்து

தெரிவித்த வாக்குமூலம்

சர்வ வல்லமையுள்ள தெய்வஞ்சாக்ஷியாக நான் சொல்வதெல்லாம் உண்மை.

வாதி வக்கீல் வினாவும், 1–ம், சாக்ஷி விடையும்

வாதி பிரதிவாதிகளைத் தெரியுமா?

தெரியும்.

இந்த வியாச்சியத்தைப்பற்றி யாதாவது தெரியுமா?

தெரியும்.

என்ன தெரியும்?

இந்த வாதி 4-ம், சாக்ஷியினது கட்டளைப்படி தேன் முதலியன கொண்டுவந்த சமயத்திற் பிரதிவாதி வாதியினது சரீரதித்தின் மீதுகிடந்த ஆடையைப் பறித்தெடுக்கவும், அவளைக் கட்டிப்பிடித்து ஆலிங்கனஞ்செய்யவும், வேறு விதமான உல்லாசத்தோடு பல வார்த்தைகளைப்பேசி இவளைப் பலவலுவந்தப் படுத்தப் பிரயத்தனப் படவுஞ்செய்தார். இதுதா னெனக்குத்தெரியும்.

அப்போது வாதி என்னசெய்தாள்?

மிகவும் வெட்கத்தோடும் வியசனத்தோடும் நின்றாள்.

அவ் வெட்கத்தையும் வியசனத்தையும் பிரதிவாதி கவனித்தாரா?

இல்லை.

அப்பால் என்னசெய்தார்?

வாதியைக் கட்டிப்பிடித்துப் பூமியில் தள்ளி அவமானப்படுத்த ஆரம்பித்தார்.

அப்போது நடந்தது யாது?

கீசகன் பலவந்தம்

அவள் தனியாகப் பெருங்கூச்ச லிட்டுக்கொண்டு திண்டாடு வதைக் கண்டு நான் 2-ம், சாக்ஷியை அனுப்பிப் பிரதிவாதியைப் பிடித்து விலக்கினேன்.

இது நடந்தது எப்போது?

இந்தமாதம் 3-ந் தேதி.

பகலிலா? இரவிலா?

பகலில்.

அன்று என்னகிழமை?

ஞாபகமில்லை.

பிரதிவாதி வக்கீல் கிறாசும், 1-ம், சாக்ஷி விடையும்

நீர் இதற்கு முன் இவர்களை கண்டிருக்கின்றீரா?

கண்டிருக்கின்றேன்.

இந்தப் பிரதிவாதி இதற்குமுன் எப்போதாவது வாதியினது நேருக்கு அக்கிரமத்திற்குப் போன துண்டா?

உண்டு.

எத்தனை தரம்?

இரண்டு மூன்று தரம்.

அது உமக்கு எப்படித் தெரியும்?

நான் கருமசாக்ஷியானதனால் தெரியும்.

பிரதிவாதி வாதியைக் கட்டிப்பிடித்து ஆலிங்கனஞ் செய்யப் பிரயத்தனப் பட்ட சமயத்தில் வாதி எவ்வாறு நின்றாள்?

அடக்க முடியாத விசனத்தோடும், நாணத்தோடும் பூமியைப் பார்த்த வண்ணமாக நின்றாள்.

அப்போது கையிலிருந்தது யாது?

தேன் பாத்திரம்.

அது வலது கையிலா? இடது கையிலா?

இடது கையில்.

கோட்டாறு கா.ப.செய்குதம்பிப் பாவலர்

கீசகன் பலவந்தம்

வலது கையால் என்ன செய்து கொண்டிருந்தாள்?

முகத்தை மறைத்துக் கொண்டிருந்தாள்.

வாதியினது நாயகன்மாருடைய மாதாவுக்கும் உமக்கும் சம்பந்த முண்டா?

ஆர்டர்

இந்தக் கேள்வி சாக்ஷியை அவமானப் படுத்தக் கூடியதாதலினால் விடை சொல்ல வேண்டா மென்று கோர்ட்டாரால் மறுக்கப் பட்டது.

கோர்ட்டார் வினாவும், 1-ம், சாக்ஷி விடையும்

வாக்குமூலம் வாசிக்கக் கேட்டீரா?

கேட்டேன்.

சரிதானா?

ஆம்.

வாதி பக்கம் 1-ம், சாக்ஷி சூரியன்
(கையெழுத்து)

>>>>>>>>>>>

வாதிபக்கம் 2-ம், சாக்ஷி

கிங்கரன் சத்தியஞ்செய்து

தெரிவித்த வாக்குமூலம்

சர்வ வல்லமையுள்ள தெய்வஞ்சாக்ஷியாக
நான் சொல்வதெல்லாம் உண்மை.

வாதி வக்கீல் வினாவும், 2-ம், சாக்ஷி விடையும்

வாதி பிரதிவாதிகளைத் தெரியுமா?

தெரியும்.

இவ்வியாச்சியத்தைப் பற்றி யாதாவது தெரியுமா?

தெரியும்.

என்ன தெரியும்?

கீசகன் பலவந்தம்

வாதியைப் பிரதிவாதிகட்டிப்பிடித்து வலுவந்தஞ்செய்யப் பிரயத்தனப் படுகின்றா ரென்று 1-ம், சாக்ஷியாகிய சூரியன் என்னிடத்திற் சொன்னார். நான் போய் அவ்வாறு செய்யப் வொட்டாமல் பிரதி வாதியைத் தடுத்தேன். அப்போது வாதி பெருங் கூச்ச லிட்டுக் கொண்டு ஓடிவிட்டாள். இதுதான் தெரியும்.

இது நடந்தது எப்போது?

இந்தமாதம் 3-ம், தேதி.

பகலிலா? இரவிலா?

பகலில்.

அன்று என்ன கிழமை?

ஞாபக மில்லை.

பிரதிவாதி வக்கீல் கிறாசும், 2-ம், சாக்ஷி விடையும்

வாதியைப் பிரதிவாதி என்ன செய்ய ஆரம்பித்தார்?

நெஞ்சோடு சேர்த்துக் கட்டிப்பிடித்து ஆலிங்கனஞ் செய்ய ஆரம்பித்தார்.

அப்போது பிரதிவாதியினது அரையில் வஸ்திரமிருந்ததா?

இல்லை.

வாதியினது அங்க வஸ்திரமோ?

பூமியில் விழுந்து கிடந்தது.

நீ 1-ம், சாக்ஷி யிடத்திற்குப் போயிருந்தது எதற்காக?

அவரைக் காண்பதற்காக.

அப்போது 1-ம், சாக்ஷி இருந்தது எவ்வாறு?

கோபத்தோடு.

கீசகன் பலவந்தம்

வாதி வக்கீல்

நீக்கிறாசில்லை

கோர்ட்டார் வினாவும், 2-ம், சாக்ஷி விடையும்

வாக்குமூலம் வாசிக்கக் கேட்டாயா?

கேட்டேன்.

சரிதானா?

ஆம்.

வாதி பக்கம் 2-ம், சாக்ஷி கிங்கரன்
(கையெழுத்து)

››››››››››››

வாதிபக்கம் 3-ம், சாக்ஷி

உத்தியானபாலகன் சத்தியஞ்செய்து

தெரிவித்த வாக்குமூலம்

**சர்வ வல்லமையுள்ள தெய்வஞ்சாக்ஷியாக
நான் சொல்வதெல்லாம் உண்மை.**

வாதி வக்கீல் வினாவும், 3-ம், சாக்ஷி விடையும்

வாதி பிரதிவாதிகளைத் தெரியுமா?

தெரியும்.

வாதியைப் பிரதிவாதி பிடித்துப் பலவந்தஞ்செய்யப் பிரயத்தனப் பட்டதை நீ கண்டாயா?

இல்லை.

உத்தியான வனத்தில் பிரதிவாதி வாதியை ஒன்றுஞ் செய்யவில்லையா?

வாதியிடத்தில் சில காம சல்லாபமான வார்த்தைகளைப் பேசினார்.

அதற்கு வாதி உடன்பட்டாளா?

இல்லை.

அப்போது பிரதிவாதி என்னசெய்தார்?

வாதியை உபத்திரவிக்க ஆரம்பித்தார்.

அந்தச் சமயத்தில் நீ ஒன்றுஞ் செய்யவில்லையா?

பிரதிவாதியிடத்தில் இவ்வாறு செய்வது நியாயமல்ல வென்று சொல்லி அவரைத் தடுத்தேன்.

இது நடந்தது எப்போது?

ஞாபகமில்லை.

வாதி வக்கீல் கிறாசும், 3-ம், சாக்ஷி விடையும்

இதற்கு முன் உத்தியான வனத்தில் வந்து யாராவது சல்லாபஞ் செய்ததை நீ பார்த்தாயா?

இல்லை.

உனது தொழில் யாது?

புஷ்பச் செடிகளுக்குத் தண்ணீர் மொண்டுவிடுவதும், அவைகளைக் காப்பாற்றுவதும்.

இதற்குமுன் நீ எந்தக் கோர்ட்டிலாவது போய்ச்சாக்ஷி சொன்ன துண்டா?

இல்லை.

வாதி வக்கீல்

றீக்கிறாசில்லை

கோர்ட்டார் வினாவும், 3-ம், சாக்ஷி விடையும்

வாக்குமூலம் வாசிக்கக் கேட்டாயா?

கேட்டேன்.

சரிதானா?

ஆம்.

வாதி பக்கம் 3-ம், சாக்ஷி உத்தியானபாலகன்
(கையெழுத்து)

கீசகன் பலவந்தம்

வாதிபக்கம் 4-ம், சாக்ஷி
சுதர்க்கணை சத்தியஞ்செய்து
தெரிவித்த வாக்குமூலம்

சர்வ வல்லமையுள்ள தெய்வஞ்சாக்ஷியாக
நான் சொல்வதெல்லாம் உண்மை.

வாதி வக்கீல் வினாவும், 4–ம், சாக்ஷி விடையும்

வாதி பிரதிவாதிகளைத் தெரியுமா?

தெரியும்.

வாதி யார்?

எனது தோழி.

பிரதிவாதியோ?

எனது சகோதரன்.

நீ இவ்வாதியைப் பிரதிவாதியினது வீட்டிற்குத் தேன் முதலியன கொண்டுபோகும்படி கட்டளைசெய்தது மெய்தானோ?

ஆம்.

அவ்வாறு வாதி கொண்டுபோனாளா?

கொண்டுபோனாள்.

அப்பால் நடந்தது யாது?

வாதி அழுதுகொண்டு துக்கமுகத்தோடு எனது வீட்டிற்கு வந்தாள்.

வந்து உன்னிடத்தில் என்ன சொன்னாள்.

பிரதிவாதி தன்னை வலுவந்தஞ் செய்யப் பிரயத்தனப்பட்டானென்றும் 1-ம், சாக்ஷியாகிய சூரியனால் அனுப்பப்பட்ட 2-ம், சாக்ஷி கிங்கரன்வந்து அவனை அவ்வாறு செய்ய வொட்டாமல் பிடித்து மாற்றினானென்றும் சொன்னாள்.

பிரதிவாதி வாதியின்மீது மோகங்கொண்டிருந்தானென்பது உனக்குத் தெரியுமா?

தெரியும்.

எப்படித் தெரியும்?

பிரதிவாதி சொல்லத் தெரியும்.

பிரதிவாதி சொன்னது யாது?

ஆர்டர்

இக்கேள்வி சாக்ஷியை அவமானப் படுத்தக்கூடிய தாதலினால் கேட்கக் கூடாதென்று கோர்ட்டாரால் தடுக்கப்பட்டது.

பிரதிவாதி வக்கீல் கிறாசும், 4–ம், சாக்ஷி விடையும்

இவ்வாறு மோகங்கொண்ட ஒருவன் தனது சகோதரியிடத்திற் சொல்லுவது வழக்கந்தானா?

அல்ல.

வாதி வக்கீல்

நீக்கிறாசில்லை

கோர்ட்டார் வினாவும், 4–ம், சாக்ஷி விடையும்

வாக்குமூலம் வாசிக்கக் கேட்டாயா?

கேட்டேன்.

சரிதானா?

ஆம்.

வாதி பக்கம் 4-ம், சாக்ஷி சுதர்க்கணை
(கையெழுத்து)

››››››››››

குற்றப்பத்திரிகை

தேவலோகம் டிஸ்திரிக்ட்டுக் கோர்ட்டு மாஜிஸ்ட்ரேட்டு, தேவேந்திர ஐயனென்னும் பெயரினான நான் இக்கோர்ட்டில் இவ்வருடம் பயல் 375-ம், நம்பர் வியாச்சியத்திற் பிரதிவாதியான கீசகனென்னும் பெயருடைய உன்மீது அடியிற் கூறியபடி இதனாற் குற்ற ஸ்தாபகஞ் செய்கின்றேன். அதாவது நீ இந்த வியாச்சியத்தில் வாதியாகிய துரோபதை யென்பவளைத் தனது காம விருப்பத்தை

நிறைவேற்றிக் கொள்ள வேண்டு மென்ற கெட்ட எண்ணத்தோடு பலவந்தஞ் செய்து மார்போடு கட்டி ஆலிங்கனஞ்செய்யவும், அரையில் ஆடையின்றி நிருவாணத்தோடு நிற்கவும், இன்னும் பல விதமான துட்டடிச் செய்கைகள் செய்யவும் பிரயத்தனப் பட்டதாகத் தெரிகின்றது. இது இண்டியன் பினல்கோடு *375, 511* ஆகிய இவ் வகுப்புகளின்படி தண்டிக்கத் தக்கதும் என் முன்னிலையில் விசாரிக்கத் தக்கதுமான குற்றமாயிருக்கின்றது. ஆதலால் அக்குற்றத்திற்காக உன்னை என் முன் விசாரணை செய்வதற்கு இதனா லுத்திரவு செய்திருக்கின்றேன்.

தேவலோகம் 2-ம், கிளாஸ் டிஸ்திரிக்ட்டு மாஜிஸ்திரேட்டு,

தேவேந்திர ஐயன்
(கையெழுத்து)

›››››››››››

பிரதிவாதி விசாரணை

பிரதிவாதி கீசகன் சத்தியஞ்செய்து
தெரிவித்த வாக்குமூலம்

சர்வ வல்லமையுள்ள தெய்வஞ்சாக்ஷியாக நான் சொல்வதெல்லாம் உண்மை.

கோர்ட்டார் வினாவும், பிரதிவாதி விடையும்

உன்மீது சித்தப்படுத்தின குற்றப்பத்திரிகை வாசிக்கக் கேட்டா யல்லவா?

ஆம்.

அதிற் சொல்லியபடி நீ குற்றஞ் செய்தாயா?

நான் யாதொரு குற்றமுஞ் செய்யவில்லை.

நீ குற்றஞ் செய்யவில்லை யென்பதற்குத் தக்க ருஜுவோ? சாக்ஷிகளோ? உண்டா?

உண்டு.

அவை யாவை?

கீசகன் பலவந்தம்

என்னைக் குற்றஞ் செய்ததாகச் சொல்லப்பட்ட அந்த ஆவணி மாதம் 3-ந் தேதி நான் அஸ்தினாபுரத்தின் இராஜதானிக்குப் போயிருந்தேன். அதற்கு மச்ச ராஜாவாகிய விராடரும், அங்கராஜாவாகிய கண்ணரும், சிந்து ராஜாவாகிய ஜயத்திரதரும், காந்தார ராஜாவாகிய சகுனியுஞ் சாக்ஷிகளாக விருக்கின்றார்கள்.

அவர்களை வரவழைத்து விசாரிக்க வேண்டுமா?

ஆம்.

வாக்குமூலம் வாசிக்கக் கேட்டாயா?

கேட்டேன்.

சரிதானா?

ஆம்.

பிரதிவாதி கீசகன்
(கையெழுத்து)

>>>>>>>>>>>

பிரதிவாதி சாக்ஷி விசாரணை

பிரதிவாதி பக்கம் 1-ம், சாக்ஷி
விராடராஜன் சத்தியஞ்செய்து
தெரிவித்த வாக்குமூலம்

சர்வ வல்லமையுள்ள தெய்வஞ்சாக்ஷியாக நான் சொல்வதெல்லாம் உண்மை.

பிரதிவாதி வக்கீல் வினாவும், 1—ம், சாக்ஷி விடையும்

வாதி பிரதிவாதிகளைத் தெரியுமா?

தெரியும்.

வாதி யார்?

எனது மனைவியினது தோழி.

பிரதிவாதியோ?

கோட்டாறு கா.ப.செய்குதம்பிப் பாவலர்

எனது மனைவியினது தம்பி.

இந்த வாதிக்கும், பிரதிவாதிக்குந் தம்மில் யாதாவது விரோத முண்டா?

எனக்குத் தெரியாது.

இந்த வியாச்சியத்திற் சொல்லிய செய்கை நடந்த அன்றையத் தினம் பிரதிவாதி உனது இராச்சியத்திற் றானா இருந்தான்.

ஞாபகமில்லை.

பிரதிவாதி சில சமயங்களில் அன்னிய தேசங்களுக்குப் போகின்ற வழக்கமுண்டா?

உண்டு.

அஸ்தினாபுரத்திற்கும் போவது வழக்கந்தானே.

ஆம்.

வாதி வக்கீல் கிறாசும், 2-ம், சாக்ஷி விடையும்

வாதியைப் பிரதிவாதி ஒருநாள் பிடித்துப் பலவந்தஞ் செய்யப் பிரயத்தனப் பட்டதாக நீர் கேள்விப்படவில்லையா?

பட்டேன்.

அச் செய்கை நடந்த தேதி யாது?

ஞாபக மில்லை.

பிரதிவாதி வக்கீல்

றீக்கிறாசில்லை

கோர்ட்டார் வினாவும், 1-ம், சாக்ஷி விடையும்

வாக்குமூலம் வாசிக்கக் கேட்டீரா?

கேட்டேன்.

சரிதானா?

ஆம்.

பிரதிவாதி பக்கம், 1-ம், சாக்ஷி விராடராஜன்
(கையெழுத்து)

கீசகன் பலவந்தம்

பிரதிவாதி பக்கம் 2-ம், சாக்ஷி
கண்ணன் சத்தியஞ்செய்து
தெரிவித்த வாக்குமூலம்

சர்வ வல்லமையுள்ள தெய்வஞ்சாக்ஷியாக
நான் சொல்வதெல்லாம் உண்மை.

பிரதிவாதி வக்கீல் வினாவும், 2-ம், சாக்ஷி விடையும்

வாதி பிரதிவாதிகளைத் தெரியுமா?

தெரியும்.

வாதி யார்?

எனது சகோதரர்களது மனைவி.

பிரதிவாதியோ?

அவனுக்கும், எனக்கும் யாதொரு சம்பந்தமு மில்லை.

இந்த ஆவணிமாதம் 3-ந் தேதி பிரதிவாதி அஸ்தினா புரத்திற்கு வந்திருக்க நீர் கண்டீரல்லவா?

ஆம்.

அங்கு அவன் தாமதித்திருந்தது எத்தனை நாள்?

மூன்று நாள்.

அப்பால் தானே அவன் தமது வீட்டிற்குப் போனான்?

ஆம்.

அப்போது நீர் அங்கு இருந்தீரல்லவா?

ஆம்.

வேறு யாராவது இருந்தார்களா?

இருந்தார்கள்.

அவர்கள் யார்?

மற்ற சாக்ஷிக்காரர்கள்.

அப்போது இந்தப் பிரதிவாதி உம்மிடத்தில் யாதாவது சொன்னானா?

சொன்னான்.

என்ன சொன்னான்?

வாதி தன்னைக்கண்டு மிகவு மோகித்ததாகவும், அதற்குத் தான் உடன்படவில்லை யென்பதாகவுஞ் சொன்னான்.

வாதி வக்கீல் கிறாசும், 2–ம், சாக்ஷி விடையும்

பிரதிவாதி அஸ்தினா புரத்திற்கு வந்தது எதற்காக?

தெரியாது.

இந்தப் பிரதிவாதியைத் தவிர அன்னிய அரசர்களும் அன்று அங்கு வந்திருந்தார்களா?

வந்திருந்தார்கள்.

அவர்கள் அங்குவந்த தேதியும் திரும்பத் தமது இராச்சியங் களுக்குப் போன தேதியும் உமக்கு இப்போது ஞாபகந்தானா?

இல்லை.

நீர் இருப்பது வாதியின் நாயகன்மாரது சகோதரர்களோடுதானே?

ஆம்.

அவர்கள் தம்மி லொருவருக்கொருவர் விரோதிக ளல்லவா?

ஆம்.

இந்த வாதி உம்மீதும், இன்னுஞ் சிலர் மீதுந் தன்னை வஸ்திராபகரணஞ் செய்ததாக இதற்குமுன் வியாச்சியங் கொடுத் திருக்கின்றாளா?

கொடுத்திருக்கின்றாள்.

உமது தாயின் பேர் யாது?

குந்தி.

தந்தை பெயரோ?

சூரியன்.

குந்தியைச் சூரியன் விவாகஞ் செய்திருந்தாரா?

ஆர்டர்

இக்கேள்வி அநாவசிய மானதாற் கேட்கக் கூடாதென்று கோர்ட்டாரால் தடுக்கப் பட்டது.

பிரதிவாதி வக்கீல்

றீக்கிறாசில்லை

கோர்ட்டார் வினாவும், 2–ம், சாக்ஷி விடையும்

வாக்குமூலம் வாசிக்கக் கேட்டீரா?

கேட்டேன்.

சரிதானா?

ஆம்.

பிரதிவாதி பக்கம், 2-ம், சாக்ஷி கண்ணன்
(கையெழுத்து)

››››››››››››

பிரதிவாதி பக்கம் 3-ம், சாக்ஷி
ஜயத்திரதன் சத்தியஞ்செய்து
தெரிவித்த வாக்குமூலம்

சர்வ வல்லமையுள்ள தெய்வஞ்சாக்ஷியாக
நான் சொல்வதெல்லாம் உண்மை.

பிரதிவாதி வக்கீல் வினாவும், 3–ம், சாக்ஷி விடையும்

வாதி பிரதிவாதிகளைத் தெரியுமா?

தெரியும்.

வாதி யார்?

எனது மைத்துனர்களின் மனைவி யானதினால் அம்முறையில் எனக்கு சகோதரி யாவாள்.

நீர் இந்த ஆவணி மாதம் 3-ந் தேதி அஸ்தினா புரத்திற்குப் போயிருந்தீரா?

போயிருந்தேன்.

அப்போது அங்கு இந்தப் பிரதிவாதி வந்திருந்தானா?

வந்திருந்தான்.

வந்து தாமதித்திருந்தது எத்தனை நாள்?

இரண்டு மூன்று நாள்.

அப்பாலோ?

தமது ஊருக்குப் போய்விட்டான்.

வாதி வக்கீல் கிறாசும், 3–ம், சாக்ஷி விடையும்

நீர் விவாகஞ் செய்திருப்பது யாரை?

துரியோதன மகாராஜாவினது தங்கையாகிய துச்சலையை.

அந்தத் துரியோதன மகாராஜாவும் வாதியினது நாயகன்மாருந் தம்மில் விரோதிக ளல்லவா?

ஆம்.

துவைதவனத்தில் உமக்கும் வாதிக்கும் இதற்கு முன் கலகம் நடந்த துண்டா?

உண்டு.

நீர் வழக்கமாகத் தங்கியிருப்பது எவ்விடத்தில்?

அஸ்தினா புரத்தில்.

உம்மை வாதியினது நாயகன்மார் பிடித்துத் தலையை மொட்டையடித்துக் கழுதைமேலேற்றி யனுப்பினது மெய்தானே?

ஆர்டர்

இக்கேள்வி சாக்ஷியை அவமானப் படுத்தக் கூடியதாதலினால் விடை சொல்ல வேண்டா மென்று மறுத்ததோடு இனிமேல் இவ்விதமான கேள்விகளைக் கேட்பதாயிருந்தாற் கோர்ட்டாரால் நன்கு கவனிக்கப்படுமென்று வக்கீலுக்கு அறிக்கை செய்யப்பட்டது.

கீசகன் பலவந்தம்
பிரதிவாதி வக்கீல்
நீக்கிறாசில்லை

கோர்ட்டார் வினாவும், 3-ம், சாக்ஷி விடையும்

வாக்குமூலம் வாசிக்கக் கேட்டீரா?

கேட்டேன்.

சரிதானா?

ஆம்.

பிரதிவாதி பக்கம், 3-ம், சாக்ஷி ஜயத்திரதன்
(கையெழுத்து)

>>>>>>>>>>>>

பிரதிவாதி பக்கம் 4-ம், சாக்ஷி
சகுனி சத்தியஞ்செய்து
தெரிவித்த வாக்குமூலம்

சர்வ வல்லமையுள்ள தெய்வஞ்சாக்ஷியாக நான் சொல்வதெல்லாம் உண்மை.

பிரதிவாதி வக்கீல் வினாவும், 4-ம், சாக்ஷி விடையும்

வாதி பிரதிவாதிகளைத் தெரியுமா?

தெரியும்.

நீர் சமீப காலத்தில் அஸ்தினா புரத்திற்குப் போனதுண்டா?

போன துண்டு.

அது எப்போது?

இந்த ஆவணி மாதம் 1-ந் தேதி.

அங்குத் தாமதித்திருந்தது எத்தனை நாள்?

பதினைந்து நாள்.

அவ்வாறு தாமதிப்பதற்குக் காரணம் யாது?

கோட்டாறு கா.ப.செய்குதம்பிப் பாவலர்

கீசகன் பலவந்தம்

எனது புத்திரியை அங்கு விவாகஞ்செய்து கொடுத்திருப்பது தான் காரணம்.

அந்தச் சமயத்தில் இந்தப் பிரதிவாதி அங்குவந்திருந்தானா?

வந்திருந்தான்.

அவன் வந்தது எப்போது?

இம்மாதம் 2-ந்தேதி, அல்லது 3-ந்தேதியா யிருக்கலாம்.

அவன் அங்குத் தங்கியிருந்தது எத்தனை நாள்?

அது தெரியாது.

திரும்பப் போகும்போது கண்டீரா?

அதையுங் காணவில்லை.

நீர் அந்த அஸ்தினாபுரத்தில் தங்கியிருந்த இடம் யாது?

திருதராஷ்டிர மகாராஜாவினது அரண்மனை.

அங்கிருக்கும்போது இந்தப் பிரதிவாதி உம்மிடத்தில் யாதாவது சொன்னானா?

சொன்னான்.

அது யாது?

இந்த வாதி அவனைக்கண்டு மோகித்துத் தன்னோடு சேரவேண்டுமென்று அவனை உபத்திரவப் படுத்தினதாகவும், அதற்கு அவன் உடன்படவில்லை யென்பதாகவுஞ் சொன்னான்.

வாதி வக்கீல் கிறாசும், 4-ம், சாக்ஷி விடையும்

உமது புத்திரியின் பெயர் யாது?

காந்தாரி.

அவளுடைய புத்திரர்களும், வாதியினது நாயகன்மாருந் தம்மில் விரோதிகள் தாமா?

ஆம்.

நீர் வாதியினது நாயகன்மாரைச் சூதாடித் தோற்கச் செய்தீரல்லவா?

ஆம்.

அவர்களை நீங்கள் பன்னிரண்டு வருடம் வனவாசஞ் செய்யும் பொருட்டு அனுப்பினது உண்மை தானே?

ஆம்.

பிரதிவாதி வக்கீல்

றீக்கிறாசில்லை

கோர்ட்டார் வினாவும், 4–ம், சாக்ஷி விடையும்

வாக்குமூலம் வாசிக்கக் கேட்டீரா?

கேட்டேன்.

சரிதானா?

ஆம்.

பிரதிவாதி பக்கம், 4-ம், சாக்ஷி சகுனி
(கையெழுத்து)

›››››››››››

ஹீயறிங்

வாதி வக்கீல் பாராச்சாரியரது விவாதம்

இவ்வியாச்சியத்தில் வாதியாகிய துரோபதையென்பவளைப் பிரதிவாதியாகிய கீசகனென்பவன் இந்த ஆவணி மாதம் 3-ந்தேதி விராடனது ராஜதானியிற் பிடித்துப் பலவந்தஞ் செய்வதற்குப் பிரயத்தனப் பட்டதாகவும், சாக்ஷிகளினது சகாயத்தால் வாதி அதில் நின்றுந் தப்பினதாகவும், இதற்குமுன்னரும் பிரதிவாதியின்மீது காமாந்தகனாய் அனேக விதமான உபத்திரவங்கள் செய்திருப் பதாகவும், வாதி பக்கத்துச் சாக்ஷிகளினது வாக்குமூலங்களால் மிக்க தெளிவாக விளங்குகின்றன. அதனோடு வாதிபக்கத்து 4-ம், சாக்ஷி சுதர்க்கணை யென்பவள் பிரதிவாதியினது சகோதரியாக விருக்கின்றாள். அவள் கொடுத்த வாக்குமூலத்தினாலேயே

பிரதிவாதி குற்றஞ் செய்தானென்பது நன்கு புலப்படுகின்றது. அன்றியும் வாதி பக்கத்துள்ள மற்ற சாக்ஷிகள் மிகவும் நம்பிக்கை யுள்ளவர்களாகவும், உண்மையே சொல்லப்பட்டவர்களாவு மிருக்கின்றார்கள். பிரதிவாதி பக்கத்துச் சாக்ஷிகளோ? வாதிக்கு விரோதமுள்ளவர்களாக விருக்கின்றார்கள். மேலும் யாதொரு சகாயமுமின்றிப் பிரதிவாதியினது இராஜதானியில் வந்து தங்கியிருந்த ஸ்திரீ ஜாதியாகிய இந்த வாதிக்கு மிகவும் பிரபலமுற்ற இந்தப் பிரதிவாதியின்மீது பொய்யாய் இவ்வாறு ஒரு வியாச்சியங் கொண்டுவருவதற்குக் காரணம் நேருமோ? என்பதைக் கேட்டார். தயவாய் ஆலோசித்தாலே அதன் உண்மை நன்கு விளங்காமற்போகாது, ஆதலால் வியாச்சியப் படியுள்ள குற்றத்தைப் பிரதிவாதியின்மீது ஸ்தாபகப்படுத்திப் பிரதிவாதியைத் தக்கபடி தண்டிக்கவேண்டு மென்று மிகவுந் தாழ்மையாய் வேண்டிக் கொள்ளு கின்றேன்.

பிரதிவாதி வக்கீல் கௌசி.ஏ.என். விவாதம்

இவ்வியாச்சியத்திற் சொல்லிய விஷயத்தை ஒருக்காலும் நம்பக்கூடாது. மிகவுங் கண்ணியத் தோடிருக்கின்ற பிரதிவாதி தாதியாகிய வாதியைப் பகற்காலத்திற் பலவந்தஞ்செய்வதற்கு விரும்புவானா? ஒருகாலத்திலும் விரும்பான். அன்றியும், பிரதிவாதி இதற்கு முன்னர் இவ்விதச்செய்கைகளுக்குட் பட்டவனா? அதுவு மல்லன். அதனோடு உத்தியான வனத்தில் இந்த வாதியைப் பிரதிவாதி உபத்திரவித்ததாகச் சொல்லிய சமாச்சாரத்திற்கு இதற்கு முன் வியாச்சியங் கொடுத்தாளா? அதுவுங் கொடுக்கவில்லை. அதனால் அவ்வாறு சொன்னதும் பொய்யாக் கொண்டுவந்த இவ் வியாச்சியத்திற்குப் போதுமான ருஜுவிற் கென்றே நம்பவேண்டிய தாயிருக்கின்றது. மேலும் வாதிபக்கம் விசாரணை செய்யப்பட்ட 1-ம், சாக்ஷியாகிய சூரியர் வாதியினது நாயகன்மார்களான பாண்டவர் களுடைய தாயாருக்கு அபிமான நாயகராக விருக்கின்றார். 2-ம், சாக்ஷியாகிய கிங்கரனோ? 1-ம், சாக்ஷியினது ஏவலாளனா யிருக் கின்றான். இவ் விருவருந்தாம் வாதிபக்கத்து முக்கிய சாக்ஷிகள். இவர்களினது வாக்கு மூலத்தை எள்ளத்தனையும் நம்புவதற்கு மார்க்கமில்லை. மற்ற இரண்டு சாக்ஷிகளும் இவ்விஷயம் நடந்ததை நேராக விருந்து பாராதவர்களாக விருக்கின்றார்கள். ஆதலால் அவர்களது வாக்குமூலங்களை அவ்வளவு பலமுள்ளதாக எடுப்பதற்கு

யாதொரு நியாயத்தையுங் காணவில்லை. பிரதிவாதி பக்கத்துச் சாக்ஷிகள் அரசர்களாகவும், மிகவும் நம்பிக்கை யுள்ளவர்களாகவும், உண்மையே சொல்லப்பட்டவர்களாகவு மிருக்கின்றார்கள். பிரதிவாதி விஷயம் நடந்த அன்று அஸ்தினாபுரியில் இருக்கக் கண்டோமென்று அவர்கள் நான்குபேரும் ஒத்துச்சொன்ன வாக்குமூலத்தை ஒருபோதும் நிராகரிப்பதற்கு மார்க்கமில்லை. ஆதலாற் பிரதிவாதியை நிரப ராதியாக விட்டு வியாச்சியத்தைப் பயலில் நின்றுங் குறைத்துப் பொய்யாய் வியாச்சியங்கொண்டுவந்த வாதியின்மீது மான நஷ்டத்திற்கு வியாச்சியங்கொடுக்க உத்திரவு தரவேண்டுமென்று மிகவும் வணக்கமாய் வேண்டிக்கொள்ளுகின்றேன்.

நோட்டு

இவ் விஷயத்திற்காக வியாச்சியங் கொண்டுவரப்பட்டு வாதி யிடத்திலும் வாதி பக்கத்து ஒன்று முதல் நான்கு வரையுள்ள சாக்ஷிகளிடத்திலும் குற்றப் பத்திரிகையின் மேல் பிரதிவாதி யிடத்திலும் பிரதிவாதி பக்கத்துள்ள நான்கு சாக்ஷிக ளிடத்திலும் வாக்குமூலங்கள் வாங்கவும், இருபுறத்து வக்கீல்மார்களினது விவாதங்களைக் கேட்கவும், இவைக ளெல்லாவற்றையும் பரிசோதிக்கவுஞ் செய்தேன்.

ஜட்ஜிமெண்ட்

இவ் வியாச்சியத்தில் முக்கியமாய் கவனிக்கவேண்டியது நான்கு விஷயங்கள்.

அவையாவன:

1-வது வாதியைப் பிரதிவாதி பலவந்தஞ் செய்யப் பிரயத்தினப் பட்டானா?

2-வது அதற்காக ஏதாவது காரணங்க ளுண்டா?

3-வது வாதிக்குப் பிரதிவாதியின்மீது பொய்யாக இவ்வாறு வியாச்சியங் கொண்டு வருவதற்குத் தகுதியான காரணங் களுண்டா?

4-வது விஷயம் நிகழ்ந்த அன்றையத்தினம் பிரதிவாதி அந்த ஊரிலிருந்தானா? இருக்கவில்லையா? யென்பவைகள்தாம்.

கீசகன் பலவந்தம்

வாதியைப் பிரதிவாதி இந்த ஆவணி மாதம் 3-ந் தேதி பகல் தனது அரண்மனையின் முன்னர்க் கண்டு மார்போடு சேர்த்துப் பிடிக்கவும், நிர்வாணமாய் நின்று பலவந்தஞ் செய்யவும் பிரயத்தனப்பட்டதாக வாதியும் வாதிபக்கத்து 1-ம், 2-ம், சாக்ஷிகளும் இக்கோர்ட்டு முன்னர் சத்தியஞ் செய்து தெரிவித்திருக்கின்றார்கள். அதற் குறுதியாக வாதி பக்கம் 3-ம், 4-ம், சாக்ஷிகளும் பிரதிவாதி வாதியின்மீது அதிக காமதாபத்தோடிருந்ததாகவும், வாதியிடத்துக் காம சல்லாபஞ் செய்யும்பொருட்டுச் சென்றதாகவும், வாதி அதற்கு உடன்படாது பிரதிவாதியை மறுத்ததாகவும், அப்பால் வாதி மிகவும் விசனத்தோடு 4-ம், சாக்ஷியிடத்தில் வந்து சொன்னதாகவும் சத்தியஞ் செய்து சொல்லுகின்றார்கள். ஆனதால் 1, 2 விஷயங்களை வாதிக் கனுகூலமாகவே தீர்மானிக்கின்றேன்.

இனி மூன்றாவது விஷயத்திற்காகப் பிரதிவாதி யாதொரு ருஜுவுங் கொடுக்க வில்லை. அது மாத்திரமல்ல பிரதிவாதி பக்கம் 1-ம், சாக்ஷியினது வாக்குமூலத்தி னூட்பத்தால் வாதி பக்கம் வியாச்சியம் ருஜுப்படவுஞ் செய்கின்றது. நான்காவது விஷயத்திற்காக பிரதிவாதி அஸ்தினாபுரத்திற்கு வந்திருந்தானாவென்பதைப் பற்றி மூன்று சாக்ஷிகளை விசாரணை செய்ததில் அவர்கள் இச்செய்கை நடந்த அன்று பிரதிவாதி அஸ்தினா புரத்திற்கு வந்திருந்தானென்று மாத்திரஞ் சொல்லுகின்றார்கள். ஆயினும் அந்தச் சாக்ஷிகள் வாதியினது நாயகர்களான பாண்டவர்களினது விரோதிகளுக்கு முக்கிய சிநேகிதர்களாகவும், பந்துக்களாகவும், அவர்களோடு ஒன்றாய்த் தங்கி யிருப்பவர்களாகவும், வாதியினது நாயகர்களுக்கே சத்துருக்களாகவும் இருக்கின்றார்களென்பது பிரத்தியக்ஷமாய்த் தெரிகின்றது. அதனோடு இந்தப் பிரதிவாதியைத் தவிர மற்ற அரசர்கள் அங்கு வந்ததும் போனதும் தனக்கு நிட்சயமாகத் தெரியாதென்று இரண்டாம் சாக்ஷியும் பிரதிவாதியை ஒரே நாள்தான் பார்த்தேனென்று 4-ம், சாக்ஷியும் ஒருவருக் கொருவர் முற்றும் மாற்றமாய்ச் சொல்லுகின்றார்கள். அதனால் இந்தச் சாக்ஷிகளினது வாக்கு மூலங்களை எள்ளத்தனையு நம்புவதற்கு இடமில்லை. ஆதலால் 3, 4 விஷயங்களையும் பிரதிவாதிக்கு விரோதமாகவும், வாதிக் கனுகூலமாகவுமே தீர்மானிக்கின்றேன்.

கீசகன் பலவந்தம்

தீர்மானம்

முற்கூறிய காரணங்களினால் இந்தியன் பினல்கோர்ட்டு 375, 511 ஆகிய இவ்வகுப்புகளின்படியுள்ள குற்றங்களைப் பிரதிவாதி செய்திருப்பதாகத் தெரிகின்றது. ஆதலால் அக்குற்றங்களைப் பிரதிவாதியின்மீது ஸ்தாபகப்படுத்தி அதற்காக வாதியினது நாயகனான வீமன் பிரதிவாதியாகிய கீசகனைப் பிடித்து அவனது மார்பைப்பிளந்து அவனைக் கொல்லும்படி தீர்மானித்திருக்கின்றேன்.

தேவலோகம் டிஸ்திரிக்கட்டு மாஜிஸ்திரேட்டு,

தேவேந்திரையன்
(கையெழுத்து)

கீசகன் பலவந்தக் கிரிமினல் கேஸ்
முற்றிற்று!

குறிப்புகளுக்காக...

குறிப்புகளுக்காக...

குறிப்புகளுக்காக...